ಯು.ಆರ್. ಅನಂತಮೂರ್ತಿ

(೨೧/೧೨/೧೯೩೨ - ೨೨/೮/೨೦೧೪)

ಹುಟ್ಟಿದ್ದು ೨೧, ಡಿಸೆಂಬರ್ ೧೯೩೨ರಂದು ಶಿವಮೊಗ್ಗ ಜಿಲ್ಲೆಯ ಮೇಳಿಗೆಯಲ್ಲಿ. ೧೯೫೬ರಲ್ಲಿ ಮೈಸೂರು ವಿಶ್ವವಿದ್ಯಾಲಯದಿಂದ ಇಂಗ್ಲಿಷ್ ಸಾಹಿತ್ಯದಲ್ಲಿ ಎಂ.ಎ. ಪದವಿ; ೧೯೬೩ರಲ್ಲಿ ಕಾಮನ್‌ವೆಲ್ತ್ ಫೆಲೋಶಿಪ್ ಪಡೆದು ಇಂಗ್ಲೆಂಡಿಗೆ ಹೋಗಿ ಬರ್ಮಿಂಗ್ ಹ್ಯಾಂ ವಿಶ್ವವಿದ್ಯಾಲಯದಿಂದ ಪಿಎಚ್.ಡಿ. ಶಿವಮೊಗ್ಗದ ಸಹ್ಯಾದ್ರಿ ಕಾಲೇಜಿನಲ್ಲಿ, ಮೈಸೂರಿನ ರೀಜನಲ್ ಕಾಲೇಜಿನಲ್ಲಿ, ಮೈಸೂರು ವಿಶ್ವವಿದ್ಯಾಲಯದಲ್ಲಿ ಅಧ್ಯಾಪಕರಾಗಿ, ರೀಡರ್ ಆಗಿ, ಪ್ರಾಧ್ಯಾಪಕರಾಗಿ ಸೇವೆ. ಅಮೆರಿಕದ ಅಯೋವಾ ವಿಶ್ವವಿದ್ಯಾಲಯದಲ್ಲಿ, ಟಫ್ಟ್ಸ್ ವಿಶ್ವವಿದ್ಯಾಲಯಲ್ಲಿ, ಟೆಕ್ಸಾಸ್ ವಿಶ್ವವಿದ್ಯಾಲಯದಲ್ಲಿ, ಪೆನ್ಸಿಲ್ವೇನಿಯಾ ವಿಶ್ವವಿದ್ಯಾಲಯಲ್ಲಿ, ಕಾರ್ನೆಗಿ ವಿಶ್ವವಿದ್ಯಾಲಯದಲ್ಲಿ, ಕೊಲ್ಲಾಪುರದ ಶಿವಾಜಿ ವಿಶ್ವವಿದ್ಯಾಲಯದಲ್ಲಿ ಸಂದರ್ಶಕ ಪ್ರಾಧ್ಯಾಪಕರಾಗಿ, ಫುಲ್‌ಬ್ರೈಟ್ ಪ್ರೊಫೆಸರ್ ಆಗಿ ಬೋಧನೆ. ಕೊಟ್ಟಾಯಂನ ಮಹಾತ್ಮ ಗಾಂಧಿ ವಿಶ್ವವಿದ್ಯಾಲಯದ ಉಪಕುಲಪತಿ, ಕೇಂದ್ರ ಸಾಹಿತ್ಯ ಅಕಾಡೆಮಿ ಅಧ್ಯಕ್ಷ, ನ್ಯಾಷನಲ್ ಬುಕ್ ಟ್ರಸ್ಟ್ ಅಧ್ಯಕ್ಷ, ಪುಣೆಯ ಫಿಲ್ಮ್ ಅಂಡ್ ಟೆಲಿವಿಷನ್ ಇನ್‌ಸ್ಟಿಟ್ಯೂಟ್‌ನ ಅಧ್ಯಕ್ಷ, ಇಂದಿರಾಗಾಂಧಿ ಮುಕ್ತ ವಿಶ್ವವಿದ್ಯಾನಿಲಯದ 'ಟ್ಯಾಗೋರ್ ಛೇರ್'ನ ಮುಖ್ಯಸ್ಥ, ಕೇಂದ್ರೀಯ ವಿಶ್ವವಿದ್ಯಾಲಯ, ಕರ್ನಾಟಕದ ಕುಲಪತಿ — ಹೀಗೆ ಹಲವು ಹುದ್ದೆಗಳ ನಿರ್ವಹಣೆ.

ಸಂಸ್ಕಾರ ಕಾದಂಬರಿ ಭಾರತದ ಭಾಷೆಗಳಲ್ಲದೆ, ಯೂರೋಪಿನ ಹಾಗೂ ಏಷ್ಯಾದ ಹಲವು ಭಾಷೆಗಳಿಗೆ ಭಾಷಾಂತರಗೊಂಡಿದೆ; ಚಲನಚಿತ್ರವಾಗಿಯೂ ಪ್ರಸಿದ್ಧವಾಗಿದೆ. **ಎಂದೆಂದೂ ಮುಗಿಯದ ಕಥೆ, ಪ್ರಶ್ನೆ, ಮೌನಿ, ಆಕಾಶ ಮತ್ತು ಬೆಕ್ಕು, ಸೂರ್ಯನ ಕುದುರೆ, ಎಪ್ಪತ್ತರ ದಶಕದ ಕಥೆ** ಮುಖ್ಯ ಕಥಾ ಸಂಕಲನಗಳು. **ಹದಿನೈದು ಪದ್ಯಗಳು, ಅಜ್ಜನ ಹೆಗಲ ಸುಕ್ಕುಗಳು, ಮಿಥುನ, ಅಭಾವ** ಕವನ ಸಂಕಲನಗಳು. **ಆವಾಹನೆ** ನಾಟಕ. **ಪ್ರೀತಿ ಮೃತ್ಯು ಭಯ, ಭಾರತೀಪುರ, ಅವಸ್ಥೆ, ಭವ, ದಿವ್ಯ** ಅವರ ಇತರ ಕಾದಂಬರಿಗಳು. **ಪ್ರಜ್ಞೆ ಮತ್ತು ಪರಿಸರ, ಸನ್ನಿವೇಶ, ಸಮಕ್ಷಮ, ಪೂರ್ವಾಪರ, ಬೆತ್ತಲೆ ಪೂಜೆ ಯಾಕೆ ಕೂಡದು?, ಯುಗಪಲ್ಲಟ, ನವ್ಯಾಲೋಕ, ವಾಲ್ಮೀಕಿಯ ನೆವದಲ್ಲಿ, ಮಾತು ಸೋತ ಭಾರತ, ಋಜುವಾತು, ಸದ್ಯ ಮತ್ತು ಶಾಶ್ವತ, ಕಾಲಮಾನ, ರುಚಿಕರ ಕಹಿಸತ್ಯಗಳ ಕಾಲ, ಶತಮಾನದ ಕವಿ ಯೇಟ್ಸ್, ಶತಮಾನದ ಕವಿ ರಿಲ್ಕೆ, ಶತಮಾನದ ಕವಿ ವರ್ಡ್ಸ್‌ವರ್ತ್, ಮತ್ತೆ ಮತ್ತೆ ಬ್ರೆಕ್ಟ್, ಶತಮಾನದ ಕವಿ ವಿಲಿಯಂ ಬ್ಲೇಕ್** ಮೊದಲಾದವು ವಿಮರ್ಶಾತ್ಮಕ/ಚಿಂತನಪರ ಪ್ರಬಂಧ ಸಂಕಲನಗಳು. **ಆಚೀಚೆ** (ಈಚಿನ ಬರಹಗಳು), **ಪಚ್ಚೆ ರೆಸಾರ್ಟ್** (ಈಚಿನ ಕಥೆ-ಕವಿತೆಗಳು) **ನನ್ನ ಸಾಹಿತ್ಯದ ಐದು ದಶಕಗಳು** (ಉಪನ್ಯಾಸ), **ನಿಜದ ಬೆಳಕಿನೆಡೆಗೆ ಒಂದು ಧ್ಯಾನ** (ವಿಚಾರ-ವಿಮರ್ಶೆ), **ಯುಗದ ಕವಿ ಬೇಂದ್ರೆ** ಪ್ರಕಟವಾಗಿವೆ. **ಸುರಗಿ** ಇವರ ಆತ್ಮಕಥನ.

ಅನಂತಮೂರ್ತಿಯವರು ಪಡೆದಿರುವ ಪ್ರಶಸ್ತಿ, ಪುರಸ್ಕಾರಗಳಲ್ಲಿ ಹಲವು ವಿಶ್ವವಿದ್ಯಾಲಯಗಳ ಗೌರವ ಡಿ.ಲಿಟ್. ಹೋಮಿಭಾಭಾ ಫೆಲೋಶಿಪ್, ಅನಕೃ ಪ್ರಶಸ್ತಿ, ಮಾಸ್ತಿ ಪ್ರಶಸ್ತಿ, ಬಸವ ಪ್ರಶಸ್ತಿ, ಕರ್ನಾಟಕ ಸಾಹಿತ್ಯ ಅಕಾಡಮಿ ಗೌರವ ಪ್ರಶಸ್ತಿ, ಭಾರತೀಯ ಜ್ಞಾನಪೀಠ ಪ್ರಶಸ್ತಿ, ಭಾರತ ಸರಕಾರ ನೀಡುವ ಪದ್ಮಭೂಷಣ ಮುಖ್ಯವಾದುವು. ೨೦೦೨ರಲ್ಲಿ ಅವರು ತುಮಕೂರಿನಲ್ಲಿ ನಡೆದ ೬೯ನೆಯ ಕನ್ನಡ ಸಾಹಿತ್ಯ ಸಮ್ಮೇಳನದ ಅಧ್ಯಕ್ಷರಾಗಿದ್ದರು.

ಹಿಂದುತ್ವ
ಅಥವಾ
ಹಿಂದ್ ಸ್ವರಾಜ್?

ಯು.ಆರ್.ಅನಂತಮೂರ್ತಿ

ಅಭಿನವ

೧೭/೧೮-೨, ಮೊದಲನೇ ಮುಖ್ಯರಸ್ತೆ
ಮಾರೇನಹಳ್ಳಿ, ವಿಜಯನಗರ, ಬೆಂಗಳೂರು ೫೬೦೦೪೦

Hindutwa Athava Hind Swaraj?
Collection of essays by U.R. Ananthamurthy
Published by Abhinava, 17/18-2, 1st Main, Marenalli, Vijayanagara,
Bengaluru 560 040, Ph: 9448804905/080 23505825

First impression: 2014
Second impression: 2014
Third impression: 2016
Fourth impression: 2016
Fifth impression: 2016
Sixth impression : 2018
Seventh impression: 2019

Copies: 1000
Pages: 100
Book Size: Demi 1/8
Paper used: 70gsm, NS book print

© Esther Ananthamurthy

ISBN: 978-93-81055-73-1
ಮೊದಲ ಮುದ್ರಣ: ೨೦೧೪
ಎರಡನೆಯ ಮುದ್ರಣ: ೨೦೧೪
ಮೂರನೆಯ ಮುದ್ರಣ: ೨೦೧೬
ನಾಲ್ಕನೆಯ ಮುದ್ರಣ: ೨೦೧೬
ಐದನೆಯ ಮುದ್ರಣ: ೨೦೧೬
ಆರನೆಯ ಮುದ್ರಣ: ೨೦೧೮
ಏಳನೆಯ ಮುದ್ರಣ: ೨೦೧೯

ಪುಟಗಳು: ೧೦೦
ಬೆಲೆ: ನೂರು ರೂಪಾಯಿಗಳು

ಪ್ರಧಾನ ಸಂಪಾದಕ: ನ. ರವಿಕುಮಾರ
ಸಲಹೆ-ಸಹಕಾರ:
ಪಿ. ಚಂದ್ರಿಕಾ
ಸಿರಾಜ್ ಅಹಮದ್
ಮಮತಾ ಜಿ.
ಶ್ರೀಧರ ಹೆಗಡೆ ಭದ್ರನ್

ಪುಸ್ತಕ ಹಾಗೂ ಮುಖಪುಟ ವಿನ್ಯಾಸ: ಚನ್ನಕೇಶವ
ಪ್ರಸರಣೆ: ಕೃಷ್ಣಾ ಚೆಂಗಡಿ

ಲಕ್ಷ್ಮೀ ಮುದ್ರಣಾಲಯ
LAKSHMI MUDRANALAYA
ISO 9001-2000
ಚಾಮರಾಜಪೇಟೆ, ಬೆಂಗಳೂರು-೧೮
ದೂರವಾಣಿ: ೨೬೬೧೩೧೨೩, ೨೬೬೧೮೬೮೨

ಇದು ಶ್ರೀ ಯು.ಆರ್. ಅನಂತಮೂರ್ತಿಯವರು ರಚಿಸಿದ ಕೊನೆಯ ಕೃತಿ. ಅವರು ಕಾಲವಶರಾಗುವ ಸ್ವಲ್ಪ ದಿನ ಮೊದಲು ಈ ಪುಸ್ತಕವನ್ನು ಪೂರ್ತಿಮಾಡಿ ಅಚ್ಚಿಗೆ ಸಿದ್ಧಗೊಳಿಸಿದ್ದರು. 'ಲೇಖಕನ ಮಾತು'ಗಳನ್ನು ಅವರು ಬರೆಯುವುದಿತ್ತು — ದುರ್ದೈವದಿಂದ ಅದು ಸಾಧ್ಯವಾಗಲಿಲ್ಲ.

ಹಲವು ಬಾರಿ ತಿದ್ದಿತೀಡಿ ರೂಪಗೊಂಡ ಈ ಪಠ್ಯವು, ಇದನ್ನು ರಚಿಸುವ ಕಾಲದಲ್ಲಿ ಅವರ ಮನಸ್ಸನ್ನು ತುಂಬಿಕೊಂಡಿದ್ದ ಇತ್ತೀಚಿನ ರಾಜಕೀಯ ವಿದ್ಯಮಾನಗಳನ್ನು, ಸಾಮಾಜಿಕ ಕಾಳಜಿಗಳನ್ನು ಹಾಗೂ ತಾತ್ವಿಕ ಚಿಂತನೆಗಳನ್ನು ಅದೇ ತೀವ್ರತೆಯಲ್ಲಿ ವ್ಯಕ್ತಪಡಿಸುತ್ತದೆ. ಇಲ್ಲಿಯ ಚಿಂತನೆಗಳು ಸಮಾಜದ ವಿವಿಧ ಕ್ಷೇತ್ರಗಳಲ್ಲಿ ವ್ಯಾಪಕವಾದ ಚರ್ಚೆಗೊಳಪಡಬೇಕೆಂಬುದು ಅವರ ಬಯಕೆಯಾಗಿತ್ತು.

- ೧ -

ಮೋದಿಯವರು ಬಹುಮತದಿಂದ ಚುನಾಯಿತರಾದ ನಂತರ ಅವರ ಬಗ್ಗೆ ಮೀಡಿಯಾದಲ್ಲೂ ಜನಮನದಲ್ಲೂ ಮೂಡಿದಂತೆ ತೋರುತ್ತಿರುವ ಆಶಾವಾದಕ್ಕೂ ಈ ಬಗ್ಗೆ ನನ್ನಲ್ಲಿ ಇರುವ ಅನುಮಾನಗಳಿಗೂ ಸ್ಪಂದಿಸುವ ಈ ಬರವಣಿಗೆಯನ್ನು ಹೇಗೆ ಶುರುಮಾಡಲಿ?

ನನಗೊಂದು ಸಮಸ್ಯೆಯಿದೆ. ಯಾಕೆಂದರೆ ನೆಹರೂ ಮನೆತನವೇ ಈ ದೇಶವನ್ನು ಆಳಲು ಅರ್ಹವೆಂದು ತಿಳಿದ ಹೊಗಳುಭಟರಿಂದ ನೆಹರೂ ಮನೆತನದವರೂ ಬಿಡುಗಡೆಯಾದರು; ನಾವೂ ಬಿಡುಗಡೆಯಾದೆವು. (ಇಂದಿರಾ ಗಾಂಧಿಯವರೂ ರಾಜೀವಗಾಂಧಿಯವರೂ ದುಷ್ಟರಿಂದ ಕೊಲೆಗೀಡಾದರು ಎಂಬುದು ನೆನಪಿನಲ್ಲಿ ಉಳಿಯಬೇಕಾದ ದುರಂತ.) ದೇಶವು ಒಂದು ಮನೆತನದಿಂದ ಬಿಡುಗಡೆಯಾದಂತೆ ಕಾಣುತ್ತ ಇರುವ ಹೊತ್ತಲ್ಲೇ ಅಧ್ಯಕ್ಷೀಯ ಮಾದರಿಯ ಚುನಾವಣೆಯನ್ನು (Presidential form of electioneering) ಹೋಲುವ ಚುನಾವಣೆಯೊಂದರಲ್ಲಿ, ಎಲ್ಲೆಲ್ಲೂ ಅರ್ಥವಾಗುವ ಹಿಂದಿ ಮಾತಾಡುವ ಮೋದಿಯವರಂತೆ ಯಾವ ದಕ್ಷಿಣ ಭಾರತೀಯನೂ ಅಸ್ಸಾಮಿಯೂ ಬಂಗಾಳಿಯೂ (ಎಲ್ಲಾ ಹಿಂದಿಯೇತರ ದೇಶ ಭಾಷೆಗಳವರು) ದೊಡ್ಡದನಿಯಲ್ಲಿ

ಮಾತಾಡಿ ಗೆಲ್ಲಲಾರ. ಮನುಷ್ಯನ ಕೂಟ ಜೀವನಕ್ಕೆ ಅಗತ್ಯವಾದ ವ್ಯವಸ್ಥೆಯ ನಿರ್ಮಾಣಕ್ಕೂ, ವ್ಯವಸ್ಥೆ ಕೆಡದಂತೆ ಕಾಯುವ ಶಿಕ್ಷಾ ನಿಯಮಗಳಿಗೂ / ಸಂಸ್ಥೆಗಳಿಗೂ / ನ್ಯಾಯ ನಿರ್ವಹಣೆಯ ಕೋರ್ಟುಗಳಿಗೂ / ಪೊಲೀಸಿಗೂ ಇರುವ ಸಂಬಂಧದ ಪ್ರಜಾತಾಂತ್ರಿಕ ಒಪ್ಪಂದಕ್ಕೂ ನನ್ನ ಗಮನ ಸೆಳೆದು ಆ ಕಾರಣವಾಗಿ ನಾನು ಬಹುಮತ ಪಡೆದವರೊಬ್ಬರು ಅಧಿಕಾರಕ್ಕೆ ಬಂದಾಕ್ಷಣ ಒಪ್ಪಿಕೊಳ್ಳಬೇಕೆಂಬುದು ಪ್ರಜಾತಂತ್ರದ ನಿಯಮವೆಂದು ಹೇಳುವುದನ್ನು ನಾನು ಒಪ್ಪಲಾರೆ. ಬಹುಮತವಿಲ್ಲದ್ದಕ್ಕೆ ಅವಕಾಶ ಇರುವುದೇ ಪ್ರಜಾತಂತ್ರದ ಅಡಿಪಾಯ ನನ್ನ ಪಾಲಿಗೆ. ಆದ್ದರಿಂದ ಮೋದಿಯವರನ್ನು ಅನುಮಾನದಿಂದ ನೋಡುವ ನನ್ನನ್ನು ದೇಶಾದ್ಯಂತ ಹೊಲಸು ಮಾತುಗಳಲ್ಲಿ ಜರಿದವರನ್ನು ಲಕ್ಷ್ಯಕ್ಕೆ ತೆಗೆದುಕೊಳ್ಳದೆ ನಿಮ್ಮೊಡನೆ ಮಾತಾಡುವೆ. ನನ್ನ ಅಭಿಪ್ರಾಯಗಳನ್ನು ಸೂತ್ರ ರೂಪದಲ್ಲಿ ಮಂಡಿಸುತ್ತಾ ಹೋಗುವುದು ಸಂವಹನದ ದೃಷ್ಟಿಯಿಂದ ಅನುಕೂಲವೆಂದು ಭಾವಿಸಿದ್ದೇನೆ.

- 'ಹಳೆ ಒಡಂಬಡಿಕೆಯ' ಜೋಬ್ ಕಥೆಯಿಂದ ಶುರುಮಾಡುವೆ. ಈವಿಲ್ (Evil=ಕೇಡು ಅಥವಾ ಕೆಡುಕು) ಎನ್ನುವುದೊಂದು, ಒಳಿತು ಎಂದು ನಾವು ತಿಳಿಯುವುದರ ದೇವ ಸಂಕಲ್ಪದ ಜೊತೆಯೇ ಇದೆಯೆ? ಈವಿಲ್ ಅನ್ನು ಮೀರಲು ಕ್ರೈಸ್ತ ಜಗತ್ತು ಸಿಂಬಾಲಿಕ್ ಇತಿಹಾಸದಲ್ಲಿ ಏನೇನು ಕಂಡಿತು ಎನ್ನುವ ಬಗ್ಗೆ ಯೂಂಗ್ ಎಂಬ ದಾರ್ಶನಿಕ ಬರಹಗಾರ ಬರೆದ Answer to Job ಎಂಬ ೫೦ರ ದಶಕದ ಪ್ರಸಿದ್ಧ ಕೃತಿಯನ್ನು 'ಸತ್ಯ ಹರಿಶ್ಚಂದ್ರ' ಕಥೆಗೆ ಹೋಲಿಸಿ ಅವಲೋಕಿಸೋಣ. ಬಿಡಿಸಲಾಗದಂತೆ ಒಳಿತಿನ ಜೊತೆಯೇ ಇರುವ ಈವಿಲ್‌ನ ದರ್ಶನ ನಮಗೆ 'ರಾಷ್ಟ್ರಪ್ರೇಮ'ದಲ್ಲಿ ಹೊಂಚಿ ಕೆಲಸ ಮಾಡುವ ಈವಿಲ್ ಬಗ್ಗೆಯೂ ಅರಿವನ್ನು ಉಂಟುಮಾಡಬಹುದೆ? ಬಾಯಿ ತೆರೆದರೆ ಮೋದಿ ಸರಕಾರದ ನೇತಾರರು 'in the national interest' ಎನ್ನುತ್ತಾರೆ. ಅಂದರೆ in the national interest ಏನನ್ನಾದರೂ ಮಾಡಬಹುದು. ದೇವರಂತೆ. ನಮ್ಮಲ್ಲಿ ಒಂದು ನುಡಿ ಇದೆ: 'ಮಾನ ಮರ್ಯಾದೆ ಬಿಟ್ಟವನು ದೇವರ ತರಹ.'

- ಸಾಮಾನ್ಯನಾಗಿದ್ದು ಕಾಲಪುರುಷನಾದ, ಹಲವಾರು ಜನರನ್ನು ಯುದ್ಧದಲ್ಲಿ ಸಾಯಿಸಿಯೂ ಶೂರನಂತೆ ಮೆರೆಯುವ ಸಾಮ್ರಾಟ್ ನೆಪೋಲಿಯನ್‌ನಂತೆ ಆಗಲು ಬಯಸುವ ದಾಸ್ತೊವಸ್ಕಿಯ ಕಾದಂಬರಿಯೊಂದರ (Crime and Punishment) ನಾಯಕನ ಬಗ್ಗೆ ಬರೆಯುವೆ. ದಿನ ನಿತ್ಯದ ಈವಿಲ್ ಕಲ್ಪನೆಯನ್ನು ಬದಿಗೊತ್ತಿ

ಸಾವಿರಾರು ಜನರನ್ನು ಯುದ್ಧದಲ್ಲಿ ಸಾಯಿಸಿಯೂ ಪಾಪ ಭಾವನೆಯಿಂದ ನರಳದ ನೆಪೋಲಿಯನ್‌ನಂತೆ ತಾನಾಗಲಾರೆ ಎಂಬ ಒಳಗುದಿಯ ತರುಣ ಇವನು. ಇವನಿಗಿಂತ ಭಿನ್ನವಾಗಿ ಯೋಚಿಸುವಾತ ಗೋಡ್ಸೆ. ಅವನ 'ಭಾರತ ಪ್ರೀತಿಯಲ್ಲಿ ಅಹಿಂಸಾವಾದಿ ಗಾಂಧಿ ಒಂದು ಕಾಲ್ತೊಡಕು' ಎಂದು ಸಾವರ್ಕರ್‌ರನ್ನು ಓದಿದ್ದ ಗೋಡ್ಸೆ ಪ್ರಾಮಾಣಿಕವಾಗಿಯೇ ತಿಳಿದಿದ್ದ. ಮೋದಿಯವರ ಆವೇಶಪೂರಿತ ದೇಶಪ್ರೇಮದ ಮಾತುಗಳನ್ನು ಗೋಡ್ಸೆಯ ಕೊನೆಯ ಭಾಷಣದ ಜೊತೆ ಹೋಲಿಸಬೇಕು. ಒಂದು ವ್ಯತ್ಯಾಸ ಇದೆ: ಗಾಂಧಿ ದೇಶದಲ್ಲಿ ಬಲಿಷ್ಟ ಶಕ್ತಿಯಾಗಿದ್ದಾಗ ಅದನ್ನು ಕೊನೆಗಾಣಿಸಲೆಂದು ಬೇರಾವ ಮಾರ್ಗವೂ ಕಾಣದೆ ಅವನು ಗಾಂಧಿಯನ್ನು ಕೊಂದ. ಏನಕೇನ ಅಮೇರಿಕಾದ ನ್ಯೂಕ್ಲಿಯರ್ ಗೆಳೆತನವನ್ನು ಗಳಿಸಿಕೊಂಡ ಕಾಂಗ್ರೆಸ್‌ನಲ್ಲಿ ಗಾಂಧಿಯಿಂದ ಖಾಲಿಯಾದ ಜಾಗವನ್ನು ಸಾವರ್ಕರ್+ಮೋದಿ ತುಂಬಿದರು. ಗಾಂಧಿ ನೆನಪಿನ ಕೊಂಚ ಸಂಕೋಚದಿಂದ ಎಡಬಿಡಂಗಿಯಾದ ಕಾಂಗ್ರೆಸ್‌ನ ಒಳಬಯಕೆಯಾದ ಏನಕೇನ ಡೆವಲಪ್‌ಮೆಂಟಿನ ಕನಸಿನ ನಿಜದ ವಕ್ತಾರರಾದವರು ಮೋದಿ. ಮನಮೋಹನ ಸಿಂಗರ ಸಾತ್ವಿಕ ಮುಖದ ಬದಲಾಗಿ ಕ್ಷಾತ್ರಕ್ಕೆ ಒಪ್ಪುವ ಮೋದಿಯವರ ರಾಜಸಿಕ ಮುಖ ನಮ್ಮ ಎದುರಿಗಿದೆ. ತಾನು ಜನರಲ್ಲಿ ಹುಟ್ಟಿಸಿದ ಮಧ್ಯಮ ವರ್ಗದ ದುರಾಸೆಯ ಫಲವಾಗಿಯೇ ಬೆಳೆದು ಬದಲಾದ ಮುಖ (ಅವರದೇ ಮುಖ) ಮೋದಿಯದು. ಚುನಾವಣೆಯಲ್ಲಿ ಮೀಡಿಯಾಗಳ ಮುದ್ದಾಗಿ ಸಾವಿರಾರು ಅಭಿಮಾನಿಗಳು ತೊಟ್ಟ ಮುಖವಾಡವಾಗಿಯೂ ಈ ಮುಖ ಮೆರೆದಿತ್ತು. (ಆದರೂ ನಾನು ಮಾಹಿತಿಯ ಹಕ್ಕನ್ನೂ ಊಟದ ಹಕ್ಕನ್ನೂ ಬಡಜನರಿಗೆ ಕೊಟ್ಟ ಕಾಂಗ್ರೆಸ್ಸನ್ನೇ ಚುನಾವಣೆಯಲ್ಲಿ ಬೆಂಬಲಿಸಿದ್ದೆ.) 'ಗೆದ್ದ ನಂತರ ಗೆದ್ದವರು ಗೆಲ್ಲುವುದು ಅನಿವಾರ್ಯ ವಾಗಿತ್ತು' ಎನ್ನುವ ಸಮಾಧಾನದ ಒಪ್ಪಿಗೆ ಮಾನವ ಚರಿತ್ರೆಯಲ್ಲಿ ಸತತವಾಗಿ ಕಾಣುವಂಥದು. ಇದು ಸುಖೀ ಜೀವನದ ಆಲಸ್ಯದಿಂದ ಹುಟ್ಟಿದ್ದು. ಆಡೆನ್ ಬರೆದ ಒಂದು ಪದ್ಯದಲ್ಲಿ ನಡುರಾತ್ರೆಯಲ್ಲಿ ಎಲ್ಲೋ ದೂರದಲ್ಲಿ ಬಾಗಿಲು ತಟ್ಟಿದ ಶಬ್ದ ಕೇಳಿಸುತ್ತದೆ. ಎಲ್ಲೋ ದೂರದಲ್ಲಿ ನಮ್ಮ ಬೀದಿಯಲ್ಲಿ ಅಲ್ಲ ಎನ್ನುವ ಸಮಾಧಾನ ಹೆಚ್ಚು ಕಾಲ ಉಳಿಯುವುದಿಲ್ಲ. ಹೆಜ್ಜೆ ಸಪ್ಪಳ ಹತ್ತಿರ ಹತ್ತಿರವಾಗುತ್ತ ಇವನ ಬಾಗಿಲೇ ಮುರಿದು ಬೀಳುತ್ತದೆ.

• ಯಾವ ಏಳಿಗೆಯೂ ವಾತಾವರಣವನ್ನು ಕಲುಷಿತಗೊಳಿಸಬಾರದು; ಮಾನವತ್ವ ಉಳಿಯಲು ಕಾಯಕದ ಅಗತ್ಯ ದೇಹಕ್ಕೆ ಮಾತ್ರವಲ್ಲ,

ಮನಸ್ಸಿಗೂ ಉಂಟು. ದುಡಿದು ತಿನ್ನುವವರ ಜೊತೆ ಒಡನಾಡುವುದಕ್ಕೂ ಆಯಾಸ ತರುವ ಹಸಿವಿಗೂ ಹಸಿವು ತೀರಿದ ನೆಮ್ಮದಿಗೂ ನಿತ್ಯ ಖಾಲಿಯಾಗಿ ನಿತ್ಯ ತುಂಬಿಕೊಳ್ಳುವ 'ನಿತ್ಯ'ವೇ ಸತ್ಯವಾಗುವ ಉನ್ಮಾದವಲ್ಲದ ಹರ್ಷಕ್ಕೂ ಕಾಯಕ ಬೇಕು. ಅಗತ್ಯವಾದ ಯಂತ್ರಗಳು ದುಡಿಮೆಯ ಕಸುವಿನಲ್ಲೇ, ಕುತೂಹಲದಲ್ಲೇ, ಕಾಯಕದ ಫಲವನ್ನು ಹೆಚ್ಚುಗೊಳಿಸಿಕೊಳ್ಳಬೇಕೆಂಬ ಆಸೆಯಲ್ಲೇ ಸೃಷ್ಟಿಯಾಗುತ್ತ ಹೋಗಬೇಕು. ನೊಗ, ನೇಗಿಲು, ಚರಕ, ಹಲವು ಪದಾರ್ಥಗಳನ್ನು ಅಗ್ನಿಯ ಮಿತಬಳಕೆಯಲ್ಲಿ ಅಡುಗೆಗೆ ಬೇಯಿಸುವ ಕೋಡೊಲೆ, ಹಲವು ವರ್ಷಗಳ ಕಾಲ ಸೊನೆ ಕಳೆಯದಂತೆ ಉಳಿಯುವ ಮಿಡಿ ಉಪ್ಪಿನಕಾಯಿ, ಎತ್ತಿನ ಬಂಡಿ, ಹೊಲಿಯುವ ಯಂತ್ರ, ಉಗಿ ಬಂಡಿ, ಹಬೆಯ ಒತ್ತಡಕ್ಕೆ ಚಲಿಸುವ ಚಕ್ರ (steam engine), ಸೈಕಲ್ಲು, ಉಜ್ಜಿದರೆ ಹೊತ್ತಿಕೊಳ್ಳುವ ಬೆಂಕಿ, ಮೇಲು ಮೇಲಕ್ಕೆ ಹಾರುವ ಗಾಳಿಪಟ, ತಿನ್ನಲು ಯೋಗ್ಯವೆಂದು ಕಾಣದ ಕಪ್ಪು ಕಾಳುಗಳ ರಾಗಿ ಪರಮಾನ್ನವೆಂದು ಕಂಡುಹಿಡಿಯುವುದು, ಹಿತ್ತಿಲಿನಲ್ಲೇ ಬೆಳೆಯುವ ಔಷಧಗಳು — ಇವೆಲ್ಲವೂ ಕಸುಬುದಾರರು ಖುದ್ದಾಗಿಯೂ ಸಮುದಾಯವಾಗಿಯೂ ತಮ್ಮ ಕಾಯಕದಲ್ಲೇ ಪಡೆದದ್ದು.

• ಫಲವತ್ತಾದ ಮಣ್ಣು–ನೀರನ್ನು, ಉಣ್ಣುವಂತೆ ಮಾಡುವ ಬಡವರ ಉಳುವ ಹಕ್ಕನ್ನು ಕಸಿದುಕೊಳ್ಳಬಾರದು. ಕೃಷಿಕ ಜೀವಿಗಳ ನೆಲವನ್ನು ವಿದ್ಯುತ್ ಸ್ಥಾವರಗಳಿಗಾಗಿ, ಐಟಿ–ಬಿಟಿಗಳನ್ನು ವಿಸ್ತರಿಸಲಿಕ್ಕಾಗಿ ಗಣಿಗಾರಿಕೆಗಾಗಿ ಪಂಚತಾರಾ ಹೋಟೆಲುಗಳ ಏಕತಾನತೆಗಾಗಿ ಬಳಸಕೂಡದು. ಉತ್ಪತ್ತಿ ಎಂದರೆ ಮೂಲಭೂತವಾಗಿ ವರುಣ ಕೃಪೆಯ ಆಹಾರದ ಉತ್ಪತ್ತಿ. ಕೃಷಿಗಿಂತ ಮುಂಚೆ ಬೇಟೆಯಿಂದ ಜೀವನ ನಡೆಯುತ್ತ ಇತ್ತು. ಕೊಂದು ತಿನ್ನುವ ಪ್ರಾಣಿಗಳು ಋಣ ಸ್ವರೂಪದ ಭಾವನಾ ವಿಲಾಸದಲ್ಲಿ ದೈವ ಸಾನ್ನಿಧ್ಯವನ್ನು ಪಡೆದವು. ದತ್ತಾತ್ರಿಯ ಸುತ್ತಮುತ್ತ ಬೇಟೆಗೆ ಬಳಸುವ ನಾಯಿಗಳು ಸಂಚರಿಸಿದವು. ಕೇವಲ ಇಲಿಯೂ ಗಣಪತಿಯ ವಾಹನವಾಯಿತು. ಸಾಕಿದ ದನ ಹಾಲನ್ನೂ ಕೊಟ್ಟಿತು; ಮಾಂಸವೂ ಆಯಿತು. ಅದರ ರೋಮರೋಮದಲ್ಲಿ ಎಲ್ಲ ದೇವತೆಗಳೂ ಕಂಡರು. ವಿಮಾನ ಸಂಚಾರಿಗಳಾಗಿಬಿಟ್ಟ ಪಾಶ್ಚಾತ್ಯರು ಈಗ ಯಾವ ಪಾವಿತ್ರ್ಯದ ಭಾವನೆಯೂ ಇಲ್ಲದ ಕೇವಲ ವ್ಯಾಪಾರಿಗಳಾದ ನಿರ್ದಯಿ ಬೇಟೆಗಾರರಾಗಿಬಿಟ್ಟಿದ್ದಾರೆ. ಕೊರಿಯಾದ ಶ್ರೀಮಂತರು ತಮ್ಮ ದೇಶದ ಚರಿತ್ರಾರ್ಹ ಸ್ಥಳಗಳಿಗೆ ಟೂರಿಸ್ಟರಾಗಿಯೂ ಹೋಗುವುದಿಲ್ಲವಂತೆ. ಉತ್ತರ ಕೊರಿಯಾದಲ್ಲಿ ಬುದ್ಧ ನಿಮಗೆ

ಮುಖ್ಯನೆ? ಎಂದು ಕೇಳಿದ್ದೆ. ಉತ್ತರ ಮಾರ್ಕ್ಸ್‌ವಾದದ ಅಣಕವಾಗಿತ್ತು. 'ಹೌದು, ಪುಸ್ತಕಗಳ ರಚನೆ ಮುದ್ರಣಗಳನ್ನು ಬೌದ್ಧರು ಕಂಡುಹಿಡಿದದ್ದು' ಎಂದು ಸರ್ಕಾರ ನೇಮಿಸಿದ ದುಭಾಷಿ ತನ್ನ 'ಪಾರ್ಟಿ' ಕಲಿಸಿದ್ದನ್ನು ಹೇಳಿದ. ಯಾವುದಾದರೂ ಉಪಯುಕ್ತವಾಗಿದ್ದಾಗ ಮಾತ್ರ ಮುಖ್ಯ. ಈ ವಿಷಯದಲ್ಲಿ ಕ್ಯಾಪಿಟಲಿಸ್ಟರು ಮತ್ತು ಕಮ್ಯುನಿಸ್ಟರು ಪ್ರಾಚೀನದ ಬಗ್ಗೆ ಒಂದೇ ಧೋರಣೆಯವರು. ಬೆಂಥಮಿನ ವೈಚಾರಿಕತೆಯ utilitarians ಇವರು. ಸಾವರ್ಕರ್‌ವಾದಿಗಳಿಗೂ ಪ್ರಾಚೀನ ಚರಿತ್ರೆ ಹಿಂದೂಗಳನ್ನು ಕೆರಳಿಸಲು, ಒಗ್ಗೂಡಿಸಲು ಮಾತ್ರ ಅಗತ್ಯ. ಮೋದಿಯವರಿಗೆ ಗಂಗಾ ಪೂಜೆ ಫೋಟೊ ಆಪರ್ಚುನಿಟಿ.

- ಕಾರ್ಪೊರೇಟ್ ಮಾಲೀಕರು ಮಾಡುವ ಬೇಟೆಯನ್ನು ನಾವೀಗ ಗ್ಲೋಬಲೈಸೇಶನ್ ಎಂದು ಕರೆಯುತ್ತೇವೆ. ಸಹಾಯಕರಿಗೆ ಬೇಟೆಯಲ್ಲಿ ಅಷ್ಟಿಷ್ಟು ಮಾಂಸ ಸಿಗುವಂತೆ ನಮಗೂ ಸಿಗುತ್ತ ಇದೆ. ಬಡದೇಶಗಳಿಂದ ಐಟಿ ಬಿಟಿ ಕೂಲಿಗೆ ಹೋಗುವವರು ಹೊರದೇಶದವರಿಗೆ ಚೀಪಾದ ವೇತನ ಪಡೆದು ತಮ್ಮ ಲಾಭ ಹೆಚ್ಚಿಸುವವರಾಗಿ ಕಾಣುತ್ತಾರೆ. ಅಮೆರಿಕಾ ದೇಶ ಇಂಡಿಯಾದಲ್ಲಿ ನೂರಾರು ಯೂನಿವರ್ಸಿಟಿಗಳನ್ನು ತೆರೆಯಲಿದೆ. ಖಾಸಗೀ ಶಾಲೆಗಳನ್ನೂ ನಡೆಸಲಿದೆ. ಹೊಗೆ ಉಗುಳದ ಅರ್ವಾಚೀನ ಐಟಿ ಉದ್ಯಮಗಳಲ್ಲಿ ದುಡಿಯಲು skill ಪಡೆದವರು ಬೇಕು. ಹೊಸ ವಿದ್ಯಾಲಯಗಳ ಮುಖ್ಯ ಉದ್ದೇಶ ಮಾತಾಡಬಲ್ಲ skill ನಿರ್ಮಾಣ ಮತ್ತು ಕೊಂಚ ವಿಜ್ಞಾನ. ಹಿಂದೆ ಮಣ್ಣಿನಲ್ಲೂ ಮರದಲ್ಲೂ ಲೋಹದಲ್ಲೂ ರೂಪ ವೈವಿಧ್ಯಗಳನ್ನು ಸೃಷ್ಟಿಸುವ skill ಊರಿಂದ ಊರಿಗೆ ಬೇರೆಯಾಗಿರುತ್ತಾ ಇತ್ತು. ಈಗ ಎಲ್ಲವೂ Made in China. ಇವನ್ನು Made in India ಮಾಡುವುದು ಮನಮೋಹನರ ಗುರಿಯಾಗಿತ್ತು; ಈಗ ಹೆಚ್ಚು 'ಸಮರ್ಥ'ರಾದ ಮೋದಿಯವರ ಗುರಿಯಾಗಿದೆ. ಗಾಂಧಿಯವರು ಬಯಸಿದಂತೆ ಗ್ರಾಮಗಳಲ್ಲಿ, ಸಣ್ಣ ಪಟ್ಟಣಗಳಲ್ಲಿ ನಿರ್ಮಾಣವಾಗಬೇಕಾದ್ದು ಬೃಹತ್ ಕೈಗಾರಿಕಾ ಘಟಕಗಳಿಗೆ ವರ್ಗಾವಣೆಯಾಗಿದೆ. ಇನ್ನು ಮುಂದೆ ಒಂದು ದೇಶ ಗುಂಡಿಗಳನ್ನೂ. ಇನ್ನೊಂದು ತೋಳುಗಳನ್ನೂ, ಮತ್ತೊಂದು ಕಾಲರ್‌ಗಳನ್ನೂ ಹೊಲಿದು ಸಿದ್ಧ ಮಾಡಿದ Made in America ಅಂಗಿಗಳು ಮಾಲ್‌ಗಳಲ್ಲಿ ದೊರೆಯುತ್ತವೆ. ಈ ಮಾಲ್‌ಗಳು ಪಂಚತಾರಾ ಹೋಟೆಲುಗಳಂತೆ ಒಂದು ಇನ್ನೊಂದರ ಅಣಕವಾಗಿರುತ್ತದೆ. ಎಲ್ಲೆಲ್ಲೂ ಸೆಕೆಯಾಗದ ಚಳಿಯೂ ಇಲ್ಲದ

ನಿಯಂತ್ರಿತ ಹವಾ ಇರುತ್ತದೆ. ವಿಶ್ವ ಸಂಚಾರಿಗಳಾದ ಮಾನವರು ತಾವು ಎಲ್ಲಿ ಇದ್ದೇವೆಂಬುದನ್ನು ತಿಳಿಯದಂತೆ ಇರುತ್ತಾರೆ.

- ಕೃಷಿಗಾರ ತನ್ನ ದೇಹವನ್ನೇ ತೊಡಗಿಸುವ ಉತ್ಪಾದನೆಯಲ್ಲಿ ಸಿಗುವ ಬಿಡುವೇ ಜಾನಪದ ಕಲೆಗಳು, ಸಂಗೀತ, ಹರಿಕಥೆ, ಯಕ್ಷಗಾನ ಇತ್ಯಾದಿಗಳಿಗೆ ಅಗತ್ಯವಾದ ಆರಾಮವನ್ನು ಒದಗಿಸುವಂಥದು. ಹಬ್ಬ-ಹರಿದಿನಗಳಿಗೆ ಸಿಗುವ ಆರಾಮವೂ ವರುಣ ಕೃಪೆಯಿಂದ ಪಡೆದದ್ದು. ಮಳೆ ಬಿದ್ದ ಸಂತೋಷದಲ್ಲಿ ಭೂಮಿಯನ್ನೂ ಮಳೆ ಬೀಳದ ಆತಂಕದಲ್ಲಿ ಆಕಾಶವನ್ನೂ ನೋಡುವ ಕೃಷಿಕರಲ್ಲಿ ಅವರದೇ ಆದ ಋತುಚಕ್ರದ ಜ್ಞಾನವಿರುತ್ತಿತ್ತು. ಪ್ರಕೃತಿಯನ್ನು ಕೆಣಕದೆ ಹೊಂದಿಕೊಂಡು ಬದುಕುವ ವಿನಯ ನಮ್ಮ ಪಿತೃಗಳಿಗೆ ಇತ್ತು. ಚಿಟ್ಟೆ, ಇರುವೆ, ಎರೆಹುಳ, ಮೋಡದ ಬಣ್ಣ, ನೆಲದಿಂದ ಎಲ್ಲೆಲ್ಲಿಂದಲೋ ತೃಣರೂಪಿ ರೆಕ್ಕೆಗಳಾಗಿ ಕ್ಷಣಹಾರಿ ಸಾಯುವ ಹುಳಗಳು — ಇವೇ ಕೃಷಿ ಜ್ಞಾನದ ಗುರುಗಳಾಗಿದ್ದವು. ಭೂಮಿ ಹುಣ್ಣಿಮೆಯಲ್ಲಿ ಭೂತಾಯಿಗೆ ಪಾಯಸದ ಊಟ ಬಡಿಸಿ ತಾವೂ ತಿಂದು ಧನ್ಯರಾಗುತ್ತಾ ಇದ್ದರು.

- ಈಗ ಧಾರಾಳವೆಂದರೆ ನವ-ಬಂಡವಾಳಶಾಹಿಗಳಾಗಲು ಹಾರ್ವರ್ಡ್‌ನಿಂದ MBA ಪಾಸ್ ಮಾಡಿ ಬಂದವರಿಗೆ ಹಿನ್ನೋಟದ ಫ್ಯೂಡಲ್ ಹಳಹಳಿಕೆ; populist ಕಾರ್ಯಕ್ರಮಗಳು ವೋಟಿನ ಬೇಟೆಗಾಗಿ ಎರೆಯಂತೆ ಬಳಸುವಂಥವು. ಆಹಾರವನ್ನು ಕಡಿಮೆ ಬೆಲೆಗೆ ಹಸಿದವರಿಗೆ ಹಂಚುವುದು ಡೆವಲಪ್‌ಮೆಂಟಿಗೆ ಅನುಚಿತವಾದ ವರ್ತನೆ. ಯಾಕೆ? The answer is simple. There is no free lunch in a developing economy. ಸಂತೆಗಳ ವಹಿವಾಟಿನಲ್ಲಿ ಮಾರ್ಕೆಟ್ ಬೆಳೆಯುವುದಿಲ್ಲ. Subsidies ಮಾರ್ಕೆಟ್ಟಿಗೆ ಮಾರಕ.

- ಹಿಂದೆ ನಮ್ಮಲ್ಲಿ ಹಲವು ಬಡವರು ಓದಿ ಮುಂದೆ ಬಂದದ್ದು ವಾರಾನ್ನದ ಭಿಕ್ಷೆಯಿಂದ; ಲಿಂಗಾಯತ ಮಠಗಳು ನಡೆಸುವ ದಾಸೋಹದಿಂದ. ಈಚೆಗೆ ಪ್ರಜಾ ತಾಂತ್ರಿಕ ಧಾರಾಳದ reservation ನಿಂದ.

- ಗಿರಿಜನರು ಬದುಕುವುದು ಕಾಡಿನ ಮರಗಳ, ಪ್ರಾಣಿಗಳ, ಗೆಣಸು ಗೆಡ್ಡೆಗಳ, ಮಳೆ ಬಿಸಿಲುಗಳ ಪ್ರಸಾದದಿಂದ, ದೊಡ್ಡ ಕುಟುಂಬಗಳ ಅನ್ಯೋನ್ಯದ ಪಾಲನೆಯಿಂದ; ಎಲ್ಲೆಲ್ಲಿಂದಲೋ ಹರಿದು ಬರುವ ಜಲದ

ಧಾರಾಳದಿಂದ; ಬಿತ್ತಿದ್ದೇ ಬೆಳೆಯುವರಾಗಿ ಜೋಳಗಳ ಕೃಪೆಯಿಂದ. ಡೆವಲಪ್‌ಮೆಂಟಿನಲ್ಲಿ ನಂಬುವವರಿಗೆ ಇವೆಲ್ಲವು ಪ್ರಾಚೀನ ಆರ್ಥಿಕತೆಯ (subsistence economy) ಅಡೆತಡೆಗಳು. ಟೂರಿಸಂಗೆ ಅವಕಾಶವಿಲ್ಲದ ನಡಾವಳಿಗಳು. ನಾನು ಬೆಳೆದ ಮಲೆನಾಡಲ್ಲಿ ಬಾಯಾರಿ ಬಂದು ನೀರು ಕೇಳುವ ಪಥಿಕನಿಗೆ ಮಜ್ಜಿಗೆ ಸಿಗುತ್ತಾ ಇತ್ತು. ಈಗ ಯಾತ್ರಿಕ ಪಥಿಕರಿಲ್ಲ; ರೂಮ್ ರಿಸರ್ವ್ ಮಾಡಿ ಬರುವ ಟೂರಿಸ್ಟರಿದ್ದಾರೆ. ಅವರಿಗಾಗಿಯೇ ಒಬ್ಬ ಕೆಲಸಕ್ಕೆ ಬಾರದ ಮಂತ್ರಿಯೂ ಇರುತ್ತಾನೆ. ಹಳೇಕಾಲದ ನಾಲ್ಕು ಚೌಕಟ್ಟಿನ, ತಣ್ಣನೆಯ ನೆಲದ ಮನೆಗಳೆಲ್ಲ 'ರೆಸಾರ್ಟ್'ಗಳಾಗಿವೆ. ಹಿಂದೆ ಧಾರಾಳಿಗಳಾಗಿದ್ದವರು ಡೆವಲಪ್‌ಮೆಂಟ್ ಯುಗದಲ್ಲಿ ದಲ್ಲಾಳಿಗಳಾಗಿದ್ದಾರೆ.

- ಆದರೆ, ಬೆನ್ನು ನೋವಿನಿಂದ ಬಾಧಿತರಾದ ಸತ್ಯಾಗ್ರಹಿ ಮೇಧಾ ಪಾಟ್ಕರ್ ಮತ್ತು ಮಾಹಿತಿ ಹಕ್ಕಿಗಾಗಿ ಹೋರಾಡಿದ ಅರುಣಾ ರಾಯ್‌ರಂಥವರು ಬಿಗಿದು ಕಟ್ಟಿದ ಸೆರಗನ್ನು ಸಡಿಲಮಾಡಿಲ್ಲ; ತೀಸ್ತಾ ಸೆಟಲ್‌ವಾಡರಂಥವರು ಕೋರ್ಟಿಂದ ಕೋರ್ಟಿಗೆ ಸತ್ಯದ ಅನಾವರಣಕ್ಕಾಗಿ ಅಲೆಯುತ್ತಲೇ ಇದ್ದಾರೆ. ಕಾಂಗ್ರೆಸ್ ನಾಯಕರಂತೆ ಅವರ ಮುಖ ಸಪ್ಪಗಾಗಿಲ್ಲ ಎನ್ನುವುದೊಂದು ಇವತ್ತಿನ ನಿಜವಾಗಿಯೂ ಉಳಿದಿದೆ ಎಂಬುದು ಈ ನನ್ನ ಬರವಣಿಗೆಯಲ್ಲಿ ಇಣುಕುವ ಬೇಸರವನ್ನು ಮತ್ತು ಹತಾಶೆಯನ್ನು ಹಿಡಿದಿಟ್ಟಿದೆ. ಇದನ್ನು ಮರೆತೇನೆಂದು ಮುಂಚೆಯೇ ಹೇಳಿಬಿಡುತ್ತಿದ್ದೇನೆ.

- ನಮ್ಮ ಒಳಗೂ ನಮ್ಮ ಸುತ್ತಲೂ ಇರುವ ಈವಿಲ್‌ನ ಶತಾವತಾರಗಳನ್ನು ಕಾಣಲು ಪ್ರಯತ್ನಿಸುವೆ. ಈವಿಲ್ ನಮ್ಮ ಕಾಲದಲ್ಲಿ ಗಣಿಗಳು; ಡ್ಯಾಮ್‌ಗಳು; ವಿದ್ಯುತ್ ಸ್ಥಾವರಗಳು. ನೂರಾರು ಸ್ಮಾರ್ಟ್ ಸಿಟಿಗಳು. ಮರಗಳನ್ನು ನಾಶಮಾಡಿ ಅಗಲ ಮಾಡಿದ ನೆರಳಿಲ್ಲದ ರಸ್ತೆಗಳು. ದಿಕ್ಕು ತಪ್ಪಿ ಹರಿದು ಪಂಚತಾರಾ ಹೋಟೆಲುಗಳ ಕಕ್ಕಸ್ಸುಗಳನ್ನು ತೊಳೆಯುವ ನೀರಾಗಿ ಸಲ್ಲುವ ನದಿಗಳು. ಗಣಿಗಾರಿಕೆಯಿಂದ ಬೋಳಾದ ಗಿರಿಜನರ ದೇವಾಲಯಗಳಾಗಿದ್ದ ಗುಡ್ಡಗಳು. ಗುಬ್ಬಚ್ಚಿಗಳು ಇಲ್ಲದ ಪೇಟೆಗಳು. ಹಕ್ಕಿ ಕೂರದ ಹಸಿರು ಮರಗಳು.

- ಬೇಕು ಅಂದರೆ ಬೇಕಾದವು; ಬೇಡ ಎಂದರೆ ಬೇಡವಾದವು. ಕಾರ್ಪೊರೇಟುಗಳಿಗಂತೂ ಬೇಕೇ ಆದವು. ಯಾಕೆಂದರೆ, ಅಮೆರಿಕಾದಲ್ಲಿ ಹೊಗೆ ತುಂಬುವಂತಿಲ್ಲ. ಭಾರತದ ಬಡವರೊ

ಸುಮ್ಮನಿರುತ್ತಾರೆ. ಗಿರಿಜನರು ದಿಕ್ಕು ಕಾಣದೆ ಹಿಂಸಾವಾದಿಗಳಿಗೆ ಬಲಿಯಾಗುತ್ತಾರೆ.

- ನಮ್ಮ ಒಳಗೇ ಪವರ್(Power)ನ ರುಚಿಕಂಡ ಈವಿಲ್ ಇದೆಯೆಂದು ಕಂಡು ಸತತ ಶೋಧದಲ್ಲಿ ಅದನ್ನು ಮೀರುವುದು ಗಾಂಧಿ ಮಾರ್ಗ. ಈ ಈವಿಲ್ ನಮ್ಮ ಹೊರಗೆ ಇದೆಯೆಂದು ತಿಳಿಯುವುದು ಗೋಡ್ಸೆ ಮಾರ್ಗ. ಗಾಂಧಿ ಪ್ರಾರ್ಥನೆಗೆ ಸಿದ್ಧವಾಗುತ್ತ ಇದ್ದಾರೆಂಬುದು ಇವನನ್ನು ಬಾಧಿಸಲಿಲ್ಲ. ಸಾವರ್ಕರ್ ಭಾಷೆಯಲ್ಲಿ ಇವನು 'ರಿಲಿಜಸ್' ಆಗದ ಹಿಂದುತ್ವವಾದಿ. ನೆಪಕ್ಕೆ ಮಾತ್ರ, ಪುಣ್ಯಭೂಮಿಯ ವಿಳಾಸವಾಗಿ 'ಹಿಂದೂಯಿಸಮ್' ಅಗತ್ಯ. ದೊಡ್ಡ ರಾಷ್ಟ್ರವಾಗುವ ಭಾರತ ಹಿಂದೂ ನಾಗರಿಕತೆಯ ಪೂಜಾವೈವಿಧ್ಯಗಳನ್ನು ಕಲಾವೈವಿಧ್ಯಗಳನ್ನು ಊಟದ ಬಟ್ಟೆಯ ಎಣ್ಣೆಗಳ ದವಸ ಧಾನ್ಯಗಳ ವೈವಿಧ್ಯಗಳನ್ನು ಕಳೆದುಕೊಂಡು ಪಾಶ್ಚಾತ್ಯ ನಾಗರಿಕತೆಯ ಅಣಕವಾಗಬಹುದೆಂದು ಗಾಂಧಿಯನ್ನು ಕೊಂದಾಗ ಗೋಡ್ಸೆ ನಿರೀಕ್ಷಿಸದೆ ಇದ್ದಿರಬಹುದು. ಅಥವಾ ಅವನೇ ಮೋದಿ ಮಾರ್ಗದ ಭವಿಷ್ಯದ ಬೀಜವಾಗಿರಬಹುದು.

- ಕ್ಷಾತ್ರ ಧರ್ಮಗಳು ಆಳುವ ಲೋಕದಲ್ಲಿ (ಅಮೆರಿಕ, ಇಂಗ್ಲೆಂಡ್, ಚೀನಾ, ರಷ್ಯಾ ಇತ್ಯಾದಿ) ಗಾಂಧಿ ಮತ್ತು ಟ್ಯಾಗೋರರು ಅನುಮಾನಿಸಿದ ರಾಷ್ಟ್ರ ಕಲ್ಪನೆ ಇನ್ನೂ ಕಾರ್ಪೊರೇಟ್ ರೂಪಗಳಲ್ಲಿ ಮುಂದುವರೆದಿದೆ. ಅಂತಾರಾಷ್ಟ್ರೀಯ ಮುಖವಾಡ ತೊಟ್ಟಿದೆ. (ಗಾಂಧಿಯ ವಿಶ್ವಭ್ರಾತೃತ್ವ ಬೇರೆ, ನೆಹರೂ ಅವರ internationalism ಬೇರೆ.) ಈ ಭೂಮಿಯನ್ನು ರಸಹೀನವಾಗಿಯೂ ಆಕಾಶವನ್ನು ಹೊಗೆ ತುಂಬಿಕೊಂಡ ಸೂರ್ಯ ಇಣುಕಲಾರದ ಚಾವಣಿಯಾಗಿಯೂ ಹರಿಯುವ ನದಿಗಳನ್ನು ವಿಷಪೂರಿತವಾಗಿಯೂ ಮಾಡುವ, ಉಸಿರಾಡಲಾರದ, ಯಾರದೂ ಅಲ್ಲದ, ನಿನ್ನೆಗಳನ್ನು ಮರೆತ ನಾಡಾಗಿ ಮಾಡುವ 'ಡೆವಲಪ್‌ಮೆಂಟ್' ಎಂಬುದು ಎಲ್ಲರಲ್ಲೂ ಇರಬಹುದಾದ ಆಕರ್ಷಕವಾದ ಆಸೆಗಳ ಉಲ್ಬಣ ಸ್ಥಿತಿ. ಈ ಉಲ್ಬಣಗೊಂಡ hubrisಗೆ (ಮಾನವ ಕೇಂದ್ರಿತ ದುರಹಂಕಾರಕ್ಕೆ) ತುಂಡು ತೋಳಿನ ಜುಬ್ಬದಲ್ಲೂ, ಎತ್ತಿ ಮಾತಾಡುವ ಗದ್ದದಲ್ಲೂ ಭಾರತವನ್ನು ತಳ್ಳುವವರಲ್ಲಿ ಮೋದಿಯವರೂ ಒಬ್ಬರಾಗಿ ಕಾರ್ಪೊರೇಟುಗಳಿಗೆ ೨೪ ಗಂಟೆಗಳೂ ವಿದ್ಯುತ್ ಹರಿಸುವ ನಾಯಕಮಣಿಯಾಗಿ ಕಂಡಾರೆಂಬುದನ್ನು ಊಹಿಸುವೆ. 'ಮೋದಿ ಕರಪ್ಟ್ ಅಲ್ಲ' ಎಂದು ಹೇಳಲು ಯಾರೂ ಮರೆಯುವುದಿಲ್ಲ. ಇದೊಂದು ಹೊಗಳುವ ಮಾತಾಗಿರುವುದೇ ದುರಂತ.

- ಯುದ್ಧಪೂರ್ವದ ನನ್ನ ಬಾಲ್ಯದಲ್ಲಿ ಎಲ್ಲ ಥಳುಕಿನ ಚೀಪ್ ಸಾಮಾನುಗಳನ್ನೂ ಹಾಸ್ಯದ ಭಾಷೆಯಲ್ಲಿ Made in Japan ಎಂದು ಹೀಯಾಳಿಸುತ್ತಲೇ Made in Germany ಸಿಗುವುದು ಕಷ್ಟವೆಂದು ಗೊಣಗುತ್ತಲೇ ಬಳಸುತ್ತ ಇದ್ದೆವು. ಯುದ್ಧಕಾಲದಲ್ಲಿ ಅವು ಸಿಗುವ ಬ್ಲಾಕ್ ಮಾರ್ಕೆಟ್ ಇತ್ತು. ಈಗಲೂ ಇವೆ — ಮಂತ್ರಿಗಳನ್ನು ಆಶ್ರಯಿಸುವ ಮಿಡಲ್ ಮೆನ್‌ಗಳಲ್ಲಿ. (ಇಂಥವರಿಗೆ ತನ್ನ ಆಳ್ವಿಕೆಯಲ್ಲಿ ಅವಕಾಶವಿಲ್ಲವೆಂದು ಹೇಳಿ ಮೋದಿ ಜನರ ಸದ್ಯದ ಮೆಚ್ಚುಗೆ ಗಳಿಸಿದ್ದಾರೆ.)

- ಈಗಿನ ಕಾಲದಲ್ಲಿ ಥಳುಕಿನ ಎಲ್ಲ ಪದಾರ್ಥಗಳು Made in China. ಅಮೆರಿಕಾ ಒಂದು ಗುಂಡು ಸೂಜಿಯನ್ನಾಗಲೀ ಒಂದು ಶರ್ಟನ್ನಾಗಲೀ ಸ್ವತಃ ತಯಾರಿಸಲಾರದು. ಅದು ಉತ್ಪಾದಿಸುವುದು ಯುದ್ಧೋಪಕರಣ ಗಳನ್ನು, ಬೃಹತ್ ಕಂಪ್ಯೂಟರುಗಳನ್ನು. ನಮ್ಮ ಡೆವಲಪ್‌ಮೆಂಟಿನ MOU ಹುನ್ನಾರಗಳಲ್ಲಿ ನಾವೇ ನಮ್ಮ ಕಾಲ ಮೇಲೇ ಬೆಳೆಯುವುದು ಬೇಕಿಲ್ಲ. ಬದಲಾಗಿ, ಚೀನಾದಂತೆ ಗುಂಡುಸೂಜಿಯನ್ನು ಜಗತ್ತಿಗೆ ಮಾರುವುದು; ಅಥವಾ ಬಡಹೆಂಗಸರು ಕಾರ್ಖಾನೆಗಳಲ್ಲಿ ಹೊಲಿದು ಕೊಡುವ ವಸ್ತ್ರವೈವಿಧ್ಯಗಳನ್ನು ಬೇರೆ ದೇಶಗಳಿಗೆ ರಫ್ತು ಮಾಡುವುದು ನಮ್ಮ ಕನಸು. ಆದರೆ ಇವನ್ನು ಹೊಲಿಸುವ ಫ್ಯಾಶನ್ ಡಿಸೈನರ್‌ಗಳು ಹೆಚ್ಚುಪಾಲು 'ಮೇಲಿನವರು'.

- ಭೂಮಿಯನ್ನು ಕಾಪಾಡಲು ಹೋರಾಡುತ್ತಿರುವ ಸರ್ಕಾರೇತರ ಸಂಸ್ಥೆಗಳನ್ನು ಈಗ ರಾಷ್ಟ್ರ ವಿರೋಧಿಗಳೆಂದು ಕರೆದಾಗಿದೆ. ಮೋದಿ ಸರಕಾರ ಅವರ ವಿರುದ್ಧ ಕ್ರಮ ಕೈಗೊಳ್ಳಲೂ ಸಿದ್ಧವಾಗಿದೆಯಂತೆ. ದಕ್ಷಿಣ ರಾಜ್ಯಗಳ ಇಚ್ಛೆ ಕಡೆಗಣಿಸಿ ಹೊಸದೊಂದು ಅಣೆಕಟ್ಟು ಕಟ್ಟಿ (ಆಂಧ್ರ ತೆಲಂಗಾಣಗಳ) ರೈತರನ್ನೂ ಗಿರಿಜನರನ್ನೂ ಪೇಚಿಗೆ ಸಿಗಿಸಲು ಸಿದ್ಧವಾಗಿದೆ. ಕಾಂಗ್ರೆಸ್ ಸರ್ಕಾರವೇ ಸಿದ್ಧಗೊಳಿಸಿದ್ದ ಯೋಜನೆ ಇದು. ಮೋದಿಯವರು ಗೆದ್ದು ಹುಟ್ಟಿಸಿದ ಸಂಭ್ರಮದಲ್ಲಿ ಭಾರತದ ಒಕ್ಕೂಟ ವ್ಯವಸ್ಥೆ(federalism) ನಾಶವಾಗುತ್ತಇದೆಯೆಂಬುದು ಸ್ಪಷ್ಟ. ಹೈಕಮಾಂಡ್ ಸಂಸ್ಕೃತಿಯ ಮೂಲಕ ಕಾಂಗ್ರೆಸ್ಸೂ ಒಕ್ಕೂಟ ವ್ಯವಸ್ಥೆಯನ್ನು ಸಾಕಷ್ಟು ನಾಶಮಾಡಿತ್ತು.

- ಕ್ಷಾತ್ರ ಸಾಹಸದ ಮಹತ್ತಿನ ಲೋಭದಲ್ಲಿ ಕ್ರಿಸ್ತನಲ್ಲಿ ನಂಬಿಕೆ ಕಳೆದುಕೊಂಡು, ಸಂಕಟದಲ್ಲೂ ಪ್ರೇಮದಲ್ಲೂ ಅವನನ್ನು ಮತ್ತೆ

ಪಡೆಯುವ ರಾಸ್‌ಕಾಲ್ನಿಕೋವ್‌ಗೂ, ಗಾಂಧಿಯ ಬಲ ತಿಳಿದವನಾಗಿ ಸ್ವಂತದ ಮಹತ್ತಿಗೆ ಬದಲಾಗಿ ಭಾರತದ ಮಹತ್ತಿಗಾಗಿ ದೇವರ ಪ್ರಾರ್ಥನೆಗಾಗಿ ನಡೆದುಬರುತ್ತ ಇದ್ದ ಗಾಂಧಿಯನ್ನು ಕೊಲೆ ಮಾಡಿದ ಗೋಡ್ಸೆಗೂ ಇರುವ ಅಂತರವನ್ನು, ಪರೀಕ್ಷಿಸುತ್ತೇನೆ. ರಾಸ್‌ಕಾಲ್ನಿಕೋವ್‌ನಲ್ಲಿ ಅವನು ವಿಕಾರವಶನಾಗಿ ದ್ವೇಷಿಸುವ ಒಳ ಬದುಕು ಇದೆ. ಗೋಡ್ಸೆಯಲ್ಲೂ ಇರಬಹುದಿತ್ತು. ಮೂರು ಗಂಡು ಮಕ್ಕಳು ಸತ್ತ ನಂತರ ಹುಟ್ಟಿದ ಗೋಡ್ಸೆಯನ್ನು ಹೆಣ್ಣು ಮಗಳಂತೆ ಅವನ ತಂದೆ–ತಾಯಿಬೆಳಸಿದ್ದರಂತೆ. 'ನಾಥೂರಾಮ' ಎಂದರೆ ಮೂಗುಬಟ್ಟು ಧರಿಸಿದವ ಎಂಬ ಅರ್ಥವಿದೆಯಂತೆ. ಆದರೆ 'ಗಂಡೆದೆ'ಯವನಾಗುವ ಹಂಬಲದಲ್ಲಿ ಗೋಡ್ಸೆ ಬರಿದಾದ ಎದೆಯೊಡ್ಡಿ ಪ್ರಾರ್ಥನಾತುರದಲ್ಲಿ ಎರಡು ಹೆಣ್ಣು ಮಕ್ಕಳ ಹೆಗಲ ಮೇಲೆ ಕೈಬಳಸಿ ನಡೆಯುತ್ತ ಇದ್ದ ಮುದುಕನಾದ ರಾಷ್ಟ್ರಪಿತನನ್ನು ಕೈಮುಗಿದು ಕೊಂದದ್ದಲ್ಲ. ಅದಕ್ಕೆ ಯಾವ ಪುರುಷಬಲವೂ ಬೇಕಿರಲಿಲ್ಲ. ಯಾವ ಸಂಚೂ ಬೇಕಿರಲಿಲ್ಲ. ಗಾಂಧಿಗೆ ಪೊಲೀಸ್ ಕಾವಲೂ ಇರಲಿಲ್ಲ[೧]. ಅದು ರಾಷ್ಟ್ರ ನಿರ್ಮಾಣದ ಯಜ್ಞಕ್ಕೆ ಗೋಡ್ಸೆ ಎಂಬ 'ಹಿಂದುತ್ವವಾದಿ' ಸಾವಧಾನವಾಗಿ ನಿರ್ಲಿಪ್ತನಾಗಿ ಕೊಟ್ಟ ಬಲಿ. ಈ ಯಜ್ಞದ ಪಥ್ಯ ಸಾವರ್ಕರ್ ಚಿಂತನೆ. ಇದು ಪ್ರಜಾತಂತ್ರ ವ್ಯವಸ್ಥೆಯಲ್ಲೇ ಒಳಜ್ವರದಂತೆ ನಮ್ಮೆಲ್ಲರಲ್ಲೂ ಅಡಗಿದ್ದು ಗಂಗಾನದಿಗೆ ಸಂಭ್ರಮದಲ್ಲಿ ಆರತಿ ಎತ್ತುವಂತೆ ಕಾಣಿಸಿಕೊಂಡಿದ್ದು ಬಿಕ್ಕದಂತಹ ಮಾತಿನಲ್ಲಿ ಉಕ್ಕುವ ಮೋದಿಯಾಗಿ.

- ರಾಷ್ಟ್ರ ಪ್ರೇಮದಲ್ಲಿ ಈವಿಲ್ ಈವಿಲ್ಲೇ ಅಲ್ಲ. ದೇಶಪ್ರೇಮಿಯಾದ ಗಾಂಧಿ ತನ್ನ ಕೊನೆಯ ಉಪವಾಸದಲ್ಲಿ ರಾಷ್ಟ್ರೀಯತೆಯ 'hubris' (ಮಹದಹಂಕಾರ) ತನಗೆ ಪರಮಪ್ರಿಯರಾದ ನೆಹರೂ ಮತ್ತು ಪಟೇಲರಲ್ಲಿ ಬೆಳೆಯುತ್ತ ಇರುವುದನ್ನು ಕಂಡರು. (ಈ ಬಗ್ಗೆ ಮುಂದೆ ಬರೆದಿರುವೆ.) ರಾಷ್ಟ್ರ ಕಟ್ಟುವ ಹಂಬಲವನ್ನು ಹುಟ್ಟಿಸಬಲ್ಲ 'ನೆಪೋಲಿಯನತ್ವ' ಹೇಗೆ ಎಲ್ಲ ದೇಶಗಳಲ್ಲೂ ಇದೆ ಎಂಬುದನ್ನು ಹುಡುಕುವಾಗ ಗಾಂಧಿ ಮತ್ತು ಟ್ಯಾಗೋರರು ರಾಷ್ಟ್ರ ಕಲ್ಪನೆಗೆ ಯಾಕೆ ವಿರೋಧಿಗಳಾಗಿದ್ದರೆಂದು ತಿಳಿಯುತ್ತದೆ. ರಾಷ್ಟ್ರೀಯತೆಯಲ್ಲಿನ ನಂಬಿಕೆ ನಮ್ಮ ದೈನಂದಿನ ನೈತಿಕತೆಯನ್ನು ಕಳೆದುಕೊಂಡಿರುತ್ತದೆ.

---

[೧] ಭಾರತವನ್ನು ಆಳಲು ತೊಡಗಿದ್ದ ನೆಹರು, ಪಟೇಲರು ಇನ್ನೆಲ್ಲ ವಿಷಯಗಳಲ್ಲಿ state ನಿಯಮ ಪಾಲಿಸಿದರೂ ಗಾಂಧಿಗೆ ಅವರು ಕೇಳಲಿ ಬಿಡಲಿ ಒದಗಿಸಬೇಕಾದ ಸೆಕ್ಯುರಿಟಿ ಒದಗಿಸಿರಲಿಲ್ಲ.

ರಾಸ್‌ಕಾಲ್ನಿಕೋವ್‌ಗೆ ನೈತಿಕತೆ ಅವನು ಇಚ್ಛಿಸದ ಒಳದನಿಯಲ್ಲಿ ಇದೆ. ಎಲ್ಲೂ ಬಳುಕದ ಬಲಶಾಲಿಯಾದ ರಾಷ್ಟ್ರ ಕಟ್ಟಬಲ್ಲ ಭಾರತೀಯನೆ ಪೋಲಿಯನ್‌ಗಾಗಿ ಗಾಂಧಿಯನ್ನು ಕೊಂದು ತಾನೂ ಸಾಯುವ ಗೋಡ್ಸೆಗೆ ನೈತಿಕವಾದ್ದು ಅಂತರಂಗದಲ್ಲಿರುವ ಒಳದನಿಯಲ್ಲ; ಬಹಿರಂಗದಲ್ಲಿ ಬಡಬಡಿಸುವ ರೆಟಾರಿಕ್. ರಾಜಕಾರಣದ ರೆಟಾರಿಕ್ ಜನರಿಗೆ ಸುಳ್ಳು ಹೇಳುತ್ತದೆ; ಲೇಖಕನ ರೆಟಾರಿಕ್ ತನಗೇ ಸುಳ್ಳು ಹೇಳಿಕೊಳ್ಳುವಂತೆ ಇರುತ್ತದೆ ಎಂದ ಯೇಟ್ಸ್ ನೆನಪಾಗುತ್ತಾನೆ.

ಬಲಶಾಲಿ ಮಿಲಿಟರಿ ಪಡೆದ ದುರ್ಗಮ ವ್ಯವಸ್ಥೆ ಗೋಡ್ಸೆ / ಸಾವರ್ಕರ್ ಬಯಸುವುದು. ತಾವು ಆಡಿದ್ದನ್ನು ಮತ್ತೆಮತ್ತೆ ತಮಗೇ ಹೇಳುವ ಹಾಡಿ ಹೊಗಳುವ ಗುಂಬಜ್‌ನಲ್ಲಿ ಮೋದಿಯಂಥವರು ಬದುಕುವುದು. (ಕಾಂಗ್ರೆಸ್ ನಾಯಕರೂ ಬದುಕಿದ್ದು.)

- ಸಾವರ್ಕರ್ ಪ್ರಕಾರ ಆಳುವವರು ಈ ನಾಡನ್ನು 'ಪುಣ್ಯಭೂಮಿ' ಯೆಂದು ತಿಳಿದವರಾಗಿರಬೇಕು. ಅನ್ಯರು ಇಲ್ಲಿ ಇರಬಹುದು — ಅಷ್ಟೆ. ಮೋದಿ ಸರ್ಕಾರದಲ್ಲಿ ಭಾರತವನ್ನು ಪುಣ್ಯಭೂಮಿಯೆಂದು ತಿಳಿಯದವರು ಒಬ್ಬಾಕೆ ಮಾತ್ರ (?).

- ಸಾವರ್ಕರ್ ಬರೆದ ಹಿಂದುತ್ವ ವಿಶ್ಲೇಷಣೆಯನ್ನು ಸುಮಾರು ಆ ಕಾಲದಲ್ಲೇ ಹುಟ್ಟಿದ ಗಾಂಧಿಯವರ 'ಹಿಂದ್ ಸ್ವರಾಜ್' ಪುಸ್ತಕದ ಜೊತೆ ಹೋಲಿಸುತ್ತೇನೆ. ಈ ಎಲ್ಲವನ್ನೂ ಮೇಲಿನ ಕ್ರಮದಲ್ಲೇ ನೋಡುವೆನೆಂದು ಹೇಳುತ್ತಿಲ್ಲ. ಕಲಸುಮೇಲೋಗರದಂತೆ ಸಮ-ಅಸಮಗಳ, ಉಬ್ಬು ತಗ್ಗುಗಳ ಚರಿತ್ರೆಯಲ್ಲಿ ಮಿಂಚಿ ಮರೆಯಾಗುವ ಒಳಗುದಿಗಳ ಹೊಂದಾಣಿಕೆಗಾಗಿ ಹುಡುಕುವನನ್ನ ಮೋದಿಯುಗದ ಸಂದರ್ಭದಲ್ಲಿ ಹುಟ್ಟಿದ ಬರವಣಿಗೆ ಕಾಲಧರ್ಮಕ್ಕೆ ವಿರುದ್ಧವಾಗಿ ಈಜಲು ಬಯಸುವ ಪ್ರಯತ್ನವೆಂದೇ ತಿಳಿಯಬೇಕು.

- ಸೂತ್ರ ರೂಪವಾಗಿ ಒಂದು ವಿಚಾರ ಹಲವು ವಿಚಾರಗಳ ನೆರಳಿನಲ್ಲೋ ಬೆಳಕಿನಲ್ಲೋ ಅಡಗಿ ಮುಂದಿನ ನನ್ನ ಬರವಣಿಗೆಯಲ್ಲಿ ಕೆಲಸ ಮಾಡುತ್ತದೆ. ವ್ಯವಸ್ಥೆ ಬೇಕು; ಶಿಕ್ಷೆ ಬೇಕು. ಆದರೆ ಅದು ಬೃಹದ್ ರಾಷ್ಟ್ರ ರೂಪದ್ದಾಗಬಾರದು. ಅಡಿಗರು ದುಷ್ಟ ಶಿಕ್ಷೆಗೆ ಶಿಷ್ಟರಕ್ಷಣೆಗೆ ಹುಟ್ಟಿದ ಪುರುಷೋತ್ತಮ ರಾಮನ ಕೋದಂಡವನ್ನು ಹೊಗಳುತ್ತಲೇ ಅನುಮಾನಿಸುತ್ತಾರೆ: 'ಕೋದಂಡ ದಂಡವೂ ಹೀಗೆ ದಂಡ'. ದಂಡ ಎಷ್ಟು

ಅಗತ್ಯವೋ ಅಷ್ಟೇ ವ್ಯರ್ಥ. ಕತ್ತರಿಸಿದಷ್ಟೂ ರಾವಣನ ತಲೆ ಮತ್ತೆ ಬೆಳೆಯುತ್ತದೆ.

- ಹಾಸು ಹೊಕ್ಕಾಗಿ ವ್ಯವಸ್ಥೆಯ ಅಗತ್ಯದ ಚಿಂತನೆಯ ಜೊತೆಗೇ ಅರಾಜಕತೆಯ(Anarchy) ಅನಿವಾರ್ಯದ ಒಳನೋಟ ಮುಖ್ಯ. ಋಷಿ ಸಮಾನರಾದವರಲ್ಲಿ, ಗಾಂಧಿ ಟಾಲ್‌ಸ್ಟಾಯ್‌ರಲ್ಲಿ ಒಳಗಿನಿಂದಲೇ ಯಾವ ಬಲಾತ್ಕಾರವಿಲ್ಲದಂತೆ 'ಒಳಿತು' ಸುಮ್ಮನೇ ಇದೆ. ಚಿಗುರುವ ಜೀವ ಪ್ರೇಮದಲ್ಲೂ ಸ್ವಯಂನಿಯಂತ್ರಿತ ನೈತಿಕತೆಯಲ್ಲೂ ವ್ಯಕ್ತಿ-ಜೀವಕೋಟಿ ಸಂಬಂಧಗಳ ಬದುಕಿನಲ್ಲೂ State ಅನವಶ್ಯವಾಗುತ್ತಲೂ ಅಡ್ಡಿಯಾಗುತ್ತಲೂ ಹೋಗುವುದು ಕಾಣುತ್ತದೆ. State ಅನ್ನು ಒಪ್ಪಿಕೊಳ್ಳುವ ಆದರೆ ಅಪ್ಪಿಕೊಳ್ಳದ ಮನಃಸ್ಥಿತಿ ಗಾಂಧಿಯದು. ಏಸುಕ್ರಿಸ್ತನನ್ನು ಪರೀಕ್ಷಿಸಲು ಕೇಳಿದ ಪ್ರಶ್ನೆ: 'ರೋಮ್‌ಗೆ ತೆರಿಗೆ ಕೊಡಬೇಕೊ?' ಇದಕ್ಕೆ ಉತ್ತರ ಸಂಯಮಿಯಾದ ಅನಾರ್ಕಿಸ್ಟನದು: Render unto Caesar the things that are Caesar's and unto God the things that are God's. State ಅನ್ನು ವಿರೋಧಿಸುವ ಅಗತ್ಯ ಇಲ್ಲದ ಕಾಲವೇ ಇಲ್ಲ. ಇದು ಸದಾ ಅಗತ್ಯವಾದ ಸತ್ಯಾಗ್ರಹ ರೂಪದಲ್ಲಿ ಇರುತ್ತದೆ. ಕವಿಜನರ ಸೃಷ್ಟಿಶೀಲತೆಯಲ್ಲಿ ಇರುತ್ತದೆ. ದೇವರಿಗೆ ಎದುರಾಗುವ ಭಕ್ತನ ಛಲದಲ್ಲಿ ಇರುತ್ತದೆ.

- ಜೋಬ್‌ನ ಪ್ರಶ್ನೆಗೆ ಒರಟು ಉತ್ತರ ಕೊಟ್ಟ ದೇವರು ತನ್ನೊಳಗಿನ ಮಾನವತ್ವವನ್ನೇ ನಿರ್ಲಕ್ಷಿಸಿದ್ದಾನೆ[೨]. ಯೂಂಗ್ ಕ್ರಮೇಣ ದೇವರು ಮಾನವನಾಗುವ ಘಟ್ಟಗಳನ್ನು ಪರೀಕ್ಷಿಸುತ್ತಾನೆ. ನನ್ನನ್ನು ಅಚ್ಚರಿಪಡಿಸಿದ್ದು ದೇವರ ದಾಸಿಮಯ್ಯನ ವಚನ: 'Answer to Job' ಪುಸ್ತಕದಲ್ಲಿ ಯೂಂಗ್ ಇದನ್ನು ಉದ್ಧರಿಸಬಹುದಿತ್ತು:

ಒಡಲುಗೊಂಡವ ಹಸಿವ
ಒಡಲುಗೊಂಡವ ಹುಸಿವ
ಒಡಲುಗೊಂಡವನೆಂದು ನೀನೆನ್ನ ಜರಿಯದಿರು
ನೀನೆಂತೊಮ್ಮೆ ಒಡಲುಗೊಂಡು ನೋಡಾ ರಾಮನಾಥ

---

[೨] ಈ ಗುಣ ರಾಷ್ಟ್ರ ಕಟ್ಟುವ ನೆಪೋಲಿಯನ್, ಸ್ಟಾಲಿನ್, ಮಾವೋ, ಹಿಟ್ಲರ್‌ನಂಥವರಿಗೆ ಇರುತ್ತದೆ.

- ಬಸವರ ದೃಷ್ಟಿಯಲ್ಲಿ ವ್ಯವಸ್ಥೆಯ ಪುರುಷನಾದ ರಾಜ ಕಾಣುವುದು ಹೀಗೆ: ಸತ್ತ ಮೊಲವೂ ತಿನ್ನಬಲ್ಲ ಮಾಂಸವಾಗಿಯಾದರೂ ಕಾಣುತ್ತದೆ. ಆದರೆ 'ನೆಲದಾಳ್ದನ ಹೆಣವೆಂಬಡೆ ಒಂದಡಕೆಗೆ ಕೊಂಬುವರಿಲ್ಲ'.

  ವಿಜಯನಗರ ಸಾಮ್ರಾಜ್ಯದ ಕಾಲದಲ್ಲಿ ಬದುಕಿದ್ದ ಪುರಂದರರಿಗೆ ಉತ್ತಮ ಪ್ರಭುತ್ವ 'ಲೊಳಲೊಟ್ಟೆ'[೨].

- 'ರಾಜ ಭೀತಿ, ರಾಜನಿಲ್ಲದ ಭೀತಿ' ಲೇಖನವನ್ನು ನಾನು ಬರೆದದ್ದು ಇಂದಿರಾ ಗಾಂಧಿ ಕೊಲೆಯಾದಾಗ (ಪೂರ್ವಾಪರ, ೧೯೯೦). ಆಗಲೇ ಮೇಲಿನ ಕೆಲವು ವಿಷಯಗಳು ನನಗೆ ಹೊಳೆದಿದ್ದವು.
  ಸರ್ವಾಧಿಕಾರೀ ಆಡಳಿತದ ಭೀತಿಯಷ್ಟೇ ಅರಾಜಕತೆಯ ಭೀತಿಯೂ ಅನೇಕ ಲೇಖಕರನ್ನು, ತಾತ್ವಿಕರನ್ನು ಕಾಡಿದೆ. ಪೋಲೆಂಡಿನಲ್ಲಿ ಸಾಂಕ್ರಾಮಿಕವಾಗಿದ್ದ ಅರಾಜಕತೆಯಿಂದ ಆಕರ್ಷಿತನಾಗಿಯೂ ಭೀತನಾಗಿಯೂ ಬರೆಯುವ ದೊಡ್ಡ ಲೇಖಕ ಜೋಸೆಫ್ ಕಾನ್ರಾಡ್ (Joseph Conrad). ಯಾವ ಅಡೆತಡೆಯೂ ಅಂಕೆಯೂ ಇಲ್ಲದ ಲೋಕದಲ್ಲಿ ಒಂಟಿಯಾಗಿರುವುದು ಈ ಲೇಖಕನಿಗೆ ಅಸಹನೀಯ. ಇವನ ಆದರ್ಶ: British Merchant Navy. ತನಗೂ ಅನ್ವಯಿಸುವ ನಿಷ್ಠುರ ನಿಯಮಗಳನ್ನು ಹಡಗಿನ ನಿರ್ವಹಣೆಯಲ್ಲಿ ಪಾಲುದಾರರಾದ ಎಲ್ಲರ ಮೇಲೂ ಕ್ಯಾಪ್ಟನ್ ಹೇರುತ್ತಾನೆ. ದಾಟಲಾರದ ಲಕ್ಷ್ಮಣರೇಖೆಗಳ ಒಳಗೆ ಮಾತ್ರ ಸ್ವಾತಂತ್ರ್ಯದ ಸೃಜನತೆ ಎಲ್ಲರಿಗೂ ಇದೆ. ಹಡಗು ತನ್ನದೇ ಜೀವ ಲಕ್ಷಣಗಳನ್ನು ಪಡೆದ ಒಂದು ಜೀವಿ. ಇಂಗ್ಲಿಷ್ ಭಾಷೆಯಲ್ಲಿ ಹಡಗು She. ಕಟ್ಟು-ಪಾಡುಗಳಲ್ಲಿ ಒಳಗಾಗದಿದ್ದರೆ ಮನುಷ್ಯ ಏನು ಬೇಕಾದರು ಮಾಡಿಯಾನು ಎನ್ನುವ ಭಯ ಕಾನ್ರಾಡ್‌ಗೆ ಇದೆ. ಬಲಪಂಥೀಯನಂತೆ ಕಾಣುವ ಕಾನ್ರಾಡ್ ದಿಕ್ಕು ತಪ್ಪದಂತೆ ಮಾನವನ hubrisಅನ್ನು ಅಂಕೆಯಲ್ಲಿ ಇಡುವ ಲೇಖಕ.

  ಗಾಂಧಿ ತನ್ನ ಒಳಗಿನ ದೇವರನ್ನು ಮುಟ್ಟುವುದು, ಮುಟ್ಟಿ ಅವನ ಮಾತು ಕೇಳಿಸಿಕೊಳ್ಳುವುದು ಒಂಟಿಯಾಗಿ, ಉಪವಾಸದಲ್ಲಿ, ಮೌನದಲ್ಲಿ. ತಾನು ಹೋರಾಡಿ ಗಳಿಸಿದ ಸ್ವತಂತ್ರ ಭಾರತದ ಲೌಕಿಕ ಹಿತವನ್ನು ಕಡೆಗಣಿಸುವ

---

[೨] ಇವನ್ನೆಲ್ಲ ಬರೆಯುವಾಗ ಕೃತಜ್ಞತೆಯಲ್ಲಿ ನಾನು ನೆನೆಸಬೇಕಾಗಿದ್ದು ಆಶೀಶ್ ನಂದಿಯನ್ನು. ನನ್ನ ಈ ಬಗೆಯ ಹುಡುಕಾಟ ಶುರುವಾದ್ದು ನಂದಿಯವರನ್ನು ಓದಿ, ಅನುಮಾನಿಸಿ, ಮೆಚ್ಚಿ.

ಅವರ ಕೊನೆಯ ಉಪವಾಸ ಆತ್ಮಸಾಕ್ಷಿಯದು, ತನಗೆ ಪ್ರಿಯರಾದ ನೆಹರೂ ಪಟೇಲರ ವಿರೋಧವಾಗಿಯೂ ಮಾಡಿದ ಉಪವಾಸ. ಈ ಸಾಕ್ಷಿತ್ವ ಸಾಧ್ಯವಾದ್ದು ದೇವರ ಕೃಪೆಯಿಂದ.

- ಸಂಘಜೀವಿಯಾದ ಮಾನವ ಸ್ವಭಾವದಲ್ಲಿ ವ್ಯವಸ್ಥೆಗೂ ಅರಾಜಕತೆಯ ಆಕರ್ಷಣೆಗೂ ಇರುವ ಆಧಾರ ಮನುಷ್ಯನ 'ಒಳ್ಳೆತನ'. ಅಡಿಗರ ಈ ಸಾಲನ್ನು ನೋಡೋಣ:

'ಒಳ್ಳೆತನ ಸಹಜವೇನಲ್ಲ; ಒಳ್ಳೆತನ ಅಸಹಜವೂ ಅಲ್ಲ'

'ಒಳ್ಳೆತನ ಸಹಜವೇನಲ್ಲ' ಎನ್ನುವಾಗ ಮಾನವ ಸಂಯಮದ ಜೀವನ ಕ್ರಮವನ್ನು ಕಲಿತು ಕರಗತ ಮಾಡಿಕೊಳ್ಳಬೇಕು — ಅದು ಸ್ವಯಂಪ್ರೇರಿತವಲ್ಲ ಎಂದು ಅರ್ಥವಾಗುತ್ತದೆ. ಅಷ್ಟೇ ಸತ್ಯ 'ಒಳ್ಳೆತನ ಅಸಹಜವೂ ಅಲ್ಲ'; ನಮ್ಮೊಳಗೆ ಸಹಜವಾಗಿ ಇಲ್ಲದ್ದನ್ನು ನಾವು ಕೃತಕವಾಗಿ ಕಲಿತು ಪಡೆಯುವ ಗುಣ ಹಿಪೋಕ್ರಸಿಯೇ ಹೊರತಾಗಿ ಪರೋಪಕಾರದ ಪ್ರೇರಣೆ ಪಡೆದ 'ಒಳ್ಳೆತನ' ಅಲ್ಲ. ಒಳ್ಳೆತನದಷ್ಟೇ ದುರಾಸೆಯೂ ಆತ್ಮರತನಾದ ಮನುಷ್ಯನ ಗುಣಗಳಲ್ಲಿ ಒಂದು; ಆದ್ದರಿಂದ ಅವನನ್ನು ಹಿಡಿತದಲ್ಲಿ ಇಡುವ ಹದ್ದುಬಸ್ತುಗಳ ಅಗತ್ಯಕ್ಕಾಗಿಯೆ ಸ್ಟೇಟ್ (State) ಎಂಬುದು ಹುಟ್ಟಿಕೊಂಡಿತು ಎಂಬುದಕ್ಕೆ ಒಂದು ಗಾಢವಾದ ಬೌದ್ಧ ಕಥೆಯಿದೆ.

'ಸೃಷ್ಟಿಯ ಆದಿಯಲ್ಲಿ ಭೂಮಿಯ ಮೇಲೆಲ್ಲ ಮಾನವನಿಗೆ ಬೇಕಾದ ಆಹಾರ ಹಾಲಿನ ಕೆನೆಯಂತೆ ಹರಡಿಕೊಂಡಿರುತ್ತಿತ್ತು, ಪ್ರತಿ ಮುಂಜಾನೆ. ಪ್ರತಿ ಮನುಷ್ಯನು ಪ್ರತಿ ದಿನವು ತನಗೆ ಬೇಕಾದಷ್ಟು ಆಹಾರವನ್ನು ನೇರವಾಗಿ ಭೂಮಿಯಿಂದ ಪಡೆದುಕೊಳ್ಳುತ್ತಿದ್ದ — ಹಸಿವನ್ನು ಹಿಂಗಿಸಿಕೊಳ್ಳಲು (Give us this day our daily bread) ದೈಹಿಕ ಶ್ರಮದ ದುಡಿಮೆ ಅಗತ್ಯ ಇರದ ಕಾಲ ಅದು. ಒಮ್ಮೆ ಒಬ್ಬನಿಗೆ ಆಸೆ ಹುಟ್ಟಿತು. ಪ್ರತಿದಿನ ಯಾಕೆ ನಾನು ಆಹಾರವನ್ನು ಪಡೆದುಕೊಳ್ಳುವ ಶ್ರಮಪಡಬೇಕು? ಎರಡು-ಮೂರು ದಿನಗಳಿಗೆ ಸಾಕಾಗುವಷ್ಟನ್ನು ಒಟ್ಟಿಗೆ ಸಂಗ್ರಹಿಸಬಹುದಲ್ಲವೆ? ಹೀಗೆ ಇವನು ಸಂಗ್ರಹಿಸಿದ್ದನ್ನು ನೋಡಿ ನೆರೆಮನೆಯವನಿಗೂ ಆಸೆಯಾಗಿ ಅವನು ಒಂದು ವಾರಕ್ಕೆ ಬೇಕಾಗುವಷ್ಟು ಸಂಗ್ರಹಿಸಿ ಇಟ್ಟುಕೊಂಡ. ಇದು ಹೀಗೆ ಬೆಳೆದು ಪೈಪೋಟಿಯಲ್ಲಿ ಜನ ಭೂಮಿಯ ಮೇಲಿನ ಆಹಾರದ ಕೆನೆಯನ್ನು

ಸಂಗ್ರಹಿಸತೊಡಗಿದರು. ಆಗ ಪ್ರತಿನಿತ್ಯ ಬೇಕಾದಷ್ಟು ಆಹಾರದ ದಯೆಯನ್ನು ತೋರುತ್ತಿದ್ದ ಭೂತಾಯಿ ಬರಿದಾದಳು. ಇದರಿಂದ ಭೀತರಾದ ಜನರು ಒಟ್ಟಾಗಿ ಸೇರಿ ಪರಿಹಾರ ಹುಡುಕಿದರು. 'ಮಹಾಸಮ್ಮತ' ಒಬ್ಬನನ್ನು ಎಲ್ಲರೂ ಸೇರಿ ಆಯ್ಕೆ ಮಾಡಿದರು. ಅವನು ಹಾಕುವ ಕಟ್ಟುನಿಟ್ಟಿನ ನಿಯಮದಲ್ಲಿ ತಾವು ಬಾಳುವುದೆಂದು ನಿರ್ಧರಿಸಿದರು. ಸರ್ವಸಮ್ಮತ ನಿಯಮಗಳ ಸ್ಟೇಟ್ (State) ಮನುಷ್ಯನಿಗೆ ಯಾಕೆ ಅಗತ್ಯವೆಂಬ ಅದ್ಭುತ ಕಥೆ ಇದು. ಈ ಕಾಲಕ್ಕೂ ಸಲ್ಲುವ ಕಥೆ ಎನ್ನಬಹುದು.

- ಈ ಭೂಮಿಯೊಂದು ಅಕ್ಷಯಪಾತ್ರೆ ಎಂದು ತಿಳಿಯುವುದರಿಂದಲೇ ಈ ಎಲ್ಲಾ ಗೊಂದಲಗಳು ಹುಟ್ಟಿಕೊಳ್ಳುತ್ತವೆ (ಡೆವಲಪ್‌ಮೆಂಟ್ ದುರಾಸೆಗಳು). ಅಕ್ಷಯಪಾತ್ರೆಯಿಂದ ಬಾಚಿಬಾಚಿ ಉಣ್ಣುವುದಕ್ಕೆ ಪೈಪೋಟಿ ಶುರುವಾಗುತ್ತದೆ. ಆತ್ಮ ನಿರೀಕ್ಷಣೆ ಮಾಡಿಕೊಳ್ಳುವಾತ ಅಕ್ಷಯಪಾತ್ರೆಯಿಂದ ಆಕರ್ಷಿತನೂ ಆಗುತ್ತಾನೆ. ಅಂತೆಯೆ ಇದು ಅಕ್ಷಯ ಎಂದು ತಿಳಿಯುವುದು ಭ್ರಾಂತಿ ಇರಬಹುದು ಎನ್ನುವ ವಿಚಾರ ಅವನನ್ನು ಬಾಧಿಸುತ್ತದೆ. ಮಾರ್ಕ್ಸ್ ಕಲ್ಪನೆಯಲ್ಲಿ ಸ್ಟೇಟ್ 'ಉದುರಿ' ಹೋಗುವಷ್ಟು ಉತ್ಪಾದನಾ ಪ್ರಗತಿ ಸಾಧ್ಯ. ಯಾಕೆಂದರೆ ಈ ಭೂಮಿ ಅಕ್ಷಯ ಪಾತ್ರೆ.

ಮನುಷ್ಯ ಒಳ್ಳೆಯವನೂ ಅಲ್ಲ, ಕೆಟ್ಟವನೂ ಅಲ್ಲ ಎಂದು ತಿಳಿಯುವುದು ನಮ್ಮ ಹೊರಗಿರುವ ಮನುಷ್ಯರನ್ನು ನೋಡುವುದರಿಂದ ಮಾತ್ರವಲ್ಲ ನಮ್ಮಲ್ಲೂ ಒಳಿತು / ಕೆಡಕುಗಳು ಘರ್ಷಣೆಯಲ್ಲಿ ಇರುತ್ತದೆ ಎಂದು ತಿಳಿಯುವುದರಲ್ಲಿ. ಹೀಗೆ ಆತ್ಮಪರೀಕ್ಷಣೆಯಲ್ಲಿ ಹೊರಗಿನ ಲೋಕವನ್ನೂ ನೋಡಿದಾಗ ಒಂದು ಸ್ಟೇಟ್ (State) ಎಷ್ಟು ಸ್ಪಂದನಶೀಲವಾಗಿ ಉಳಿದಿರಬೇಕೆಂಬ ಪ್ರಜ್ಞೆ ನಮ್ಮಲ್ಲಿ ಮೂಡುತ್ತದೆ. ಮತೀಯತೆಯನ್ನೋ ಜನಾಂಗೀಯತೆಯನ್ನೋ (Race) ಆಧಾರವಾಗಿಟ್ಟುಕೊಂಡಾಗ ಮನುಷ್ಯ ವರ್ತನೆಯ ನೈತಿಕ ಬಿಕ್ಕಟ್ಟುಗಳು ವಾಾಯುವಾಗುತ್ತವೆ. ಸ್ಥಳೀಯರಾದವರನ್ನು ಹೊರಗಟ್ಟಿ ಯಹೂದ್ಯರಿಗೆಂದು ಇಸ್ರೇಲನ್ನು ಪಾಶ್ಚಾತ್ಯರು ಸೃಷ್ಟಿಸಿದಾಗ ಗಾಂಧಿ ವಿರೋಧಿಸಿದರು. ಚರಿತ್ರೆಯಲ್ಲಿ ಹಿಮ್ಮುಖ ನಡೆ (Revivalism) ಸಲ್ಲದು. ಯಹೂದಿಗಳು ತಾವು ಇರುವ ಊರೇ ತಮ್ಮದು ಎಂದು ತಿಳಿದು ಬದುಕುವುದೇ ತಮ್ಮ ಪಾಡೆಂದು ಅರಿತು ಎಂದಿನಂತೆ ತಾವು ಬಾಳುವ ಲೋಕವನ್ನು ಬೆಳೆಸಬೇಕು. ಗಾಂಧಿ ಹೀಗೆ ಹೇಳಿ ಹಲವು

ಯಹೂದ್ಯ ಚಿಂತಕರಿಗೆ ಸಲ್ಲದವರಾಗಿದ್ದಾರೆ; ಸಾವರ್ಕರ್‌ಗೂ nation state ಬಗ್ಗೆ ಉದಾಸೀನರಾಗಿದ್ದ ಗಾಂಧಿ ದೇಶದ್ರೋಹಿಯಾಗಿ ಕಂಡಿರಬಹುದು.

ಇಸ್ರೇಲ್, ಭೂಪಟದಲ್ಲಿ ನೋಡುವುದಕ್ಕೂ ಏಶ್ಯಾದ ಹೃದಯದಲ್ಲಿ ಇರಿದ ಚೂರಿಯ ಆಕಾರದಲ್ಲಿ ಇದೆ. ತಮ್ಮ ನೆಲಕ್ಕಾಗಿ ಹೋರಾಡುವ ಪ್ಯಾಲೆಸ್ತೀನಿಗಳು ಮತ್ತು ಈ ಹೋರಾಟವನ್ನು ಅಮೆರಿಕಾದ ನೆರವಿನಿಂದ ಹತ್ತಿಕ್ಕುವ ಇಸ್ರೇಲ್ ಈ ನಮ್ಮ ಕಾಲದ ಆತಂಕಕ್ಕೆ ಕಾರಣರಾಗಿದ್ದಾರೆ. ಇಸ್ಲಾಮಿಕ್ ಆತಂಕವಾದಿಗಳೂ ಮುಸ್ಲಿಮರಿಗಾದ ಅನ್ಯಾಯದಿಂದ ಕ್ರುದ್ಧರಾಗಿ ಯಾವ ಪ್ರತಿಹಿಂಸೆಗೂ ಅಂಜದವರಾಗಿದ್ದಾರೆ. ಇಸ್ರೇಲಿನ ರೀತಿಯಲ್ಲೇ ಸಾವರ್ಕರ್ ಪ್ರೇರಿತ ಹಿಂದುತ್ವದ ರಾಷ್ಟ್ರವನ್ನು ಕಟ್ಟುವ ಪ್ರೇರಣೆಯ ಮೋದಿ ಸರ್ಕಾರ ಈಗ ಇಸ್ರೇಲ್ ಪರ ನಿಂತಿರುವುದು ಸ್ಪಷ್ಟವಾಗಿದೆ. ವಾಜಪೇಯಿ ಸರ್ಕಾರಕ್ಕಿಂತ ಭಿನ್ನವಾದ ನಿಲುವು ಗುಜರಾತ್ ಯಜ್ಞದಲ್ಲಿ 'ಬ್ರಹ್ಮ' ಕೂತಿದ್ದ ಮೋದಿಯವರದು.

- Orthodox ಎಂದರೆ ಮಡಿವಂತ ಜನ — ವೈದಿಕರಿರಲಿ, ಕೋಶರ್ ಆಚರಿಸುವ ಯಹೂದ್ಯರಿರಲಿ, ಇಸ್ಲಾಮಿಕ್ ಭಕ್ತರಿರಲಿ state ಅನ್ನು ಸ್ವತಃ ಕಟ್ಟುವವರಲ್ಲ. ಕಟ್ಟುವ ಲೌಕಿಕ 'ಧೀರ'ರಿಗೆ ಇವರು ಎಂಬ್ಲೆಮ್ ಆಗಿ ಅಗತ್ಯ. ವೈದಿಕರಂತೂ ಈಚೆಗೆ ರಾಜಕಾರಣಿಗಳ ಜಾತಕ ನೋಡುವ ಶ್ರೀಮಂತ ಜ್ಯೋತಿಷಿಗಳಾಗಿಬಿಟ್ಟಿದ್ದಾರೆ.

- ೨ -

ಕ್ರೈಸ್ತರಿಗೆ ದೇವರು ಇದ್ದಾನೆ ಮಾತ್ರವಲ್ಲ ನಾಶವಾಗಲಾರದ ದೇವರ ಸ್ಪರ್ಧಿ ಸೈತಾನನೂ ಇದ್ದಾನೆ. ನಮ್ಮ ಪುರಾಣಗಳಲ್ಲಿ ವಿಷ್ಣುವಿನ ದ್ವಾರಪಾಲಕರಾದ ಜಯ-ವಿಜಯರೇ ಶಾಪಗ್ರಸ್ತರಾಗಿ ರಾವಣ ಇತ್ಯಾದಿ ರಾಕ್ಷಸರಾಗುವುದು. ಮೂರೇ ಜನ್ಮಗಳನ್ನು ಎತ್ತಿ ದೇವರ ಪಾದ ಸೇರಬಹುದಾದರೆ ದೇವರ ವೈರಿಗಳಾಗಿ ಅವರು ಬದುಕಬೇಕು. ಭಕ್ತಿಯಲ್ಲಿ ದೇವಪಾದ ಸೇರಬೇಕಾದರೆ ಏಳು ಜನ್ಮಗಳು ಬೇಕು. ಜಯ-ವಿಜಯರು ಬೇಡಿಕೊಳ್ಳುವುದು ವೈರಸಾಧನೆಯ ಮೂರು ಜನ್ಮಗಳನ್ನು.

ಇದಕ್ಕೆ ಬದಲಾಗಿ (ಸಮಾನಂತರವೆನ್ನಿಸುವಂತೆ) ಸೈತಾನ ಯಾವತ್ತೂ ತನ್ನನ್ನು ದೇವಲೋಕದಿಂದ ಹೊರಗಟ್ಟಿದ ದೇವರನ್ನು ದ್ವೇಷಿಸುತ್ತಲೇ ಇರುವವನು — ಕ್ರೈಸ್ತ ಧರ್ಮ ಸೃಷ್ಟಿಸುವ ಲೋಕ ಚರಿತ್ರೆಯಲ್ಲಿ. ಪಾಪದ ಕತ್ತಲಲ್ಲಿ ನಮ್ಮನ್ನು ಹಿಡಿದಪ್ಪಲು ಕಾದಿರುವವನು ಸೈತಾನ. ಜೋಬ್‌ನ ಪುರಾಣದಲ್ಲಿ ಸೈತಾನ ದೇವರನ್ನ ಕೆಣಕುತ್ತಾನೆ. 'ಭೂಲೋಕದಲ್ಲಿ ನಿನ್ನನ್ನು ನಿಜವಾಗಿ ಪ್ರೀತಿಸುವವರು ಇಲ್ಲ. ಎಲ್ಲರೂ ಸಮಯಸಾಧಕರು. ಸುಖದಲ್ಲಿ ಇದ್ದಾಗ ಅದನ್ನು ಕೊಡುವ ನಿನ್ನನ್ನು ಹೊಗಳುತ್ತಾರೆ — ಅಷ್ಟೆ.' ಇದು ಸೈತಾನನ ಸವಾಲು. ಸೈತಾನನ

ಸವಾಲನ್ನು ದೇವರು ಒಪ್ಪುವುದಿಲ್ಲ. 'ಜೋಬ್ ಎಂಬುವವನೊಬ್ಬನು, ನನಗೆ ಪೂರ್ಣ ಶರಣಾದವನು ಭೂಲೋಕದಲ್ಲಿ ಇದ್ದಾನೆ' ಎಂದು ಹೇಳುತ್ತಾನೆ. 'ಅವನಿಗೆ ಕಷ್ಟಕೊಟ್ಟು ನೋಡು, ಅವನು ನಿನ್ನವನೋ ನನ್ನವನೋ ತಿಳಿಯುತ್ತದೆ' ಅನ್ನುತ್ತಾನೆ ಸೈತಾನ[೧]. ಆಗ ಶುರುವಾಗುತ್ತವೆ, ಕಷ್ಟದಮೇಲೆ ಕಷ್ಟಗಳು. ಜೋಬ್ ತನ್ನ ಎಲ್ಲ ಆಸ್ತಿ ಕಳೆದುಕೊಳ್ಳುತ್ತಾನೆ. ಆದರೆ ಎದೆಗುಂದುವುದಿಲ್ಲ. 'ಕೊಟ್ಟವನು ನೀನೆ; ಹಿಂದಕ್ಕೆ ಪಡೆದವನೂ ನೀನೆ' ಎಂದು ಕಾಲೂರಿ ನೆಲದ ಮೇಲೆ ತನ್ನ ಬೋಳು ತಲೆಯಿಟ್ಟು ಪ್ರಾರ್ಥಿಸುತ್ತಾನೆ. ಸೈತಾನ ಸುಮ್ಮನಾಗಲಾರ: 'ಅವನ ಪ್ರೀತಿಯ ಸಂಸಾರವನ್ನು ಸಾಯಿಸಿ ಪರೀಕ್ಷಿಸು' ಎಂದು ದೇವರನ್ನು ಕೆಣಕುತ್ತಾನೆ.

ಹೆಂಡತಿ ಮಕ್ಕಳು ಸಾಯುತ್ತಾರೆ. ಆಗಲೂ ಮೊಳಕಾಲೂರಿ ಜೋಬ್ ಪ್ರಾರ್ಥಿಸುತ್ತಾನೆ: 'ಕೊಟ್ಟುದ್ದನ್ನು ಹಿಂದಕ್ಕೆ ಪಡೆದೆ ಅಷ್ಟೆ' ಸೈತಾನ ಬಿಡುವುದಿಲ್ಲ. 'ಜೋಬ್ ಆತ್ಮರತ. ಅವನನ್ನೇ ಮುಟ್ಟಿ ಹಿಂಸೆ ಮಾಡು. ಆಗ ಅವನೇನು ಹೇಳುತ್ತಾನೆ ಕೇಳು.'

ಜೋಬನ ಮೈ ಮೇಲೆ ವ್ರಣಗಳಾಗುತ್ತವೆ. ಅತಿ ಹಿಂಸೆಯಲ್ಲಿ ನರಳುತ್ತ ಕೂತ ಜೋಬ್‌ನ ಸ್ನೇಹಿತರು ಬಂದು ನಿಂದಿಸುತ್ತಾರೆ. 'ನೀನೇ ಏನೋ ಪಾಪ ಮಾಡಿದೀಯ. ಇಲ್ಲದಿದ್ದರೆ ನೀನು ಇಷ್ಟು ಕಷ್ಟದಲ್ಲಿ ನರಳುವುದು ದೇವರಿಗೇಕೆ ಬೇಕಿತ್ತು?'

ಯೂಂಗ್ ಈ ವೃತ್ತಾಂತ ಬಳಸಿ ಕೇಳಿಕೊಳ್ಳುತ್ತಾನೆ. ದೇವರು ಈ ಸೃಷ್ಟಿಗೆ ಕಾರಣ ಎನ್ನುವುದಾದರೆ ಅವನಲ್ಲೇ ಇರುವ 'ಈವಿಲ್'ನ ಪಾತ್ರವೂ ಈ ಸೃಷ್ಟಿಯಲ್ಲೇ ಅಡಗಿ ದೇವಾಂಶವಾಗಿಯೇ ಇದೆಯೆ?' 'ಯಾಕೆ ಪಾಪ ಮಾಡದ ಒಳ್ಳೆಯವರು ನರಳಬೇಕು? ಪಾಪಿಗಳು ಸುಖಸಂಪತ್ತಿನಲ್ಲಿ ಆಡಂಬರಿಸಬೇಕು?' — ಎಂಬ ಜೋಬ್‌ನ ಪ್ರಶ್ನೆಗೆ ಉತ್ತರವಾಗಿ ಗುಡುಗಿ ಮಿಂಚಿ 'ಏ ಹುಲುಮಾನವ ನನ್ನ ಸೃಷ್ಟಿಯನ್ನು ಬಾಯಿಮುಚ್ಚಿ ಒಪ್ಪಿಕೊ' ಎನ್ನುತ್ತಾನೆ ಯೆಹೋವ ದೇವರು. ದೇವರು ಕರುಣಾಮಯಿಯೇ ಎನ್ನುವ ಜೋಬ್‌ನ ಪ್ರಶ್ನೆಗೆ ಉತ್ತರವಾಗಿ ದೇವರ ಮಗನಾಗಿ ಕ್ರಿಸ್ತ ಹುಟ್ಟಿ ಮಾನವ ಸಂಕಟವನ್ನು ತಾನೇ ಅನುಭವಿಸಿ ಪಾಪಿಗಳನ್ನು ಕ್ಷಮಿಸುವ ಅವತಾರವಾಗುತ್ತಾನೆ.

---

[೧] ನಮ್ಮ ಪುರಾಣಗಳಲ್ಲಿ ಕಾಲದ ಗತಿಯನ್ನು ಪೋಷಿಸಲೆಂದು, ದೇವರನ್ನು ಎಚ್ಚರಿಸುವ ತ್ರಿಲೋಕ ಸಂಚಾರಿಯಾದ ನಾರದ ಸೈತಾನನಲ್ಲ. ಹರಿಶ್ಚಂದ್ರರಂಥವರನ್ನು ಸತ್ಯ ಪರೀಕ್ಷೆಗೆ ಒಡ್ಡುವ ಲೀಲೆಯವನು. ಪಾದದ ಗುರುತು ಬಿಡದಂತೆ ಸಂಚರಿಸುವವನು. ಜಾನಪದ ಪುರಾಣದಲ್ಲಿ ಅಸೂಯೆಯಲ್ಲಿ ವೈಯಾರಿ ಸತ್ಯಭಾಮೆ ಮಾರಿದ ಕೃಷ್ಣನನ್ನು ಮೂರು ಕಾಸಿಗೆ ಕೊಂಡು ಊರೂರು ತಿರುಗಿದವನು.

ಈ ಕ್ರಿಸ್ತ ಕರುಣೆಗೆ ಮಿತಿ ಇದೆ. ಕೊನೆಯ ತೀರ್ಮಾನದ ದಿನ (The Last day of Judgement) ತಾನು ಜೀವ ಎತ್ತಿ ಬಂದರೂ ತನ್ನನ್ನು ನಂಬದವನನ್ನು ನಿರ್ದಯವಾಗಿ ಶಿಕ್ಷಿಸುತ್ತಾನೆ. ರೋಮಿನಲ್ಲಿ ಮೈಕೆಲ್‌ಏಂಜೆಲೋ ಬರೆದ ಒಂದು ಚಿತ್ರವಿದೆ. ಕರುಣಾಮಯಿ ಮೇರಿತಾಯಿ ಮಗನನ್ನು ಬೇಡುತ್ತಾಳೆ: ಕ್ರುದ್ಧನಾದ ಮಗ ಈಗ ಅಂದಿನ ಕ್ರಿಸ್ತನಲ್ಲ; ಜೋಬ್‌ನನ್ನು ಗದರಿಸುವ ದೇವರೇ ಅವನು. ಸೈತಾನತ್ವ ಸಾಯುವುದಿಲ್ಲ. ಜೋಬ್‌ಗೆ ಕೊನೆಗೂ ಅಬ್ರಹಾಮಿಕ್ ಧರ್ಮದಲ್ಲಿ ಉತ್ತರವಿಲ್ಲ.

ಜಯ–ವಿಜಯರು ದೇವಪಾದ ಸೇರಲೆಂದೇ ದೇವ ವೈರಿ ರಾಕ್ಷಸರಾಗುವ ನಮ್ಮ ಪುರಾಣಗಳಲ್ಲಿ ಸೈತಾನನಿಲ್ಲ. ಒಬ್ಬನೇ ದೇವರಿಲ್ಲ. ಏಕಾಕಿ ಮನುಷ್ಯನಾಗಿ ಏಕಾಕಿ ದೇವರಿಗೆ ಎದುರಾಗುವ ಕ್ರೈಸ್ತ ಕ್ರಮಕ್ಕೆ ಬದಲಾಗಿ ಬ್ರಹ್ಮ, ವಿಷ್ಣು, ಮಹೇಶ್ವರರಾಗುವ ತ್ರಿಮೂರ್ತಿ ರೂಪಗಳಲ್ಲಿ ಇರುವ ಅವರಿಗೆ ಸೃಷ್ಟಿ–ಸ್ಥಿತಿ–ಲಯಗಳ ಖಾತೆಯನ್ನು ನಾವು ಹಂಚಿಕೊಡಬಹುದು. ಪುರಾಣಗಳಲ್ಲಿ ಒಬ್ಬರ ವಿರುದ್ಧ ಇನ್ನೊಬ್ಬರಿಗೆ ದೂರುಕೊಡಬಹುದು. ಶಿವ ಕೊಟ್ಟ ವರದಿಂದ ಶಿವನಿಗೇ ಮಾರಕನಾದ ಭಸ್ಮಾಸುರನನ್ನು ಕೊಲ್ಲಲು ವಿಷ್ಣುವೇ ತ್ರಿಪುರಸುಂದರಿ ಮೋಹಿನಿಯಾಗಿ ಕಾಣಿಸಿಕೊಂಡು ಭಸ್ಮಾಸುರನನ್ನು ಮೋಹಿಸುತ್ತ ನೃತ್ಯದಲ್ಲಿ ತನ್ನ ತಲೆಯ ಮೇಲೆ ತಾನೇ ಕೈ ಇಟ್ಟುಕೊಳ್ಳುವಂತೆ ಮಾಡಿ ರಾಕ್ಷಸನನ್ನು ಕೊಲ್ಲುತ್ತಾಳೆ. ತಲೆಮೇಲೆ ತಾನು ಕೈ ಇಟ್ಟವರೆಲ್ಲಾ ಬೂದಿಯಾಗಬೇಕೆಂಬ ದೇವರಾದ ಶಿವನ ವರವೇ ಅವನ ಶಾಪವೂ ಆಗುತ್ತದೆ. ತ್ರಿಪುರಸುಂದರಿಯಾಗಿ ಬಂದ ಮೋಹಿನಿಯನ್ನು ಶಿವನೇ ಮೋಹಿಸಿ ಅಯ್ಯಪ್ಪ ಹುಟ್ಟುತ್ತಾನೆ. ಕವಿ ಕುವೆಂಪು ಅವರ 'ರಾಮಾಯಣ ದರ್ಶನಂ'ನ ಕೊನೆಯಲ್ಲಿ ರಾವಣನಿಗೊಂದು ಕನಸು ಬೀಳುತ್ತದೆ: ಅವನು ಸೀತೆಯ ಮಗುವಾಗಿರುತ್ತಾನೆ.

ಇಂತಹ ಕಥೆಗಳನ್ನು ಕಟ್ಟಿಕೊಳ್ಳಬಲ್ಲ ಸಂಸ್ಕೃತಿಯಲ್ಲಿ ಈವಿಲ್ ಎಂಬುದು ದೈವಶಕ್ತಿಯ ಇನ್ನೊಂದು ಮಗ್ಗುಲಾಗಿ ಕಾಡುವುದು ಸಾಧ್ಯವೆ? ಇಲ್ಲಿಯೂ ಸಾಧ್ಯ. ಕಾಲಾಂತರಗಳಲ್ಲಿ, ಜೀವಾಂತರಗಳಲ್ಲಿ ಸಾಧ್ಯ. ರಾಕ್ಷಸನಾಗುವ ಮಾನವನೂ ಜೀವಕೋಟಿಯ ಒಂದು ಅಂಶ. ಕ್ರಿಮಿ, ಕೀಟ, ಪಕ್ಷಿ, ಹುಲಿ, ಸಿಂಹ, ಗರುಡ, ಹನುಮಂತ, ವರಾಹ, ನರಸಿಂಹ — ಈ ಜೀವಸರಣಿಯಲ್ಲಿ ಯಾರು ಪಾಪ ಮಾಡಿದರೂ ಅದು ಎಲ್ಲರನ್ನೂ ತಟ್ಟುವ ಪಾಪ. ಖಾಂಡವದಹನಕ್ಕೆ ಕಾರಣನಾದ ಅರ್ಜುನನಿಗೆ ಸರ್ಪಲೋಕದ ಸಂಹಾರಕ್ಕಾಗಿ ಅವನ ಜೀವಿತ ಕಾಲದಲ್ಲೇ ಶಿಕ್ಷೆಯಾಗದೇ ಇರಬಹುದು. ಆದರೆ ಅವನ ವಂಶದಲ್ಲಿ ಹುಟ್ಟಿದ ಪರೀಕ್ಷಿತ ರಾಜ ಯಾರೂ ಹೊಗಲಾರದ ಕೋಟೆಯಲ್ಲಿ ಅಡಗಿ ತನ್ನ ವಂಶದ ಭಾರತ ಕಥೆಯನ್ನು ಕೇಳಿಸಿಕೊಳ್ಳುವಾಗಲೇ ಕಾರ್ಕೋಟಕ ಸರ್ಪರಾಜ ತಿನ್ನುವ

ಹಣ್ಣಿನಲ್ಲಿ ಕ್ರಿಮಿ ರೂಪದಲ್ಲಿ ಪ್ರತ್ಯಕ್ಷವಾಗಿ ಕೊಲ್ಲುತ್ತದೆ. ರಾಮಚಂದ್ರ, ವಾಲಿಯನ್ನು ಅವನು ಬೆನ್ನು ತಿರುಗಿಸಿದಾಗ ರಾಜಧರ್ಮ ಮರೆತು ಬಾಣದಿಂದ ಇರಿದು ಕೊಂದದ್ದಕ್ಕೆ ಅವತಾರಿಯಾದ ರಾಮನಿಗೂ ಶಿಕ್ಷೆಯಾಗುತ್ತದೆ. ಅವನ ಕೃಷ್ಣಾವತಾರದಲ್ಲಿ. ಯಾದವರು ಕುಡಿದು ಉನ್ಮತ್ತರಾಗಿ ಕುಲಕ್ಕೆ ಕುಲವೇ ನಾಶವಾದ ಮೇಲೆ. ವಾಲಿ ಈಗ ಒಬ್ಬ ಬೇಡನಾಗಿದ್ದಾನೆ. ಖೇದದಲ್ಲಿ ಒಂದು ಮರದ ಕೆಳಗೆ ಮಲಗಿರುವ ದೇವರದೇವ ಕೃಷ್ಣ ಈಗ ಏಕಾಕಿ. ಅವನ ಪಾದಗಳು ದೂರದಿಂದ ಒಂದು ಮೃಗದ ಪಾದದಂತೆ ಕಂಡು ಬೇಡ ಎಸೆದ ಬಾಣದಿಂದ ಕೃಷ್ಣ ಸಾಯುತ್ತಾನೆ. ಸೆಮಿಟಿಕ್ ಪುರಾಣಗಳಲ್ಲಿ ಕಂಡುಬರುವ ಈವಿಲ್‌ನ ದರ್ಶನಕ್ಕೂ ಕರ್ಮ ಸಿದ್ಧಾಂತದ ಹಿಂದು ದರ್ಶನಕ್ಕೂ ಇರುವ ಸಂಬಂಧ ಯಾವ ರೀತಿಯದು?

ಅಪರಾಧಕ್ಕೆ ಕ್ರೈಸ್ತಧರ್ಮದಲ್ಲಿ ಅಪರಾಧಿ ಒಂದು ನಿರ್ದಿಷ್ಟ ಜೀವಿಯಾಗಿ ಹೊಣೆಯಾಗುತ್ತಾನೆ. ಹಿಂದೂ (ಭಾರತೀಯ) ದರ್ಶನ ecological. ಅಪರಾಧಿ ಒಬ್ಬನಾದರೂ ನಾವೆಲ್ಲರೂ ಅಪರಾಧಿಗಳೇ. ಗುಜರಾತಿನಲ್ಲಿ ನಡೆದ ಹತ್ಯಾಕಾಂಡಕ್ಕೆ ತಾನೇ ಹೊಣೆಯೋ ಎಂಬಂತೆ ತೀಸ್ತಾ ಕೊನೆ ತನಕ ಹೋರಾಡುತ್ತಲೇ ಇದ್ದಾರೆ. ಭಾರತ ಒಡೆದಾಗ ನಡೆದ ಹಿಂಸೆ ತನ್ನಲ್ಲೂ ಇರಬಹುದೇನೋ? ನಾಶವಾಗದ ಕಾಮುಕತೆಯಾಗಿ ತನ್ನಲ್ಲಿ ಉಳಿದಿಬಹು ದೇನೋ ಎಂದು ಆತ್ಮಪರೀಕ್ಷೆಗೆ ಗಾಂಧಿ ಇಬ್ಬರು ತರುಣಿಯರ ಜೊತೆ ಬೆತ್ತಲೆ ಮಲಗಿದರು. ತನ್ನ ಶಿಷ್ಯನಾಗಿದ್ದ ಕೃಪಲಾನಿಯ ನಿಂದೆಗೆ ಒಳಗಾಗಿ ತನ್ನ ಶೋಧನೆಯನ್ನು ನಿಲ್ಲಿಸಿದರು. ಎಲ್ಲೋ ಪ್ರಕೃತಿಗೆ ಮಾಡಿದ ಹಿಂಸೆ ಇನ್ನೆಲ್ಲೋ ಪರಿಣಾಮ ಮಾಡುತ್ತದೆ. ಆದ್ದರಿಂದ ಡೆವಲಪ್‌ಮೆಂಟ್ ರಾಜಕೀಯದ ಈವಿಲ್ ಸಹಿಸಲಾರದ ಸೆಖೆಯಾಗಿ, ಚಳಿಯಾಗಿ, ಪ್ರವಾಹವಾಗಿ ಅಲ್ಲಿ ಇಲ್ಲಿ ಎಲ್ಲಿ ಅನ್ನಗೊಡದಂತೆ ವಿಶ್ವಕ್ಕೇ ಮಾರಕವಾಗಬಲ್ಲುದು. ಒಂದು ದೇಶದ ಅಪರಾಧವನ್ನು ಇನ್ನೊಂದು ದೇಶಕ್ಕೆ ಸಾಂಕ್ರಾಮಿಕವೆನ್ನುವಂತೆ ಹರಡಬಲ್ಲ ವ್ಯವಸ್ಥೆ ಕಾರ್ಪೊರೇಟ್‌ಗಳಿಗೆ ಇದೆ. ಇರಾಕ್‌ನಲ್ಲಿ ನಿಷ್ಕಾರಣವಾಗಿ ಅಮೆರಿಕ ನಡೆಸಿದ ಹತ್ಯೆ ನಮ್ಮನ್ನೂ ಈಗ ಪೀಡಿಸತೊಡಗಿದೆ.

– ೩ –

ದಾಸ್ತೊವಸ್ಕಿ ತನ್ನ ಕಾದಂಬರಿ 'ಕ್ರೈಂ ಅಂಡ್ ಪನಿಷ್ಮೆಂಟ್'ನಲ್ಲಿ ಮರೆಯಲಾರದ ಒಂದು ಪಾತ್ರವನ್ನು ಸೃಷ್ಟಿಸಿದ್ದಾನೆ. ರಾಸ್‌ಕಾಲ್ನಿಕೋವ್ ಯುವಕ ಬಟ್ಟೆ ಹರುಕ, ಊಟವಿಲ್ಲದೆ, ಸ್ನಾನವಿಲ್ಲದೆ ಪೀಟರ್ಸ್‌ಬರ್ಗ್ ಅನ್ನು ಅಲೆಯುವ ಕ್ಷುಬ್ಧ ಮನುಷ್ಯ. ತಾಯಿ, ತಂಗಿಯೆಂದರೆ ಅವನಿಗೆ ಅಪಾರವಾದ ಪ್ರೀತಿ. ಅವರ ಕಷ್ಟದ ದುಡಿಮೆಯ ಹಣದಿಂದ ತಾನು ಬದುಕುತ್ತಿದ್ದೇನೆಂದು ಅವನಿಗೆ ಹೇಸಿಗೆ. ಒಮ್ಮೆ ಅವನು ಅಡವಿಟ್ಟು ಹಣ ಪಡೆಯುತ್ತಾನೆ. ತನಗಿಂತ ಕ್ಷುದ್ರವಾದ ಇನ್ನೊಂದು ಜೀವಿಯನ್ನು ಕಂಡು ತನ್ನ ಒಂದು ಊಟಕ್ಕೆಂದು ಪಡೆದ ಹಣವನ್ನು ಆ ಜೀವಿಗೆ ಕೊಟ್ಟು ಹೊರಟುಹೋಗುತ್ತಾನೆ.

ದಾಸ್ತೊವಸ್ಕಿ ಇವನ ಮೂಲಕ ಒಂದು ಹೊಸ ವಿಚಾರವನ್ನೇ ಸೃಷ್ಟಿಸುತ್ತಾನೆ. ಮನುಷ್ಯನ ಚರಿತ್ರೆಯನ್ನು ಅರಿಯಲು ಈ ವಿಚಾರ ನಮಗೆ ಮುಖ್ಯ. ರಾಸ್‌ಕಾಲ್ನಿಕೋವ್ ಹೇಸುವುದು ತನ್ನ ನಾಚಿಗೆಯ ಬಗ್ಗೆ. ತನ್ನ ಪುಕ್ಕಲುತನದ ಬಗ್ಗೆ. ತನ್ನ ವಿಕಾರಗೊಂಡ ಆತ್ಮಪ್ರಜ್ಞೆಯ ಬಗ್ಗೆ. ಅದನ್ನು ಅವನು ಮೀರುವುದು ಹೇಗೆ? ಯೂರೋಪಿನ ಇಂತಹ ಅನೇಕ ತಪ್ತ ತರುಣರಿಗೆ ಆ ಕಾಲದಲ್ಲಿ ಹೀರೋ ಆಗಿದ್ದವನು ನೆಪೋಲಿಯನ್. ಫ್ರೆಂಚ್ ಕ್ರಾಂತಿಯ ನಂತರ ಅತ್ಯಂತ

ಸಾಮಾನ್ಯ ಸ್ತರದಲ್ಲಿ ಬದುಕುತ್ತಿದ್ದವನು ಕ್ಷಿಪಣಿಯಂತೆ ಮೇಲಕ್ಕೆ ಏರಿ ಸಾಮ್ರಾಟನಾಗುತ್ತಾನೆ. ಅಂತಹ ಒಬ್ಬ ವ್ಯಕ್ತಿ ಮೇಲಕ್ಕೆ ಬರುವುದರಲ್ಲಿ ಅಪಾರವಾದ ಆನಂದವನ್ನು ಪಡುತ್ತಿದ್ದ ಯೂರೋಪಿನ ಕನಸಿನ ಲೋಕದ ಹಲವರು ಅವನು ಸಾಮ್ರಾಟನಾದದ್ದೇ ನಿರಾಶರಾಗುತ್ತಾರೆ. ಉದಾಹರಣೆಗೆ ಬಿಥೋವನ್ ತಾನು ಸೃಷ್ಟಿ ಮಾಡಿದ ಒಂದು ಅತ್ಯುತ್ತಮ ಕೃತಿಯನ್ನು ನೆಪೋಲಿಯನ್‌ಗೇ ಅರ್ಪಿಸಿದ್ದ. ಈ ಅರ್ಪಣೆಯನ್ನು ಅವನು ಹರಿದುಹಾಕಿದ.

ಸ್ಟಾಲಿನ್ ಕಾಲದಲ್ಲೂ ಹೀಗೇ ಆಯಿತು. ತನ್ನ ರಷ್ಯ, ರೋಮಿನಂತೆ ಕಾಣಬೇಕೆಂದು ಇವನು ಮಾಸ್ಕೋದಲ್ಲಿ ಎತ್ತರೆತ್ತರದ ಶಿಖರಗಳನ್ನು ಪಡೆದ ಅರಮನೆಗಳನ್ನು ಕಟ್ಟಿಸಿದ. (ಇಲ್ಲಿ ಬಹುಚಂದದಲ್ಲಿ ಮಿರುಗುವ ಶ್ಯಾಂಡಲಿಯರ್ಸ್ ಕೆಳಗೆ ಬ್ರೆಡ್‌ಗಾಗಿ ಕ್ಯೂನಿಂತವರನ್ನು ನಾನು ಕಂಡಿದ್ದೆ. ಸೋವಿಯೆಟ್ ಯೂನಿಯನ್, ಭಿಕ್ಷೆ ಸಿಗದ ದುರ್ಭಿಕ್ಷ ದೇಶವಾಗಿತ್ತು.) ರೋಮ್ ಚಕ್ರಾಧಿಪತ್ಯದಂತೆ ಆಗಬೇಕೆಂಬುದು ಎಲ್ಲ ದುಷ್ಟ ರಾಜಕೀಯ ಧುರೀಣರ ಕನಸು. ಕಮ್ಯುನಿಸಮ್ ಈ ಕನಸಿಗೆ ಬಲಿಯಾಯಿತು. ಚೀನಾದಲ್ಲಿ ಕೂಡ.

೧೯ನೇ ಶತಮಾನದ ಯುವಜನರಲ್ಲಿ ಒಂದು ಮಹತ್ತಿನ ಕನಸನ್ನು ಹುಟ್ಟಿಸಿದವನು ನೆಪೋಲಿಯನ್. ಇಡೀ ಯೂರೋಪನ್ನೇ ಆಧುನಿಕಗೊಳಿಸಲು ಹೊರಟವನು ಈತ. ನಮ್ಮ ನೆಹರೂರವರು ಅಭಿಮಾನದಿಂದ ನೆಪೋಲಿಯನ್ ಬಗ್ಗೆ ಬರೆಯುತ್ತಾರೆ. ಆದರೆ ಎಚ್.ಜಿ. ವೆಲ್ಸ್ ಇತಿಹಾಸಕಾರನಾಗಿ ಬ್ರಿಟನ್ನಿನವನೂ ಆಗಿ ತನ್ನ ದೇಶದ ವೈರಿ ನೆಪೋಲಿಯನ್‌ನನ್ನು ಹಳಿಯುತ್ತಾನೆ. ಅತ್ಯಂತ ದೈನ್ಯ ಸ್ಥಿತಿಯಲ್ಲಿ ಕೈಯಲ್ಲಿ ಕಾಸಿಲ್ಲದೆ ಯಾವ ಸ್ನೇಹಿತರಿಗಾಗಿಯೂ ಆಸೆ ಪಡದೆ ಏಕಾಕಿಯಾಗಿದ್ದಾಗ ರಾಸ್‌ಕಾಲ್ನಿಕೋವ್‌ನ ಮನಸ್ಸಿಗೆ ಒಂದು ವಿಚಾರ ಹೊಳೆಯುತ್ತದೆ. ನೆಪೋಲಿಯನ್ ಯಾಕೆ ದೊಡ್ಡವನಾದ? ದೊಡ್ಡದನ್ನು ಮಾಡುವ ಧೈರ್ಯ ಅವನಲ್ಲಿತ್ತು. ಈ ಧೈರ್ಯವೆಂದರೆ ಏನು? ಒಂದು ಯುದ್ಧದಲ್ಲಿ ಹಲವರನ್ನು ಕೊಂದು ಗೆದ್ದು ವಿಷಾದ ಪಡದೆ ಇನ್ನೊಂದು ಯುದ್ಧಕ್ಕೆ ಸನ್ನದ್ಧನಾಗುವುದು. ಈ ಬಡಪಾಯಿ ರಾಸ್‌ಕಾಲ್ನಿಕೋವ್‌ಗೆ ಈ ಎದೆಗಾರಿಕೆ ಇದೆಯೇ?

ಒಂದು ಸಣ್ಣ ಓಣಿಯಲ್ಲಿ ಅತ್ಯಂತ ಸುರಕ್ಷಿತವಾದ ಗೂಡಿನಲ್ಲಿ ಹುದುಗಿ ಕೂರುವಂತಹ ಮನೆಯೊಂದನ್ನು ಕಟ್ಟಿಕೊಂಡು ಕಿರಾಣಿ ವ್ಯಾಪಾರ ಮಾಡುತ್ತಿದ್ದ ಒಬ್ಬ ಮುದಿ ಹೆಂಗಸಿನ ಬಗ್ಗೆ ರಾಸ್‌ಕಾಲ್ನಿಕೋವ್‌ಗೆ ಅಸಹ್ಯವಾದ ಭಾವನೆಯಿರುತ್ತದೆ. ಅವಳನ್ನು ಕೊಂದು ತಾನು ಗೆಲ್ಲಬಲ್ಲನಾದರೆ ನೆಪೋಲಿಯನ್‌ನ ಶಕ್ತಿ ಮತ್ತು ಸಾಧ್ಯತೆ ತನ್ನಲ್ಲಿರಬಹುದೆಂದು ಅವನು ಲೆಕ್ಕಹಾಕುತ್ತಾನೆ. ಒಂದು ಮಹಾಗುಂಗಿನಲ್ಲಿ ಇದನ್ನೇ ಚಿಂತಿಸಿ ತಾನಿದ್ದ ಬಾಡಿಗೆ

ಮನೆಯಿಂದ ಒಂದು ಕೊಡಲಿಯನ್ನು ಕದ್ದು ಅದನ್ನು ಪೋಷಾಕಿನೊಳಗೆ ಮರೆ ಮಾಡಿಕೊಂಡು ಈ ಹೆಂಗಸಿನ ಮನೆಯ ಬಾಗಿಲನ್ನು ತಟ್ಟುತ್ತಾನೆ. ಅವಳು ಅಳುಕಿನಲ್ಲಿ ಅನುಮಾನದಲ್ಲಿ ಬಾಗಿಲು ತೆರೆಯುತ್ತಾಳೆ. ಇವನೊಂದು ಹುಸಿ ವಸ್ತುವನ್ನು ಬಿಡಿಸಲಾರದಂತೆ ಗಂಟು ಹಾಕಿ, ಇದೊಂದು ಸಿಗರೇಟ್ ಕೇಸ್ ತಗೋ, ನನಗೆ ಸಾಲಕೊಡು ಎನ್ನುತ್ತಾನೆ. ಅವಳದನ್ನು ಬಿಚ್ಚುತ್ತಿರುವಾಗ ಕೊಡಲಿಯೆತ್ತಿ ಅವಳನ್ನು ಹೊಡೆದು ಕೊಲ್ಲುತ್ತಾನೆ. ಹಾಗೆಯೇ ದಿಗ್ಭ್ರಾಂತನಾಗುತ್ತಾನೆ. ಅಲ್ಲಿಂದ ಏನನ್ನು ಕದಿಯಬೇಕೆಂಬುದು ಅವನಿಗೆ ಸ್ಪಷ್ಟವಾಗುವುದೇ ಇಲ್ಲ. ಕಂಡಿದ್ದನ್ನು ಜೇಬಿಗೆ ತುರುಕಿಕೊಳ್ಳುತ್ತಾನೆ.

ಅಷ್ಟರಲ್ಲಿ ಈ ಹೆಂಗಸಿನ ತಂಗಿಯೊಬ್ಬಳು ಒಳಕ್ಕೆ ಬರುತ್ತಾಳೆ. ಅವಳು ಎಲ್ಲರ ಪ್ರಕಾರ ಮಹಾ ಮುಗ್ಧೆ ಮತ್ತು ಅತ್ಯಂತ ದಾರುಣವಾದ ಶಿಕ್ಷೆಯನ್ನು ಅನುಭವಿಸಿಕೊಂಡು ಕೆಲಸ ಮಾಡುವ, ದಾರಿ ತೋಚದ ಹೆಣ್ಣು. ರಾಸ್‌ಕಾಲ್ನಿಕೋವ್ ಒಂದು ಕೊಲೆಯನ್ನು ಮಾಡಲು ಹೋದವನು ಎರಡು ಕೊಲೆ ಮಾಡಬೇಕಾಗಿ ಬರುತ್ತದೆ. ಇದು ರಾಸ್‌ಕಾಲ್ನಿಕೋವ್‌ಗೆ ಜಟಿಲವಾದ ನೈತಿಕ ಸಮಸ್ಯೆಯಾಗುತ್ತದೆ. ಕ್ರಿಶ್ಚಿಯನ್ ಧರ್ಮದ ಸೆಳೆತಕ್ಕೆ ಒಳಗಾಗುತ್ತಾನೆ. ಆದರೆ ಬಗ್ಗುವುದಿಲ್ಲ. ತಾನೊಬ್ಬ ನೆಪೋಲಿಯನ್ ಆಗಲಾರನೆಂದು ಹೇಸುತ್ತಾನೆ. ಇದೊಂದು ಐರೋಪ್ಯ ಇತಿಹಾಸವನ್ನು ಅರ್ಥ ಮಾಡಿಕೊಳ್ಳಲು ಅಗತ್ಯವಾದ ಸಾಂಕೇತಿಕ ಕಥೆ.

ಅಗಾಧವಾದ ಹಿಂಸೆಯನ್ನು ಮಾಡಿ ಅದರಿಂದ ಅವಮಾನಿತನಾಗದಂತೆ ಇರುವ ನೆಪೋಲಿಯನ್‌ನಂಥವರು ಜನರ ಕಣ್ಣಿನಲ್ಲಿ ಶೂರರಾಗುತ್ತಾರೆ. ರಾಷ್ಟ್ರವನ್ನು ಮಹಾ ರಾಷ್ಟ್ರ ಮಾಡಬಲ್ಲವರು ನೆಪೋಲಿಯನ್ ತರಹದವರು. ಹಿಟ್ಲರ್ ತರಹದವರು ಕೂಡ. ಟಿಬೆಟ್ಟನ್ನು ಆಕ್ರಮಿಸಿದ ಮಾವೋನ ಚೀನಾವೂ ಅದೇ ಹಾದಿಯಲ್ಲಿ ಇರುವ ಮಹಾನ್ ರಾಷ್ಟ್ರ. ದುಡ್ಡು ಬೆಳೆಯುವ ರಾಷ್ಟ್ರಗಳಿಗೆ ಜಾಗ ಸಾಲದು.

ರಾಸ್‌ಕಾಲ್ನಿಕೋವ್ ಜೊತೆ ಇನ್ನೊಂದು ಕಥೆಯನ್ನು ಹೆಣೆಯಲು ಪ್ರಯತ್ನಿಸುತ್ತೇನೆ. ಭಾರತದಲ್ಲಿ ನಾವೆಷ್ಟು ಅಹಿಂಸಾವಾದಿಗಳೆಂದರೂ ಭಯಂಕರವಾದ ಹಿಂಸೆಯನ್ನು ಮಾಡಿ ಅಧಿಕಾರಕ್ಕೆ ಬಂದವರನ್ನು ನಾವು ನಮ್ಮ ಸಿನಿಮಾಗಳಲ್ಲಿ, ಹಾಡುಗಳಲ್ಲಿ ಹೊಗಳುತ್ತೇವೆ. ಜನರ ಬದುಕಿನಲ್ಲಿ ಅಹಿಂಸೆಯ ಆಚಾರ ಇರಬಹುದು. ಆದರೆ ಮಾನಸಿಕವಾದ ಚಿಂತನೆಯಲ್ಲಿ ಭರ್ಜರಿ ಹಿಂಸೆಯ ಬಗ್ಗೆ ಭಾರತದ ಮನಸ್ಸೂ ಅಭಿಮಾನಪಡುತ್ತದೆ. ನಮ್ಮ ಅನೇಕ ದೇವರುಗಳ ಹೆಸರು, 'ಮುರಾರಿ' ಎಂಬ ಶಬ್ದದಲ್ಲಿ ತೋರುವಂತೆ ಯಾರನ್ನೋ ನಾಶಮಾಡಿದ ಕೀರ್ತಿಯದು. ಶಿವಾಜಿಯನ್ನು ನಾವು ಅವನ ಆಡಳಿತದ ಕೆಲವು ಒಳ್ಳೆಯ ಕಾರ್ಯಗಳಿಗೆ ಹೊಗಳುವುದಿಲ್ಲ. ಅವನ ಪ್ರತಿಹಿಂಸೆಯ ಉಪಾಯಗಾರಿಕೆಯನ್ನು

ಮಾತ್ರ ಎತ್ತಿ ತೋರುತ್ತೇವೆ. ಅಶೋಕನನ್ನು ಪೊಲಿಟಿಕಲ್ ಡಿಸ್‌ಕೋರ್ಸ್‌ಗಳಲ್ಲಿ ಮರೆತೇಬಿಡುತ್ತೇವೆ.

ಯೂರೋಪಿನಲ್ಲೂ ಹೀಗೆಯೇ — ಹಿಂಸಾಚಾರಿಗಳು ರಾಜರಾಗಿ ಹೆಸರು ಮಾಡುತ್ತಾರೆ. ನೀವು ಲಂಡನ್ನಿನ ಟವರ್‌ಗೆ ಹೋಗಿ ನೋಡಿದರೆ ಅಲ್ಲಿ ಹಲವು ರಾಣಿಯರ ಹತ್ಯೆಯಾದುದನ್ನು ಕಾಣುತ್ತೇವೆ. ಯಾಕೆಂದರೆ ಅವರು ಗಂಡು ಮಗುವನ್ನು ಹೆರಲಿಲ್ಲ. ಮನುಷ್ಯಚರಿತ್ರೆ ಈವರೆಗೆ ಧೀರರನ್ನು ಈ ಬಗೆಯ ಕಾದಾಟದಲ್ಲಿ ಗೆದ್ದು ಬರುವವರಲ್ಲಿ ಮಾತ್ರ ಗುರುತಿಸಿತ್ತು. ಇಲ್ಲೊಂದು ಬದಲಾವಣೆಯಾಗಿದೆಯೆಂದು ನಾವು ತಿಳಿದಿದ್ದೆವು. ಗಾಂಧಿ ಅಹಿಂಸೆಯಲ್ಲಿ ಸ್ವಾತಂತ್ರ್ಯವನ್ನು ಗಳಿಸಿದಾಗ ಅದೂ ವಿಚಿತ್ರವಾದ ರೀತಿಯ ವ್ಯಾಖ್ಯಾನಕ್ಕೆ ಒಳಗಾಗುವ ಹಿಂಸೆಯಾಯಿತು. ಹಿಂದೂ-ಮುಸ್ಲಿಂ ಕಾದಾಟದಲ್ಲಿ ರಕ್ತದ ಕೋಡಿ ಹರಿಯಿತು. ಗಾಂಧಿ ನೌಖಾಲಿಯಲ್ಲಿ ತನಗಿಂತ ಉದ್ದನೆಯ ಕೋಲು ಹಿಡಿದು ಬರಿಗಾಲಲ್ಲಿ ನಡೆದರು. ಗಾಂಧಿ ಗೈರುಹಾಜರಾದ ಸ್ವಾತಂತ್ರ್ಯದ ಹಬ್ಬ ಭಾರತದಲ್ಲಿ ನಡೆಯಿತು.

ಗುಜರಾತಿನಲ್ಲಿ ಭಾರತದ ಒಬ್ಬ ಹೀರೋ ತಯಾರಾದದ್ದು ಹೇಗೆ? ಗುಜರಾತಿನ ಹತ್ಯಾಕಾಂಡ ಅವರು ಮುಖ್ಯಮಂತ್ರಿಯಾಗಿದ್ದಾಗ ನಡೆಯಿತು. ಅದನ್ನು ತಡೆಯಲು ಪ್ರಯತ್ನಪಟ್ಟು ಸೋತರು ಎಂದರೆ ಅವರು ನಿರ್ಬಲರಾಗುತ್ತಾರೆ. ಇಂತಹ ಮಾತನ್ನು ಯಾರೂ ಹೇಳುವುದಿಲ್ಲ. ಅಡಿಗರು ಬಳಸಿದ ಇಮೇಜೊಂದು ನೆನಪಾಗುತ್ತದೆ. ಯಜ್ಞಗಳು ನಡೆಯುವಾಗ ಹಲವಾರು ಜನ ಏನಾದರೊಂದು ಕಾರ್ಯದಲ್ಲಿ ಪ್ರವೃತ್ತರಾಗಿರುತ್ತಾರೆ. ಆದರೆ ಯಾವ ಕೆಲಸವನ್ನೂ ಮಾಡದೇ ಸುಮ್ಮನೆ ಇರುವ ಒಬ್ಬ ಬಹಳ ಮುಖ್ಯ ಮಂತ್ರಜ್ಞ ಇರುತ್ತಾನೆ. ಇವನನ್ನು ಯಜ್ಞದಲ್ಲಿ 'ಬ್ರಹ್ಮ' ಎಂದು ಕರೆಯುತ್ತಾರೆ. ಏನನ್ನೂ ಮಾಡದವ ಈ ಬ್ರಹ್ಮ.

ಮೋದಿ 'ಬ್ರಹ್ಮ' ಕೂತಿದ್ದರು. ಆದದ್ದು ಆಯಿತು. ರಾಸ್‌ಕಾಲ್ನಿಕೋವ್ ಒಂದು ಕೊಲೆ ಮಾಡಿ ಇದು ಮಾಡತಕ್ಕದ್ದಲ್ಲ ಎಂಬ ಅರಿವಿನಲ್ಲಿ ನರಳುತ್ತಾನೆ. ಒಬ್ಬ ಹತಾಶ ಸೂಳೆ ಅವನ ಪ್ರೇಮದ ಗುರುವಾಗುತ್ತಾಳೆ. ಮೋದಿಯವರಿಗೂ ಬೇಸರವಿದೆ. ಅದು ಎಂತಹ ಬೇಸರವೆಂದರೆ, ಓಡುತ್ತಿರುವ ಕಾರಿನಡಿ ಒಂದು ನಾಯಿಮರಿ ಸಿಕ್ಕಿಬಿದ್ದರೆ ಏನು ಮಾಡಲು ಸಾಧ್ಯ? 'ಅಯ್ಯೋ ಪಾಪ' ಎನ್ನಬಹುದು. ಓಡುತ್ತ ಇರುವ ಕಾರು ನಿಂತರೆ ಕುನ್ನಿ ಬದುಕೀತೆ?

ಇಲ್ಲಿ ನಾನೊಂದು ವಿಚಾರವನ್ನು ಮಾಡುವ ಧೈರ್ಯ ಮಾಡುತ್ತೇನೆ. ಭಾರತ ಇದಕ್ಕಾಗಿಯೇ ಮೋದಿಯವರನ್ನು ಮೆಚ್ಚಿರುವುದು: ಹೇಗೆ ತರಲೆ ಮಾಡುವ ಅಲ್ಪಸಂಖ್ಯಾತರ ಬಾಯಿಯನ್ನು ಈತ ಮುಚ್ಚಿಸಿದ ಎಂಬುದಕ್ಕಾಗಿ. ಬರ್ಖಾ

ದತ್ತರು 24x7 NDTVಯಲ್ಲಿ ಒಬ್ಬ ಪ್ರಸಿದ್ಧ ಮುಸ್ಲಿಮನನ್ನು ಕರೆಸಿ ಮೋದಿಯವರನ್ನು ಹೊಗಳಿಸುತ್ತಾರೆ. ಈಗ ನಾವು ಕಾಣುವುದು ನಿಷ್ಠುರ ಮಾತಿನ ಮೋದಿಯವರ ಮುಖವನ್ನಲ್ಲ. ಎಲ್ಲರಿಗೂ ಇಷ್ಟವಾಗುವ ಒಬ್ಬ ಮೋದಿಯ ಮುಖ. ಮಾಧ್ಯಮವೂ ಸೇರಿದಂತೆ ಎಲ್ಲರೂ ಸೃಷ್ಟಿಸಿರುವ ಈ ಮೋದಿ ಯಾರು?

ಮೋದಿ ತಮ್ಮ ಮನೆಯಲ್ಲಿರುವ ಗಾಂಧಿಯ ಪುಟ್ಟ ಚಿತ್ರಕ್ಕೆ ಹೂವು ಮುಡಿಸುವುದನ್ನು, ಕೈಮುಗಿಯುವುದನ್ನು ಮತ್ತೆಮತ್ತೆ ನಾವು ಟಿವಿಯಲ್ಲಿ ನೋಡುತ್ತೇವೆ. ಅವರ ಬಗೆಗಿದ್ದ ಸಂಶಯಗಳೆಲ್ಲಾ ನಿವಾರಣೆಯಾಗಿ ಅವರೊಂದು ಶುದ್ಧರೂಪದ ಹೊಸ ಕಾಲದ, ಮುನ್ನೋಟದ, ನಿದ್ದೆಕೆಟ್ಟು ಕೆಲಸ ಮಾಡುವ, ಆಕರ್ಷಕ ಬಟ್ಟೆ ತೊಡುವ, ಪೇಟ ಸುತ್ತುವ, ಕೈಯಲ್ಲಿ ಗದೆ ಹಿಡಿದ ನಾಯಕನಾಗಿ ಒಳಗೆ ಬದಲಾಗದೆ ಹೊರನೋಟಕ್ಕೆ ಬದಲಾಗುತ್ತಾರೆ. ಹೆಂಡತಿಯನ್ನು ದೂರವಿಟ್ಟು ತನ್ನ ಭೂತಕಾಲದಿಂದಲೂ ಜಾತಿಯಿಂದಲೂ ಮುಕ್ತರಾಗಿ ನಾಡನ್ನು ಹೊಗೆ ತುಂಬಿದರೂ ಏನಂತೆ ಎಂದು ಬೆಳೆಸುವ (ಗಾಂಧಿಯನ್ನು ನಾವು ಮರೆಯುವಂತೆ ಮಾಡುವ) ಭಾರತದ ನವ-ಶಿವಾಜಿಯೂ ನವ-ಪಟೇಲರೂ ಆದ ಪ್ರತಿಮೆಯಾಗುತ್ತಿದ್ದಾರೆ. ಗಾಂಧಿಯ ಒಂದು ಪ್ರತಿಮೆಯೂ ಲಂಡನ್ನಿನ ವೆಸ್ಟ್‌ಮಿನಿಸ್ಟರ್‌ನಲ್ಲಿ ಇರುತ್ತದೆ — ವ್ಯಾಪಾರ ಕುದುರಿದರೆ.

ಈ ಮೊದಲ ಬಜೆಟ್‌ನಲ್ಲಿ ಸರ್ದಾರ್ ಪಟೇಲ್ ಪ್ರತಿಮೆಗೆ ಕೋಟ್ಯಂತರ ಹಣ ಮೀಸಲಿಡಲಾಗಿದೆ. ಯಾರೂ ಮಾತಾಡದ ಎರಡು ಕಾರಣಗಳನ್ನು ನಾನು ಊಹಿಸುತ್ತೇನೆ — ಒಂದು, ನೆಹರೂರನ್ನು ಎತ್ತಿ ಹಿಡಿಯಲೆಂದು ಜನಸಾಮಾನ್ಯರ ಸರಳ ನಾಯಕ ಪಟೇಲರನ್ನು ನೆಹರೂ ಅನುಯಾಯಿಗಳು ಕಡೆಗಣಿಸಿದರು. ಆದ್ದರಿಂದ ಕಾಂಗ್ರೆಸ್‌ನ ನಾಯಕರು ಪಟೇಲ್ ಪ್ರತಿಮೆಯನ್ನು ವಿರೋಧಿಸುವಂತಿಲ್ಲ. ಎರಡು, ಮೋದಿಯವರ ನಿಜ ನಾಯಕರಾದ ಸಾವರ್ಕರ್ ಪ್ರತಿಮೆಯನ್ನು ಗಡದ್ದಾಗಿ ನಿರ್ಮಿಸುವಂತಿಲ್ಲ. ಕಾನೂನಿನ ಪ್ರಕಾರ ಸಾವರ್ಕರ್ ಕೊಲೆಯ ಆಪಾದನೆಯಿಂದ ಮುಕ್ತರಾದರೂ, ಅವರ ಹೆಸರು ಕೆಟ್ಟಿದೆ. ಪಾರ್ಲಿಮೆಂಟಿನಲ್ಲಿ ಅವರ ಭಾವಚಿತ್ರವಿದೆ. ಸದ್ಯಕ್ಕೆ ಸಾಕು. ಹೇಗೂ ಡೆವಲಪ್‌ಮೆಂಟಿನಲ್ಲಿ ಏರ್‌ಪೋರ್ಟ್‌ಗಳೂ ವಿದ್ಯಾಲಯಗಳೂ ಬೃಹತ್ ಕಟ್ಟಡಗಳೂ ಪಠ್ಯ ಪುಸ್ತಕಗಳೂ ಇರುತ್ತವಲ್ಲ. ಎಲ್ಲೆಲ್ಲಿಯೂ ನೆಹರೂ ಹಿಂಬಾಲಕರು ಮಾಡಿದ್ದನ್ನೇ ಮೋದಿ ಹಿಂಬಾಲಕರೂ ಮಾಡಬಹುದು. ಆದ್ವಾನಿಯವರಿಗೂ ಪ್ರಶಸ್ತ ಜಾಗ ಸಿಗಬಹುದು — ಕಲ್ಲಿನ ಪ್ರತಿಮೆಯಾಗಿ, ನಾಮಫಲಕವಾಗಿ.

ಗಾಂಧಿ ಯುಗ ಮುಗಿದು ಸಾವರ್ಕರ್ ಜಯಿಸಿರಬಹುದು ಎಂದು ನನಗೆ ಅನ್ನಿಸುತ್ತದೆ. ಇದು ಸದ್ಯಕ್ಕೆ ಮಾತ್ರ ಇರಬಹುದು. ಆದರೆ ಸಾವರ್ಕರ್ ಗೆದ್ದಿದ್ದಾರೆ.

ಮೂಢನಂಬಿಕೆಯ ಹಿಂದೂ ಧರ್ಮ ನಮಗೆ ಬೇಡ, ಜಾತಿ ನಮಗೆ ಬೇಡ, ದೈವಿಕ ಆಚಾರ ಇತ್ಯಾದಿಗಳು ನಮಗೆ ಬೇಡ ಆದರೆ ನಾವೆಲ್ಲಾ ಹಿಂದೂಗಳೆಂದು ಒಟ್ಟಾಗೋಣ. ಯಾಕೆಂದರೆ ಮುಸ್ಲಿಮರು ಒಟ್ಟಾಗಿದ್ದಾರೆ. ಅವರನ್ನು ಎದುರಿಸೋಣ. ಬಲಿಷ್ಠವಾದ ಭಾರತವನ್ನು ನಿರ್ಮಿಸೋಣ. ಇದು ಸಾವರ್ಕರ್ ನೀತಿ. ಅವರು ದೇವರಲ್ಲಿ ಕೂಡಾ ನಂಬಿಕೆ ಇಟ್ಟವರಲ್ಲ. ಅಸ್ಪೃಶ್ಯತೆಯನ್ನು ಗಾಂಧಿಯಂತೆಯೇ ತಿರಸ್ಕರಿಸಿದವರು. ಸಾವರ್ಕರ್ ಜಿನ್ನಾರವರ ಜೊತೆ ಸಮಸಮವಾಗಿ ನಡೆದುಕೊಳ್ಳಬಹುದಿತ್ತು. ಜಿನ್ನಾರಿಗೂ ತನ್ನ ಒಳಬಾಳಿನಲ್ಲಿ ಮತೀಯ ಸಂಕೋಲೆಗಳಿರಲಿಲ್ಲ. ವಿಚಾರವಾದಿ ಸಾವರ್ಕರ್‌ಗೂ ಇರಲಿಲ್ಲ.

ವಿಚಾರವಾದಿ ಎಂದೆ, ಯಾಕೆಂದರೆ ಹಲವು ದೇಶಗಳು ಕೂಡಿದ ಒಂದು ದೇಶವನ್ನು ಒಂದು ರಾಷ್ಟ್ರವನ್ನಾಗಿ ಮಾಡಲು ಏನೇನು ಅಗತ್ಯ ಎಂಬುದು ಸಾವರ್ಕರ್‌ಗೆ ಮುಖ್ಯವಾಗಿತ್ತು. ಹಾಗೊಂದು ರಾಷ್ಟ್ರವಾದರೆ ಮಾತ್ರ ಭಾರತ ಜಗತ್ತಿನಲ್ಲಿ ಮುಂದುವರಿಯುವುದೆಂದು ಅವರಿಗೆ ತಿಳಿದಿತ್ತು. ಇವರಿಗೆ ಹೋಲಿಸಿದರೆ ನಾವು ಲಿಬರಲ್ ಮನೋಧರ್ಮದವರು, ಎಲ್ಲವನ್ನೂ ಕೊಂಚ ಅನುಮಾನದಿಂದ ನೋಡುವವರು, ತಡೆದು ತಗ್ಗಿ ಕೆಲಸ ಮಾಡುವವರು. ಹಲವು ಭೇದಗಳು ಎದುರಾದರೆ ಬಾಯಿ ಮುಚ್ಚಿಸುವ ಜೋರು ನಮಗಿಲ್ಲ. ಆದ್ದರಿಂದ ಕೆಲವು ಮುಸ್ಲಿಮರು ತರಲೆ ಮಾಡುತ್ತಾರೆ. ಕೆಲವು ದಲಿತರು ತರಲೆ ಮಾಡುತ್ತಾರೆ. ಶೂದ್ರರು ಯಾದವ ಮಾತ್ರರಾಗಿ ತರಲೆ ಮಾಡುತ್ತಾರೆ. ಕಾಸ್ಮೊಪೊಲೈಟ್ ಬ್ರಾಹ್ಮಣರೂ ತರಲೆ ಮಾಡುತ್ತಾರೆ. ಎಲ್ಲರೂ ತರಲೆ ತಕರಾರು ಮಾಡುತ್ತಲೇ ಇರುತ್ತಾರೆ ಒಂದು ಮಹಾ ಗಿಜಿಗಿಜಿಯಲ್ಲಿ. ನಮ್ಮನಮ್ಮ ನೈತಿಕತೆಯನ್ನು ಕಳೆದುಕೊಳ್ಳದೆ, ಮಾನವೀಯತೆಯನ್ನು ಕಳೆದುಕೊಳ್ಳದೆ, ನಮ್ಮ ನಡುವಣ ಜಗಳಗಳನ್ನು ಹೇಗೆ ನಿಭಾಯಿಸಿಕೊಳ್ಳುವುದೆಂಬುದು ಲಿಬರಲ್ ಮನೋಧರ್ಮದವರ ಎದುರು ಇರುವ ಸಮಸ್ಯೆ. ಕೊಂಚ ಅಳೆದು ಹೊಯ್ಯುವ ಈ ಸೂಕ್ಷ್ಮ ಪ್ರಜ್ಞೆ ಕೆಲವರ ದೃಷ್ಟಿಯಲ್ಲಿ ರಾಷ್ಟ್ರವನ್ನು ಆಳಲು ಅನುಚಿತವಾದದ್ದು.

ನೋಡಿ ಹೇಗೆ ಅಂಬೇಡ್ಕರ್‌ವಾದಿಗಳ ಬಾಯಿಯನ್ನು ಮೋದಿ ಉತ್ತರ ಪ್ರದೇಶದಲ್ಲಿ ಮುಚ್ಚಿಸಿದ? ಆಮೇಲೆ ಅಂಬೇಡ್ಕರರ ಪ್ರತಿಮೆಗೆ ಕೈಮುಗಿದ?

ಲೋಹಿಯಾವಾದಿಗಳಾಗಿದ್ದು ಕ್ರಮೇಣ ಸ್ವಜಾತಿವಾದಿಗಳಾಗಿಬಿಟ್ಟಿದ್ದ ಯಾದವರ ಬಾಯಿ ಹೇಗೆ ಮುಚ್ಚಿಸಿದ? ಇನ್ನು ಮುಂದೆ ಮೀಡಿಯಾಗಳಲ್ಲಿ 'ನವ ಬ್ರಾಹ್ಮಣರು', 'ಮನುವಾದಿಗಳು' ನಾವು ಕೇಳಿಕೇಳಿ ಬೇಸತ್ತ ಪದಪುಂಜಗಳನ್ನು ಬಳಸುವವರನ್ನು ೨೪ ಗಂಟೆಯ ಟಿ.ವಿ.ಗಳು ಕರೆದಾವೇ? ಅವರ ಬಾಯಿ ಮುಚ್ಚಿಸಬಲ್ಲ 'ಮಂಡಲ್' ಜಾತಿಯ ಮೋದಿಯವರೇ ಪ್ರಧಾನಿಯಾಗಿ ಇದ್ದಾಗ?

ಇದಕ್ಕೂ ಮಿಗಿಲಾದ ಇನ್ನೊಂದು ಸತ್ಯವನ್ನು ನಾವು ಗಮನಿಸಬೇಕು. ಮಧ್ಯಮವರ್ಗಿಗಳಾದ ಶೂದ್ರರು, ದಲಿತರು, ಮುಸ್ಲಿಮರು, ಮೋದಿ ಮಾತುಗಾರಿಕೆಗೆ ಮನಸೋತವರು. ಇವರೆಲ್ಲರೂ ಎಡಪಂಥೀಯ ರಾಜಕಾರಣವನ್ನು ಬಿಟ್ಟವರಂತೆ ಸದ್ಯದ ಮೋದಿ ಹನಿಮೂನಿನಲ್ಲಿ ಕಾಣುತ್ತಾರಲ್ಲವೆ? ಇನ್ನು ಮುಂದೆ 'ಎಡ'ದ ಮಾತುಗಳನ್ನು ಮೋದಿಯವರ ಡೆವಲಪ್‌ಮೆಂಟಿನಿಂದ ಕೊರಗಿ ಕ್ರುದ್ಧಳಾಗುವ ಭೂಮಿಯೇ ಆಡಬೇಕೇನೊ? ಮಳೆ ಗುಡುಗು ಮಿಂಚು ಪ್ರವಾಹ ಭೂಕಂಪಗಳ ಅಸ್ತ್ರವನ್ನು ಭೂಮಿ ಹೇಗೆ ಬಳಸಿಯಾಳು ಎಂಬುದನ್ನು ಲೋಕ ಅನುಭವಿಸಿ ಬಲ್ಲುದು.

ಆದರೆ ಈಗ ಅನಾದರಕ್ಕೆ ಒಳಗಾದ ಲಿಬರಲ್ ಪ್ರಜ್ಞೆಗೆ ರಾಷ್ಟ್ರ ಎಂಬ ಕಲ್ಪನೆಯೇ ಅದರ ಅತಿಯಲ್ಲಿ ಫ್ಯಾಸಿಸ್ಟ್ ಆಗುತ್ತದೆ ಎಂಬ ಭಯ ಇದೆ. ಇದಕ್ಕೆ ಕಾರಣವಿದೆ. ಮೊದಲನೆಯ ಮತ್ತು ಎರಡನೇ ಮಹಾಯುದ್ಧದ ಕಥೆಯೇ ಅದು. ಮತ್ತೆ ತಲೆ ಎತ್ತುವ ರಾಷ್ಟ್ರೀಯತೆಯನ್ನು ನಾವು ಚೀನಾದಲ್ಲಿ ಕಾಣಬಹುದೇನೋ. ಮಾವೋನ ಸರ್ವಜನ ಸಮ್ಮತಿಯ ಧೋರಣೆಯನ್ನು ಬಿಟ್ಟುಕೊಟ್ಟು ಜಾಗತಿಕ ಬಂಡವಾಳಶಾಹಿಯ ಕಡೆಗೆ ಚೀನಾ ತಿರುಗಿತು. ತಿರುಗಿದ್ದೇ ಬೃಹತ್ತಾಗಿ ಬೆಳೆಯಿತು. ಸ್ಟಾಲಿನ್ ಕೂಡಾ ಸೋವಿಯತ್ ರಷ್ಯಾವನ್ನು ಒಂದು ರಾಷ್ಟ್ರವೆಂಬಂತೆ ಬೆಳಸಿ ಎಲ್ಲ ವಿರೋಧಿಗಳನ್ನೂ ಕೊಂದ. ಫ್ರೆಂಚ್ ಕ್ರಾಂತಿಯಿಂದ ಯೂರೋಪಿನಲ್ಲಿ ಶುರುವಾದ ಕೆಲಸ ನೆಪೋಲಿಯನ್ ಕಾಲದಲ್ಲಿ ಕೊನೆಗೊಂಡದ್ದೂ ಹೀಗೆಯೇ.

ಕನಸನ್ನು ಕಾಣಲಾರದವನು ಮನುಷ್ಯನೇ ಅಲ್ಲ. ಬಹುಜನ ಹಿತದ ನೆಮ್ಮದಿಯ, ಹಸಿರಾದ ನೆಲದ, ತಿಳಿಯಾದ ಆಕಾಶದ ಒಂದು ಕನಸಿದೆ. ಅದು ಗಾಂಧಿಯ ಅಹಿಂಸೆಯ ಕನಸು. ಮನುಷ್ಯ ಕಾಯಕಜೀವಿಯಾಗಿ ಬದುಕುತ್ತಾ ವೈಜ್ಞಾನಿಕವಾಗಿ ಪಡೆದ ಸವಲತ್ತುಗಳನ್ನು ವಿವೇಕದಲ್ಲಿ ಬಳಸಿಕೊಳ್ಳುತ್ತಾ ವಾತಾವರಣದ ಹಿತವನ್ನು ಕೆಡಿಸದಂತೆ ಬಾಳುವ ಕನಸು. ಅಂತಹ ಕನಸಿಗೆ ಭಾರತ ಪರ್ಯಾಯವಾಗಬೇಕೆಂಬ ಗಾಂಧಿಯವರ 'ಹಿಂದ್ ಸ್ವರಾಜ್'ಗೆ ವಿರುದ್ಧವಾದ ವ್ಯಾಖ್ಯೆಯಂತೆ ಮೋದಿ ಗೆಲುವಿದೆ. ಈ ಗೆಲುವು ಸಾವರ್ಕರ್ 'ಹಿಂದುತ್ವ' ಕಲ್ಪನೆಗೆ ಹಾಗೆಂದು ಸಾರದೆಯೇ ಹತ್ತಿರವಾಗಿದೆ.

✵

– ೪ –

ಘನವಾದ ದಾವ್ ಮರೆತಾಗ
ಸದ್ಭಾವ ಸದಾಚಾರ ಶುರುವಾಗುತ್ತವೆ.

ದೇಹದ ಚುರುಕು ಕಮ್ಮಿಯಾದಾಗ
ಬುದ್ಧಿವಂತಿಕೆ ಮುಂದಾಗುತ್ತದೆ.

ಮನೆಯಲ್ಲಿ ನೆಮ್ಮದಿ ಕಳೆದಾಗ
ವಂಶಪ್ರಜ್ಞೆ ಉದ್ಭವಿಸುತ್ತದೆ.

ದೇಶ ಗೊಂದಲದಲ್ಲಿದ್ದಾಗ
ದೇಶಪ್ರೇಮ ಹುಟ್ಟಿಕೊಳ್ಳುತ್ತದೆ.

(ಪದ್ಯ ೧೮; ಪುಟ ೬೫; 'ದಾವ್ ದ ಜಿಂಗ್', ಅನುವಾದ: ಯು. ಆರ್. ಅನಂತಮೂರ್ತಿ; ಅಕ್ಷರ ಪ್ರಕಾಶನ; ಎರಡನೆಯ ಮುದ್ರಣ ೨೦೦೫)

ನನ್ನ ಸದ್ಯದ ಆರೋಗ್ಯ ಸ್ಥಿತಿಗೂ, ನನ್ನ ಅಧ್ಯಯನ ಕ್ರಮಕ್ಕೂ ಮೀರಿದ ಒಂದು ಕೆಲಸವನ್ನು ಹಚ್ಚಿಕೊಂಡಿದ್ದೇನೆ. ಗಾಂಧೀಜಿ ಮತ್ತು ವೀರ ಸಾವರ್ಕರರ

ಸುಮಾರು ಏಕಕಾಲದ ಎರಡು ಪಥ್ಯಗಳನ್ನು ಸಂಗ್ರಹವಾಗಿ ಓದುಗರ ಎದುರಿಗಿಡುತ್ತಿದ್ದೇನೆ. ನಾನು ಬೆಳಸುವ ವಾಗ್ವಾದ ಕ್ರಮ ಪುರಾತನರ ವಾದಿ-ಪ್ರತಿವಾದಿ ಪಥ್ಯಕ್ಕೆ ಹೋಲುವಾಗಲೇ ಭಿನ್ನ. ನನ್ನ ಒಳ ತುಮುಲದಲ್ಲಿ ಕೆಲವೊಮ್ಮೆ 'ಅಪ್ರಯೋಜಕ'ವೆನ್ನಿಸಿದರೂ ಸದ್ಯಕ್ಕಾಗಿಯೂ ಸಲ್ಲುವುದು ಗಾಂಧಿಯೇ. ಈ ಬಗ್ಗೆ ಮುಚ್ಚುಮರೆಯಿಲ್ಲದೆ ಗಾಂಧಿ ಬಯಸಿದ್ದ ಭಾರತವೇ ತಮ್ಮದಕ್ಕಿಂತ ಬೇರೆ ಎನ್ನುವುದನ್ನು ಸ್ಪಷ್ಟವಾಗಿ ತಿಳಿದಿದ್ದ ಸಾವರ್ಕರ್ ಮತ್ತು ಗೋಡ್ಸೆಯವರನ್ನು ನೇರ ಎದುರಾಗುವುದು. ಅಂದರೆ ನಮ್ಮೆಲ್ಲರಲ್ಲೂ ಸುಪ್ತವಾಗಿ ಅಡಗಿರುವ ರಾಷ್ಟ್ರೀಯತೆಯ ಹುಮ್ಮಸ್ಸಿನ ಆವೇಶಗಳಿಗೆ ಎದುರಾಗುವುದು. ಜರ್ಮನಿಯಂತೆಯೋ ಈಗಿನ ಚೀನಾದಂತೆಯೋ ಅಮೆರಿಕಾದಂತೆಯೋ ಆಕ್ರಮಣಶೀಲರಾಗದಿರುವುದು ಇಲ್ಲಿನ ಹೆಚ್ಚು ಆಸೆಗಳನ್ನು ಇಟ್ಟುಕೊಳ್ಳದಂತೆ ನಡೆದಿರುವ ಬರವಣಿಗೆಯ ಸಾತ್ವಿಕ ಪ್ರೇರಣೆ.

ಇದಕ್ಕೆ ಮುಖ್ಯ ಕಾರಣ ನಾನು ಮೋದಿಯವರನ್ನು ತಿರಸ್ಕರಿಸಿದ್ದಕ್ಕಾಗಿ ದೇಶದೆಲ್ಲೆಡೆಯಿಂದ ಬಂದ ಅವಹೇಳನವನ್ನು ಗೆಲ್ಲಲು ನನ್ನೊಳಗೇ ಮಾತಾಡಬೇಕಾದ ತುರ್ತು; ಜೊತೆಗೆ ಮೋದಿಯವರ ಅಗಾಧ ಎನ್ನಿಸುವ, ನನ್ನನ್ನು ಬೆಚ್ಚಿಸಿದ ಗೆಲುವು; ಈ ಗೆಲುವಿಗೆ ಕಾರಣವಾದ ಕಾರ್ಪೋರೇಟ್ ಸಂಸ್ಥೆಗಳ ಬೆಂಬಲ; ನಮ್ಮ 'ಕ್ರಿಟಿಕಲ್' ಎಚ್ಚರವನ್ನು ಮೆದುಗೊಳಿಸುವ 'ಜಾಹಿರಾತು' ರೀತಿಯ ಮೀಡಿಯಾಗಳ ಬೆಂಬಲ. ಹಲವು ಸತ್ಯಾನ್ವೇಷಣೆಯಲ್ಲಿ ನಮ್ಮ ಮೆಚ್ಚುಗೆಗೆ ಪಾತ್ರರಾದ NDTV, CNN IBN ರವರ ಮೋದಿ ತೂಕ ಹೆಚ್ಚಿಸುವ ಮೋದಿ ಬಿಂಬಗಳು. ಅನುಮಾನಿಸುವಂತೆ ಕಾಣುತ್ತಲೇ ಮೋದಿಯನ್ನು ಟೀಕಿಸಲು, ಗುಜರಾತ್ ಹತ್ಯಾಕಾಂಡವನ್ನು ನೆನಪಿಗಾದರೂ ತರಲು ಹಿಂಜರಿಯುವ ಅವರ bad faith. ಮತ್ತು ಅಖಿಲ ಭಾರತಕ್ಕೆ ಸಲ್ಲುವ ಹಿಂದಿಯಲ್ಲಿ ಹರಿದ, ಆತ್ಮಾವಲೋಕನಕ್ಕೆ ಎಡೆಯಿಲ್ಲದ ಜೋರಿನ ಮೋದಿಯ ವಾಗ್ಝರಿ — ಎಲ್ಲವೂ ಈ ಮೋದಿಯ ಮಹಾನ್ ಗೆಲುವಿಗೆ ಕಾರಣವಾಗಿದ್ದಂತೆಯೇ ಕಾಂಗ್ರೆಸ್ಸಿನ ಭ್ರಷ್ಟಾಚಾರ, ಮನಮೋಹನ್ ಸಿಂಗರ ಸಾತ್ವಿಕ ಸಪ್ಪೆ ಮುಖ, ನೆಹರೂ ಕುಟುಂಬ ಬಿಟ್ಟರೆ ದೇಶಕ್ಕೆ ನಾಯಕತ್ವ ಇಲ್ಲವೆಂಬ ಹಲವು ಸಾಧನೆಗಳ ಕಾಂಗ್ರೆಸ್ಸಿನಲ್ಲಿ ಮೂಡಿದ ಸಂಸ್ಥಾ ಮರ್ಯಾದೆ ಕಳೆದುಕೊಂಡ ಪೆಚ್ಚುತನ, ವಿಚಾರಶೂನ್ಯತೆ, ರಾಹುಲ್ಲರ ಧಾರಣ ಶಕ್ತಿಯಿಲ್ಲದ ಭಾವುಕ ಹುಡುಕಾಟಿಕೆ ಎಲ್ಲವೂ ಕಾರಣವಾದುವು. ಶಂಕಿಸುತ್ತಲೇ ದೃಶ್ಯ ಮಾಧ್ಯಮಗಳ ಮೋಡಿಗೆ ಒಳಗಾಗಿ ಸುಮ್ಮನೇ ನೋಡುತ್ತ ಕೂತ ನಾವೂ ಕಾರಣರಾದೆವು.

ಗುಜರಾತಿನ ಕೋಮುಗಲಭೆಯಲ್ಲಿ ಸತ್ತುಹೋದವರಿಗೆ ಶ್ರಾದ್ಧಕ್ರಿಯೆ ನಡೆಯಲೇ ಇಲ್ಲ. ಅವರು ಪ್ರೇತರಾಗಿ ಯಾರನ್ನೂ ಕಾಡುತ್ತ ಇರುವಂತೆ ತೋರುವುದಿಲ್ಲ.

ನಮ್ಮ ನಾಯಕರಾಗಿ ಮೋದಿಯವರು ಸಮಾಧಾನದಲ್ಲೇ ಹೇಳುವಂತೆ ಸತ್ತ ಹುಲುಮಾನವರು ಓಡುವ ಕಾರಿಗೆ ಸಿಕ್ಕು ಸತ್ತ ಕುನ್ನಿಗಳಂತಾದರು.

ಇದು ಮೋದಿಯವರು ಖುದ್ದು ಮಾಡಿಸಿದ ಕೊಲೆಯಾಗಿಲ್ಲದೇ ಇರಬಹುದು. ಆದರೆ ನಡೆದ ಯಜ್ಞಕಾರ್ಯದ ಆಹುತಿಗೆ ಹೇಗೆ 'ಬ್ರಹ್ಮ' ಕೂತ ಮೋದಿ ಅವರ ತುಂಡು ತೋಳಿನ ಕುರ್ತಾದಲ್ಲಿ ಅಗಲವಾದ 'ಗಂಡೆದೆ'ಯವರಾದರು ಎಂಬುದನ್ನು ಈಗಾಗಲೇ ಹೇಳಿದ್ದರೂ ಮತ್ತೆ ಹೇಳುತ್ತೇನೆ. ಅವರನ್ನು ಎಲ್ಲೆಲ್ಲೂ ಸುತ್ತುವರಿಯುತ್ತಿದ್ದ ಅಭಿಮಾನಿಗಳಿಗೆ ಧರಿಸುವ ಮುಖವಾಡವಾದರು. ರಾಸ ಕ್ರೀಡೆಯಲ್ಲಿ ಕಂಡಲ್ಲೆಲ್ಲ ಕಾಣಿಸುತ್ತಿದ್ದ ಕೃಷ್ಣನಂತೆ ಎಲ್ಲೆಲ್ಲೂ ಮೋದಿಯಾದರು.

ಇನ್ನೊಂದು ನಿಜವಿದೆ. ನಮ್ಮಲ್ಲಿ ಜಾತೀಯತೆ ಅಸೂಯೆಯ ತೌರು; ದ್ವೇಷದ್ದಲ್ಲ. ಆದರೆ ಮುಸ್ಲಿಮರ ಮೇಲಿನ ಚಾರಿತ್ರಿಕ ಅನುಮಾನ ಯಾವತ್ತಾದರೂ ಹೊತ್ತಿ ಉರಿಯಬಲ್ಲಂಥದು. ಅದು ಡೆವಲಪ್‌ಮೆಂಟ್‌ನ ಭರ್ಜರಿ ವಾಗ್ವಿಲಾಸದಲ್ಲಿ ಕಾಣದ ವಾಸನಾರೂಪದಲ್ಲಿ ಗುಜರಾತಿನ ಹತ್ಯಾಕಾಂಡದ ಹಿನ್ನೆಲೆಯ ಮೋದಿಗೆ — ಕಾನೂನಿನ ಪ್ರಕಾರ ಅವರು ನಿರ್ದೋಷಿ ಎಂದು ಉಚ್ಚ ನ್ಯಾಯಾಲಯ ತೀರ್ಪಿತ್ತರೂ — ಮುಸ್ಲಿಮರನ್ನು ಬಗ್ಗಿಸಿದ ನಾಯಕ ಕಳೆ ತಂದಿತು.

ಗುಜರಾತಿನಲ್ಲಿ ಮೋದಿ ಸಾಧಿಸಿದ ಕೋಮು ಶಾಂತಿಯನ್ನು ಎರಡು ರೀತಿಯಲ್ಲಿ ಮೆಚ್ಚಬಹುದು. ಹಿಂದೆ ಸೋಷಲಿಸ್ಟ್ ಆಗಿದ್ದು ಈಗ ಹಿಂದುತ್ವವಾದಿಯಾದ, ಏನನ್ನಾದರೂ ಮುಚ್ಚುಮರೆಯಿಲ್ಲದೆ ನನ್ನ ಬಳಿ ಹೇಳುವ ಹಿಂದಿ ಗೆಳೆಯ ಗುಜರಾತ್ ರಕ್ತಪಾತದ ನಂತರ ಹೇಳಿದ್ದು ಹೀಗೆ: 'ಆದದ್ದು ದುರಂತ. ಆದರೆ ಇದರ ಫಲ ಮುಸ್ಲಿಮರು ಬಾಯಿಮುಚ್ಚಿ ಇನ್ನು ಕೂರುತ್ತಾರೆ. ಅವರಿಗೇ ಇದು ಒಳ್ಳೆಯದು'. ಇನ್ನೊಂದು ಸಭ್ಯ ನಿರ್ವಚನ: 'ನೋಡಿ, ಗುಜರಾತಿನಲ್ಲಿ ಮಾತ್ರ ಆ ಕೆಟ್ಟ ಪ್ರಸಂಗದ ನಂತರ ಹಿಂದು-ಮುಸ್ಲಿಂ ದಂಗೆಯಾಗಿಲ್ಲ'.

'ರಾಜಧರ್ಮ ಪಾಲಿಸು' ಎಂದು ಪ್ರಧಾನಿ ವಾಜಪೇಯಿ ಹೇಳಿದರು. ಆದರೆ ಕೆಲವೇ ದಿನಗಳಲ್ಲೇ ನಡೆದ ಗೋವಾದ ಸಮ್ಮೇಳನದಲ್ಲಿ ಅವರೇ ಅದನ್ನು ಮರೆತರು. ಸದ್ಯ ಪ್ರಯೋಜನಕ್ಕೆ ಬರುವಂತೆ ಕಾಣದ ವಿಚಾರಗಳು ಮೇಲಿನ ಪಾಪಭಾವನೆಯ, ನನ್ನ ಗೊಣಗಾಟಗಳಿಗೆ ಕಾರಣ.

ಈ ಪಾಪಭಾವನೆಯೂ ಎಷ್ಟು ಸಾರಾಸಗಟಿನ ನಿಜ ಎಂದು ಹೇಳುವಂತಿಲ್ಲ. ಗಾಂಧಿ ತನಗಿಂತ ಉದ್ದನೆಯ ಕೋಲೊಂದನ್ನು ಹಿಡಿದು ಕಕ್ಕಸು, ಗಾಜಿನ ಚೂರುಗಳನ್ನು ಬೀದಿಗಳಲ್ಲಿ ಗುಡಿಸುತ್ತ ಹಿಂದುಗಳ ಪ್ರಾಣ ರಕ್ಷಣೆಗಾಗಿ

ನೌಖಾಲಿಯಲ್ಲಿ ನಡೆದಾಡುವಾಗ ಸಂಗಾತಿಗಳ ಜೊತೆ ಬೆತ್ತಲೆ ಮಲಗುತ್ತಿದ್ದರಂತೆ. ಮಧ್ಯ ರಾತ್ರೆ ನಿದ್ದೆ ಬಾರದೆ ಎದ್ದು 'ಏನು ಮಾಡಲಿ? ಏನು ಮಾಡಲಿ?' ಎಂದು ಕೈ ಹೊಸೆಯುತ್ತ ತನಗೆ ತಾನೇ ಮಾತಾಡಿಕೊಳ್ಳುತ್ತ ಅತ್ತಿಂದಿತ್ತ ಓಡಾಡುತ್ತ ಇದ್ದರಂತೆ. ಸಮೂಹ ಸನ್ನಿಯಲ್ಲಿ ಗಲಭೆಗಳು ನಡೆದಾಗ ನಾವು ಗಾಂಧಿಯಂತೆ, ಕ್ರಿಸ್ತನಂತೆ ವೈಯಕ್ತಿಕವಾಗಿ ಹೊಣೆ ಹೊರುವುದಿಲ್ಲ. ಯಾರಿಗೂ ಶಿಕ್ಷೆಯಾಗುವುದಿಲ್ಲ. ಇದು ಜನರನ್ನು ತಮ್ಮ ಸ್ವಾರ್ಥಕ್ಕೆ ತಿದ್ದಲು ಚತುರೋಪಾಯಿ ಸಭ್ಯ ರಾಜಕಾರಣಿಗಳು ಬಳಸುವ ಸಾಧನವಾಗಿಬಿಟ್ಟಿದೆ. ಇಂದಿರಾಗಾಂಧಿ ಮರಣದ ನಂತರ ಕಾಂಗ್ರೆಸ್ಸಿನ ಕೆಲವು ದುಷ್ಟರು ಸಿಕ್ಖರ ಮೇಲೆ ನಡೆಸಿದ ಹತ್ಯಾಕಾಂಡವೂ ಈ ಬಗೆಯದೆ. ರಾಷ್ಟ್ರ ವಿಭಜನೆಯಾದಾಗ ಎಗ್ಗಿಲ್ಲದಂತೆ ಕಂಡಕಂಡಲ್ಲಿ ಕೊಂದ ಯಾರಿಗೂ–ಮುಸ್ಲಿಮರಿಗೂ, ಹಿಂದೂಗಳಿಗೂ — ಶಿಕ್ಷೆಯಾಗಲಿಲ್ಲ. ಅಮಾಯಕರಿಗೆ 'ಪಾಠ' ಕಲಿಸುವ ಕ್ಷಿಪ್ರ ಮಾರ್ಗ ಇದು.

✵

– ೫ –

೨೦ನೇ ಶತಮಾನದ ಪ್ರಾರಂಭದ ಮೊದಲೆರಡು ದಶಕಗಳಲ್ಲಿ ಇಂಗ್ಲೆಂಡಿನಲ್ಲಿ ವಾಸಿಸುತ್ತಿದ್ದ ಧೀಮಂತರು ಕೆಲವರು, ಭಾರತದಲ್ಲೇ ಚಿಂತನ ರೂಪದಲ್ಲಿ ಮಥಿಸುತ್ತ ಇದ್ದ ಕೆಲವರು, ಹಿಂಸೆಗೂ ಜೀವಾರ್ಪಣೆಗೂ ಅಂಜದ ಕೆಲವು ಯುವಕರು ಎಂತಹ ಸಂಕಟದಲ್ಲಿ ಸ್ವತಂತ್ರ ಭಾರತದ ರೂಪವನ್ನು ಕಟ್ಟಿಕೊಳ್ಳಲು ಮುಂದಾಗಿದ್ದರು ಎಂಬುದನ್ನು ಮೊದಲು ನಾವು ಗಮನಿಸಬೇಕು. ಸಿಪಾಯಿ ದಂಗೆಯೆಂದು ಬ್ರಿಟಿಷರು ಕರೆಯುವ ಮೊದಲ ಸ್ವಾತಂತ್ರ್ಯ ಸಂಗ್ರಾಮದಲ್ಲಿ ಹಿಂದುಗಳು ಮುಸ್ಲಿಮರು ವೈರಿಗಳಾಗಿರಲಿಲ್ಲ.

ಒಡೆದಾಳುವ ಬ್ರಿಟಿಷರು ನಮ್ಮನ್ನು ಪರಸ್ಪರ ಅನುಮಾನಿಸುವ ಜನ ಸಮೂಹಗಳನ್ನಾಗಿ ಮಾಡಿದರು. ಜನರಲ್ಲಿ ವೈಯಕ್ತಿಕವಾಗಿ, ಸಂಸಾರಿಗಳಾಗಿ ವಿಶ್ವಾಸ ಹುಟ್ಟಿಸುವ ನೈತಿಕಪ್ರಜ್ಞೆ ಕೆಲಸ ಮಾಡುತ್ತದೆ. ಆದರೆ ಅವರು ಉದ್ವಿಗ್ನಗೊಂಡಾಗ ಸಮೂಹಗಳಾಗುತ್ತಾರೆ. ಸಮೂಹಕ್ಕೆ ಆತ್ಮವಿಲ್ಲ, ಸ್ವಂತದ ಮಿದುಳು ಇಲ್ಲ. ಹಿಂದುಗಳು ಮುಸ್ಲಿಮರು ಪ್ರತ್ಯೇಕ ವಾಸಿಸುವ, ಒಟ್ಟಿಗೇ ಉಣ್ಣದ, ಒಟ್ಟಿಗೇ ಆಡದ ಸಮೂಹಗಳಾಗಿ ಬದುಕಲು ತೊಡಗಿದುವು.

ನಾನು ಬಾಲಕನಾಗಿದ್ದಾಗ ಸಾವರ್ಕರರ 'ಕರಿನೀರು' ಎಂಬ ಕಾದಂಬರಿಯನ್ನು ಓದಿ, ಅವರ ಸಾಹಸಗಳನ್ನು ಕೇಳಿ ಅವರ ಅಭಿಮಾನಿಯಾಗಿದ್ದೆ. ಅವರ ಹಿಂದುತ್ವ

ತತ್ವದ ಬಗೆಗಿನ ವಿಚಾರಗಳನ್ನು ಕೇಳಿಸಿಕೊಂಡಿದ್ದೆ. ಆದರೆ ಸುಮಾರು ೧೯೨೧-೨೨ರಲ್ಲಿ ಸಾವರ್ಕರರು ಸೆರೆಮನೆಯಲ್ಲಿದ್ದಾಗ ಬರೆದ 'Essential of Hindutva' ಪುಸ್ತಕವನ್ನು ಓದಿರಲಿಲ್ಲ. ಆದರೆ ಮೋದಿಯವರ ಒಟ್ಟು ವೈಚಾರಿಕತೆಯನ್ನು ಪ್ರಶ್ನಿಸುವ ನನಗೆ, ಅವರ ವ್ಯಕ್ತಿತ್ವದ ಒಂದಂಶವನ್ನು — ಎಚ್ಚರಿಲ್ಲದಾಗ ನನ್ನಂಥವರಲ್ಲೂ ಕಾಣುವ ಅಂಶವನ್ನು — ಕಂಡುಕೊಂಡು ಅದರ ಬೇರುಗಳು ಎಲ್ಲಿವೆ ಎನ್ನುವುದನ್ನು ತಿಳಿಯಬೇಕಿತ್ತು. ಸಾವರ್ಕರರ 'The Indian War of Independence' ಎನ್ನುವ (ಎಲ್ಲರೂ ಮೆಚ್ಚುವ) ಸಿಪಾಯಿ ದಂಗೆ ಎಂದು ಬ್ರಿಟಿಷರು ಕರೆಯುವುದನ್ನು ಅಲ್ಲಗಳೆಯುವ ಪುಸ್ತಕವನ್ನು ನಾನಿನ್ನೂ ಆಮೂಲಾಗ್ರವಾಗಿ ಓದಿಲ್ಲ. ಆದರೆ ಈ ಪುಸ್ತಕದಲ್ಲಿ ಅವರು ತೋರಿಸುವ ಮುಸ್ಲಿಮರ ಬಗೆಗಿನ ವಿಶ್ವಾಸಕ್ಕೂ ಅಭಿಮಾನಕ್ಕೂ ನಂತರ ಬದಲಾದ ಅವರ ದೃಷ್ಟಿಗೂ ಇರುವ ಅಂತರವನ್ನು ಗುರುತಿಸದಿದ್ದರೆ ತಪ್ಪಾಗುತ್ತದೆ.

ಸಾವರ್ಕರ್ ಲಂಡನ್‌ನಲ್ಲಿದ್ದರು. ಆಗ ಅವರು ಕೃಷ್ಣವರ್ಮ ಎಂಬ ಗಾಂಧಿಗೂ ಪರಿಚಿತರಾದ ಸ್ನೇಹಿತರನ್ನು ಪಡೆದಿದ್ದರು. ೧೯೦೬ರಲ್ಲಿ ಲಂಡನ್ನಿಗೆ ಹೋಗಿದ್ದ ಗಾಂಧಿ ಕೃಷ್ಣವರ್ಮ ಜೊತೆ ಉಳಿದು ಸ್ವರಾಜ್ಯದ ಬಗ್ಗೆ ಚಿಂತನೆ ನಡೆಸಿದ್ದರು. ಆ ದಿನಗಳಲ್ಲಿ 'The Indian Sociologist'ಎಂಬ ಪತ್ರಿಕೆಯನ್ನು ಕೃಷ್ಣವರ್ಮರು ಸಂಪಾದಿಸುತ್ತಿದ್ದರು. ಈ ಪತ್ರಿಕೆಯ ಉದ್ದೇಶ ಬ್ರಿಟಿಷ್ ಲೇಖಕನಾಗಿದ್ದ ಸ್ಪೆನ್ಸರ್‌ನ (Spencer) ವಿಚಾರಧಾರೆ ಭಾರತದ ಆಧುನೀಕರಣಕ್ಕೆ ಎಷ್ಟು ಅಗತ್ಯವೆಂದು ತಿಳಿಸುವುದಾಗಿತ್ತು. ಈ ಪತ್ರಿಕೆಯ ಮುಖಪುಟದಲ್ಲೇ ಸ್ಪೆನ್ಸರ್‌ನ ಎರಡು ವಾಕ್ಯಗಳು ಉದ್ಧರಿತವಾಗಿದ್ದವು. ಮೊದಲನೆಯದು: 'ಪ್ರತಿ ಮನುಷ್ಯನು ತನ್ನ ಇಚ್ಛೆಗೆ ಅನುಸಾರವಾಗಿ ನಡೆದುಕೊಳ್ಳಬಹುದು. ಆದರೆ ಇದು ಇನ್ನೊಬ್ಬನ ಸ್ವಾತಂತ್ರ್ಯಕ್ಕೆ ಅಡ್ಡಿಯನ್ನುಂಟುಮಾಡಬಾರದು'. (Spencer – 1893) ಇನ್ನೊಂದು ವಾಕ್ಯ 'ಅನ್ಯರ ಆಕ್ರಮಣವನ್ನು ಎದುರಿಸುವುದು ನ್ಯಾಯಬದ್ಧ ಮಾತ್ರವಲ್ಲ, ಮುಖ್ಯವಾದ ಕ್ರಿಯೆಯೂ ಹೌದು. ಎದುರಿಸದೇ ಇರುವುದು (ಸಹಜವಾಗಿ ಎಲ್ಲರಲ್ಲಿ ಇರಬೇಕಾದ) ಪರೋಪಕಾರ ಗುಣವನ್ನು ಮಾತ್ರವಲ್ಲ, ಕನಿಷ್ಠ, ವ್ಯಕ್ತಿಯ ಅಹಂಕಾರವನ್ನೂ ಬಾಧಿಸುವಂತಹ ವಿಷಯ.'

ಈ ಪತ್ರಿಕೆ ಗಾಂಧಿ ಸೇರಿದಂತೆ ಹಲವು ಭಾರತೀಯ ಚಿಂತಕರನ್ನು ಸೆಳೆದಿತ್ತು. ಆದರೆ ೧೯೦೯ರ ಹೊತ್ತಿಗೆ ಗಾಂಧಿ ಮತ್ತು ಕೃಷ್ಣವರ್ಮರ ನಡುವೆ ತೀವ್ರ ಭಿನ್ನಾಭಿಪ್ರಾಯಗಳು ಬೆಳೆದುವು. ಎಲ್ಲಾ ನೈತಿಕ, ರಾಜಕೀಯ, ಸಾಮಾಜಿಕ ಆದರ್ಶಗಳನ್ನು ಮನಸ್ಸಿನ ಆಂತರ್ಯದಲ್ಲೇ ಅಂಜಿಸಿ ಭಂಗಗೊಳಿಸುವ ನಿಲುವೆಂದು ಗಾಂಧಿಯ ಅಹಿಂಸಾ ತತ್ವವನ್ನು ಪತ್ರಿಕೆ ಅಕ್ಟೋಬರ ೧೯೧೩ರಲ್ಲಿ ಖಂಡಿಸಿತ್ತು. ಕೃಷ್ಣವರ್ಮರು ಹೊರನಾಡು ಭಾರತೀಯ ಬಂಡುಕೋರರರನ್ನು

ಸಂಘಟಿಸುವ ನಿಪುಣರಾಗಿದ್ದರೆ ಸಾವರ್ಕರರು (೧೮೮೩-೧೯೬೬) ಅದರ ಮೆದುಳಾಗಿದ್ದರು. ಶಿವಾಜಿ ಹೆಸರಿನ ಸ್ಕಾಲರ್‌ಶಿಪ್ಪನ್ನು ಕೃಷ್ಣವರ್ಮರಿಂದ ಪಡೆದ ಸಾವರ್ಕರರು ಬಾಲಗಂಗಾಧರ ತಿಲಕರಿಂದ ಪ್ರೋತ್ಸಾಹವನ್ನು ಪಡೆದಿದ್ದರು. ಇಂಡಿಯಾ ಹೌಸ್‌ನಲ್ಲಿ ವಾಸಿಸುತ್ತಿದ್ದ (೧೯೦೬ರಿಂದ) ಸಾವರ್ಕರರನ್ನು ೧೯೧೦ರಲ್ಲಿ ಅವರ ಕ್ರಾಂತಿಕಾರಿ ಚಟುವಟಿಕೆಗಳಿಗಾಗಿ ಬಂಧಿಸಿ ಅಂಡಮಾನ್ ದ್ವೀಪಕ್ಕೆ ಕಳುಹಿಸಲಾಗಿತ್ತು. ಸಾವರ್ಕರರು ಲಂಡನ್‌ನಲ್ಲಿ ಇದ್ದಾಗ ಮಜಿನಿಯವರ ಲೈಫ್, ಮತ್ತು 'The Indian War of Independence 1857' ಪುಸ್ತಕವನ್ನು ಪ್ರಕಟಿಸಿದರು. ಇವುಗಳನ್ನು ಮರಾಠಿಯಲ್ಲಿ ಮೊದಲು ಬರೆದು ಇಂಗ್ಲೀಷಿಗೆ ಅನುವಾದಿಸಿದರು.

ಈ ಪುಸ್ತಕವನ್ನು ಓದಿ ನಡೆಯುತ್ತಿದ್ದ ಚರ್ಚೆಯ ಬಗ್ಗೆ ಗಾಂಧಿಯವರು ತಿಳಿದಿದ್ದರು. ಸಾವರ್ಕರರ ಪರಮ ಶಿಷ್ಯನೆಂದರೆ ಎಂಜಿನಿಯರಿಂಗ್ ವಿದ್ಯಾರ್ಥಿಯಾಗಿದ್ದ ಮದನಲಾಲ್ ಧಿಂಗ್ರಾ (೧೮೮೭-೧೯೦೯). ಇವರು ಸರ್ ವಿಲಿಯಂ ಕರ್ಜನರನ್ನು ಕ್ರಾಂತಿ ಮಾಡುತ್ತಿದ್ದೇನೆಂಬ ಸಾವರ್ಕರ್ ಹುಟ್ಟಿಸಿದ ಭ್ರಮೆಯಲ್ಲೂ ವೀರಾವೇಶದಲ್ಲೂ ಕೊಂದಿದ್ದರು. (ನಮಗೆ ಆತ್ಮಹತ್ಯೆಗೆ ಸಿದ್ಧರಾದ ಈ ಕಾಲದ ಟೆರರಿಸ್ಟರು ನೆನಪಾಗುತ್ತಾರೆ.) ಗಾಂಧಿ ಲಂಡನ್‌ಗೆ ಬರುವ ಹೊತ್ತಿನಲ್ಲಿ ಈ ಕೊಲೆ ಸಾರ್ವಜನಿಕ ಚರ್ಚೆಗೆ ಒಳಗಾಗಿತ್ತು. 'ರಾಷ್ಟ್ರೀಯ ವಾದದಿಂದ ಪ್ರಭಾವಿತವಾದ ಆತಂಕವಾದ' ಎಂದು ಇದನ್ನು ವರ್ಣಿಸಲಾಗಿತ್ತು. ಈ ಬಗ್ಗೆ ಗಾಂಧಿ ತಮ್ಮ ಸ್ನೇಹಿತರಾದ ಪೋಲಾಕರಿಗೆ ಹೀಗೆ ಬರೆಯುತ್ತಾರೆ:

> 'ಭಾರತೀಯ ಕ್ರಾಂತಿಕಾರರು ಧಿಂಗ್ರಾನ ಕೊಲೆಯನ್ನು ಸಮರ್ಥಿಸುವುದು ಸರ್ವಥಾ ತಪ್ಪು. ಈ ಕೊಲೆ ಮಾಡುವಂತೆ ಅಪ್ರಯೋಜಕವೂ ಅನೈತಿಕವೂ ಆದ ಕೆಲವು ಕ್ರೂರ ಆದರ್ಶವಾದೀ ಬರವಣಿಗೆಗಳು ಧಿಂಗ್ರಾನನ್ನು ಪ್ರಭಾವಿಸಿವೆ. ಹೀಗೆ ಅವನನ್ನು ಪ್ರೋತ್ಸಾಹಿಸಿದವರನ್ನು ಶಿಕ್ಷೆಗೆ ಒಳಪಡಿಸಬೇಕು.'

ಲಂಡನ್‌ನಲ್ಲಿದ್ದ ಭಾರತೀಯರು ಈ ಕೊಲೆಗೆ ಧಿಂಗ್ರಾನನ್ನು ಪ್ರೋತ್ಸಾಹಿಸಿದ್ದು ಸಾವರ್ಕರ್ ಎಂದು ತಿಳಿದಿದ್ದರು. ಗಾಂಧೀಜಿ ಸಾವರ್ಕರ್‌ರನ್ನು ೧೯೦೯ರಲ್ಲಿ ಭೇಟಿಯಾಗಿ ಅವರ ಜೊತೆ ಒಂದು ಭಾಷಣ ಕಾರ್ಯಕ್ರಮದಲ್ಲಿ ಭಾಗವಹಿಸಿದ್ದರು. ವಾಲ್ಮೀಕಿಯ 'ರಾಮಾಯಣ' ಕಾವ್ಯ ಹಿಂಸೆಯನ್ನು ಪ್ರಚೋದಿಸುತ್ತದೆಯೋ ಅಥವಾ ಅಹಿಂಸೆಯನ್ನೋ ಎನ್ನುವ ವಿಷಯ ಅಲ್ಲಿ ಚರ್ಚೆಯಾಗಿತ್ತು. ಇಬ್ಬರೂ ತಮ್ಮ ಭಿನ್ನಾಭಿಪ್ರಾಯಗಳನ್ನು ಒಪ್ಪಿಕೊಂಡು ನೇರವಾಗಿ ಮಾತಾಡಿದ್ದರು.

ಗಾಂಧಿ ಬರೆದರು: 'ನಾನು ತಿಳಿದಿರುವುದಕ್ಕೆ ಹೊರತಾಗಿ ಕೃಷ್ಣವರ್ಮ ಮತ್ತು ಸಾವರ್ಕರರು ಗೀತೆ ಮತ್ತು ರಾಮಾಯಣ ಹಿಂಸೆಯನ್ನು ಬೋಧಿಸುತ್ತದೆ ಎಂದು

ತಿಳಿದಿದ್ದಾರೆ.' ಇವೆಲ್ಲದರ ಆಧಾರದ ಮೇಲೆ ಗಾಂಧಿ ಬರೆದ 'ಹಿಂದ್ ಸ್ವರಾಜ್' ಪುಸ್ತಕಕ್ಕೆ ಸಾವರ್ಕರ್ ಪ್ರೇರಣೆ ಎಂದು ಹಲವರು ಭಾವಿಸುತ್ತಾರೆ. 'ಹಿಂದ್ ಸ್ವರಾಜ್' ಪುಸ್ತಕದಲ್ಲಿನ ಪ್ರತಿವಾದಿ ಸಾವರ್ಕರ್ ಇದ್ದರೂ ಇರಬಹುದು. ಸಾವರ್ಕರ್ ಅವರು ಲಂಡನ್‌ನಲ್ಲಿದ್ದಾಗ 'ಹಿಂದೂ ಮುಸ್ಲಿಂ ಯೂನಿಟಿ'ಯನ್ನು ಪ್ರತಿಪಾದಿಸುತ್ತಿದ್ದರು. ನಂತರ ಇದಕ್ಕೆ ತದ್ವಿರುದ್ಧವಾದ ನಿಲುವನ್ನು ತಮ್ಮ ಹಿಂದೂತ್ವದ ಮೇಲಿನ ಪುಸ್ತಕದಲ್ಲಿ ತಳೆದರು. ಸಾವರ್ಕರ್ ಅವರ ಪರಮ ಶಿಷ್ಯನಾದವನೊಬ್ಬ ಗಾಂಧೀಜಿಯನ್ನು ಕೊಂದಿದ್ದರಲ್ಲಿ ಆಶ್ಚರ್ಯವಿಲ್ಲ. ಟಾಲ್‌ಸ್ಟಾಯ್ ತಮ್ಮದೊಂದು ಪತ್ರದಲ್ಲಿ (Letter to a Hindoo 1908) ಗಾಂಧೀಜಿಯ ಅಹಿಂಸೆಯನ್ನು ಸಮರ್ಥಿಸಿದರು. ಟಾಲ್‌ಸ್ಟಾಯ್‌ರ ಈ ಪತ್ರವನ್ನು 'ವಂದೇ ಮಾತರಂ' ಪತ್ರಿಕೆಯಲ್ಲಿ ಚಟ್ಟೋಪಾಧ್ಯಾಯ ಎನ್ನುವವರು ತೀವ್ರವಾಗಿ ಖಂಡಿಸಿದರು. ನಾನು ಈ ವಿಷಯಗಳನ್ನೆಲ್ಲಾ ಸಂಗ್ರಹಿಸುತ್ತಿರುವ ಪುಸ್ತಕದ ಕರ್ತೃವಾದ ಆ್ಯಂಟೋನಿ ಜೆ. ಪರೇಲ(ಕೇಂಬ್ರಿಡ್ಜ ವಿಶ್ವವಿದ್ಯಾಲಯ ಪ್ರೆಸ್)ನ ದಿಟ್ಟ ದಟ್ಟ ಪುಸ್ತಕದಿಂದ ಒಂದು ವಾಕ್ಯವನ್ನು ಇಲ್ಲಿ ಉದ್ಧರಿಸುತ್ತೇನೆ:

> 'Gandhi in Hind Swaraj supported this view (Tolstoy's)while expatriate moderns such as Das and Chattopadhyaya opposed it.'

✵

- ೬ -

ಸಾವರ್ಕರ್ ಪುಸ್ತಕದ ತಿರುಳಿನ ಸಂಗ್ರಹ ಇಲ್ಲಿದೆ. ಅದು ಮುಂದೆ ಹೇಳುವ ನನ್ನ ಮಾತಿನಲ್ಲೂ ಇದೆ; ಸಾವರ್ಕರರ ಮಾತಿನಲ್ಲೂ ಇದೆ. ಅವರ ಮಾತಿನಿಂದಲೇ ಶುರುಮಾಡುವೆ.

'ಕ್ರಿಸ್ತನ ತಾಯಿಯ ಚಿತ್ರವನ್ನು "ಮಡೋನಾ"(Madonna) ಎಂದು ಕರೆಯುತ್ತಾರೆ. ಅದರ ಕೆಳಗೆ ಅವಳ ಹೆಸರನ್ನೆ ಫಾತಿಮಾ ಎಂದು ಹಾಕಿದರೆ ಒಬ್ಬ ಸ್ಪೇನ್ ದೇಶದವನು ಆ ಚಿತ್ರವನ್ನು ಎಲ್ಲಾ ಚಿತ್ರಗಳಂತೆ ನೋಡಿ ಆನಂದಿಸುತ್ತಾನೆ. ಅದರ ಬದಲಾಗಿ "ಈ ಚಿತ್ರ ಮಡೋನಾಳದು" ಎಂದರೆ ಅವನು ಪುಳಕಿತನಾಗಿ ತನ್ನ ಕಣ್ಣುಗಳನ್ನು ತಗ್ಗಿಸಿ ತನ್ನೊಳಗೆ ನೋಡಿಕೊಳ್ಳುತ್ತಾ ತಾಯಿಯ ದೈವಿಕ ಪ್ರೇಮದ ಪ್ರಭಾವದಲ್ಲಿರುತ್ತಾನೆ. ಹೆಸರಿನಲ್ಲೇನಿದೆ ಎಂದು ಕೇಳಬೇಡಿ.'

ಸಾವರ್ಕರ್ ಈ ಉದಾಹರಣೆಯ ಮೂಲಕ ನಾವು ಉಪಯೋಗಿಸುವ 'ಹಿಂದುತ್ವ' ಮತ್ತು 'ಹಿಂದೂಯಿಸಂ' ಎಂಬ ಶಬ್ದಗಳ ನಡುವಿನ ವ್ಯತ್ಯಾಸವನ್ನು ಗುರುತಿಸುತ್ತಾ ಚಿತ್ರವನ್ನು 'ಮಡೋನಾ' ಎಂದು ಕರೆಯಬೇಕಾದಂತೆಯೇ 'ಹಿಂದೂಯಿಸಂ'ನ ಬದಲಾಗಿ 'ಹಿಂದೂ' ಶಬ್ದವನ್ನು ಬಳಸಬೇಕು ಎನ್ನುತ್ತಾರೆ.

ಹಿಂದುತ್ವ ಇಡೀ ಚರಿತ್ರೆಯನ್ನು ವಿವರಿಸುವ ಶಬ್ದ. ಆದರೆ, ಇಸಂ (Ism) ಎನ್ನುವುದು ಒಂದು ತತ್ವಕ್ಕೋ ಅಥವಾ ಅಭಿಪ್ರಾಯಕ್ಕೋ ನಾವು ಬಳಸುವ ಕೊಂಡಿ. ಆದ್ದರಿಂದ ಹಿಂದುತ್ವ ಎಂದರೆ ಇಡೀ ಚರಿತ್ರೆ ನಮ್ಮ ಕಣ್ಣೆದುರಿಗೆ ಇರಬೇಕಾಗುತ್ತದೆ. ಪ್ರಾಚೀನ ಕಾಲದ ಹಿಂದೂಗಳು 'ಇಂಡಸ್' ಕಣಿವೆಗೆ ಬಂದು ತಮ್ಮ ಯಜ್ಞಯಾಗಾದಿಗಳನ್ನು ಆಚರಿಸುತ್ತಿದ್ದ ಕಾಲವನ್ನು ಮನಮೋಹಕವಾಗಿ ಸಾವರ್ಕರ್ ಬರೆದುಕೊಳ್ಳುತ್ತಾರೆ. ಆಗ ಹೊಳೆದ ದೊಡ್ಡ ಸತ್ಯಗಳು ಒಂದು ದೊಡ್ಡ ನಾಗರಿಕತೆಯನ್ನು ಕಟ್ಟಬಲ್ಲ ಶಕ್ತಿಯನ್ನು ಪಡೆದಿದ್ದವು ಎಂದು ಭಾವಿಸುತ್ತಾರೆ.

ಗಮನಿಸಬೇಕಾದ್ದು ಇದು: ಈ ವಿಷಯಗಳನ್ನೆಲ್ಲಾ ಬರೆಯುವಾಗ ಸಾವರ್ಕರ್ ಐರೋಪ್ಯ ಮೂಲದ ಹಲವು ವಿಚಾರಗಳನ್ನು ಸಮರ್ಥನೆಗೆ ಬಳಸುತ್ತಾರೆ. ಅವರು ಶೇಕ್ಸ್‌ಪಿಯರ್‌ನನ್ನು ಮೆಚ್ಚುವಂತೆ ಕಾಣುತ್ತಾರೆ. ವೇದಕಾಲದ ಭಾರತವನ್ನು ಸಪ್ತ ಸಿಂಧೂಗಳು ಎಂದು ಅವರು ಕೊಂಡಾಡುತ್ತಾರೆ. ಏಳು ನದಿಗಳ ಉತ್ಕಟ ಪ್ರೇಮ ಇಲ್ಲಿದೆ. 'ಹಿಂದೂ' ಪದದ ಹುಟ್ಟಿನ ಕುರಿತು ಅವರು ಎಷ್ಟು ವಿಷದವಾಗಿ ವಿವರಿಸುತ್ತಾರೆ ಎಂಬುದನ್ನು ತಿಳಿಯಲು ಸಾವರ್ಕರ್ ಅವರ ಪುಸ್ತಕವನ್ನೇ ಓದಬೇಕು. ಅವರ ವಿಶ್ಲೇಷಣೆ ಚಾರಿತ್ರಿಕವಾಗಿ ಎಷ್ಟು ನೈಜ ಎನ್ನುವುದನ್ನು ರೋಮಿಲಾ ಥಾಪರ್ (Romilla Thapar) ಅವರಂಥ ಭಾವುಕರಾಗದ ಇತಿಹಾಸಕಾರರು ನೋಡಿ ಹೇಳಬೇಕು. ನನಗೆ ಇದು ನಿಖರವಾಗಿ ತಿಳಿಯದ್ದು ಮತ್ತು ಈ ಲೇಖನಕ್ಕೆ ಹೊರತಾದ್ದು. ಪ್ರತ್ಯೇಕ ಲೇಖನಕ್ಕೆ ಇದು ಘನವಾದ ವಸ್ತು.

ಸಪ್ತ ಸಿಂಧುಗಳಲ್ಲಿ ಹುಟ್ಟಿದ ಹಿಂದೂಗಳು ಬೆಳೆದು ವಿಸ್ತರಿಸುತ್ತಾ ಹೋಗುವುದನ್ನು ಸಾವರ್ಕರ್ ಚರ್ಚಿಸುತ್ತಾ ಹೋಗುತ್ತಾರೆ. ಅವರಿಗೆ ಯಜ್ಞದ ಅಗ್ನಿ ಒಂದು ಸಂಕೇತ. 'ಈ ಅಗ್ನಿಶಕ್ತಿಯನ್ನು ಪಡೆದ ಧೀರರಿಂದಾಗಿ ಕಾಡುಗಳನ್ನೆಲ್ಲಾ ಕಡಿದು ಊರುಗಳಾಗುವುದು, ಊರುಗಳು ದೇಶಗಳಾಗುವುದು ಸಾಧ್ಯವಾಯಿತು'. ಒಟ್ಟಿನಲ್ಲಿ ರಾಷ್ಟ್ರವಾಗುವ ದಿಕ್ಕಿನಲ್ಲಿ ದೇಶ ಬೆಳೆಯುವುದು ಸಾವರ್ಕರ್‌ರ ಬರವಣಿಗೆಯ ಹಿಂದಿರುವ ಪ್ರೇರಣೆ. ಕೆಲವರು ತಮ್ಮನ್ನು 'ಕುರುಗಳು' ಎಂದೋ, 'ಕಾಶಿ' ಎಂದೋ, 'ವಿದೇಹರು' ಎಂದೋ, 'ಮಗಧರು' ಎಂದೋ ಗುರುತಿಸಿಕೊಳ್ಳುತ್ತಾ ಕ್ರಮೇಣ ಹಿಂದೂ ಶಬ್ದ ಮರೆಯಾಗುತ್ತಾ ಹೋಗುತ್ತದೆ. ಆದರೂ ಅವರೊಂದು ರಾಷ್ಟ್ರವನ್ನು ಕಟ್ಟಬಲ್ಲ ಬಯಕೆಯವರಾಗಿದ್ದರು ಎಂಬುದು ಅವರು ಬಳಸಿಕೊಳ್ಳುವ 'ಚಕ್ರವರ್ತಿ' ಎಂಬ ಶಬ್ದದಿಂದ ಸಾಬೀತಾಗುತ್ತದೆ. ಅವರು ಸಿಲೋನ್ ದೇಶವನ್ನು ಆಕ್ರಮಿಸುತ್ತಾರೆ. ಹೀಗೆ ಎಲ್ಲಾ ಯುದ್ಧಗಳಿಂದ ಗೆದ್ದವರು ರಾಮಚಂದ್ರನನ್ನು ಚಕ್ರವರ್ತಿಯಾಗಿ

ಒಪ್ಪಿಕೊಳ್ಳುತ್ತಾರೆ. ಆರ್ಯ ರಕ್ತದಿಂದ ಹುಟ್ಟಿದವರು ನಾಯಕರಾಗಿದ್ದರಲ್ಲದೆ ಹನುಮಾನ್, ಸುಗ್ರೀವ, ವಿಭೀಷಣ ಎಂಬ ಹೆಸರುಗಳು ಸೂಚಿಸುವ ಆರ್ಯೇತರರನ್ನೂ ತಮ್ಮೊಳಕ್ಕೆ ತೆಗೆದುಕೊಳ್ಳುತ್ತಾರೆ. ಇದು ನಮ್ಮ ರಾಷ್ಟ್ರದ ಉದಯದ ದಿನ. ಆರ್ಯರಲ್ಲದೆ ಆರ್ಯೇತರರು ಇದರಲ್ಲಿ ಭಾಗಿಯಾದರು. ಹೀಗೆ ಬರೆಯುವ ಸಾವರ್ಕರ್ ಮಟ್ಟಿಗೆ ಏಕತೆ ಮುಖ್ಯ; ಅನೇಕತೆ ಎಂಬುದು ತಪ್ಪು ಕಲ್ಪನೆಯ ಫಲ. ಅಥವಾ ಈಗಿನ ಹಿಂದುತ್ವವಾದಿಗಳು ನಂಬುವಂತೆ Unity in Diversity ನೆಹರೂ ಚಿಂತನೆಯ ಫಲ.

ಸಾವರ್ಕರ್ 'ಆರ್ಯಾವರ್ತ' ಎನ್ನುವ ಕಲ್ಪನೆಯನ್ನು ಸಂಪೂರ್ಣ ಒಪ್ಪಿಕೊಳ್ಳುವುದಿಲ್ಲ. ಯಾಕೆಂದರೆ ಹಿಂದೂಗಳು ಒಂದು ರಾಷ್ಟ್ರವಾಗಿ ಇದ್ದಾಗ ಅದರಲ್ಲಿ ಅನಾರ್ಯರು ಒಳಗೊಂಡಿದ್ದರು ಎಂಬುದು ಸಾವರ್ಕರರಿಗೆ ಮುಖ್ಯ. ಭಾರತ ಹೇಗೆ ಒಂದು ದೊಡ್ಡ ರಾಷ್ಟ್ರವಾಗಬೇಕೆಂಬ ತಮ್ಮ ವಿಚಾರವನ್ನು ಸಾವರ್ಕರ್ ತಮ್ಮ ಬರಹದಲ್ಲಿ ಮೂಡಿಸುತ್ತಿದ್ದಾರೆ ಎಂಬ ಅಂಶವನ್ನು ಮರೆಯದಂತೆ ಮೇಲೆ ಹೇಳಿದ ಎಲ್ಲ ವಿವರಗಳನ್ನು ಓದಬೇಕು. ದಕ್ಷಿಣ ದೇಶಗಳಿಗೂ ಹಬ್ಬುವಂತೆ ಹಿಂದೂಗಳು ಬೆಳೆದಾಗ ಭರತಖಂಡವೆಂಬ ಶಬ್ದ ಹುಟ್ಟಿಕೊಂಡಿತು. ವಿಷ್ಣು ಪುರಾಣವನ್ನು ಸಾವರ್ಕರ್ ಉದ್ಧರಿಸುತ್ತಾರೆ. ಇದು ಇಂಗ್ಲಿಷ್‌ನಲ್ಲಿ ಹೀಗಿದೆ 'The land which is to the north of the sea and to the south of the mountain is named Bharat inhabited by descendents.' — ಸಮುದ್ರಕ್ಕೆ ಉತ್ತರದಲ್ಲಿರುವ, ಹಿಮಾಲಯ ಪರ್ವತಕ್ಕೆ ದಕ್ಷಿಣದಲ್ಲಿರುವ, ಭೂಮಿಯನ್ನು ಭರತನ ವಂಶಜರು ಭಾರತವೆಂದು ಕರೆಯುತ್ತಾರೆ.'

ಸಾವರ್ಕರ್ ಕೂಡಾ ಪುರೋಹಿತಶಾಹಿಯನ್ನು ಮುಖ್ಯವೆಂದು ಪರಿಗಣಿಸಿರಲಿಲ್ಲ. ಚಾತುರ್ವರ್ಣ ನಾಶವಾದರೆ ನಾವೇನಾದರೂ 'ಮ್ಲೇಚ್ಛ ದೇಶ' ಆಗಿಬಿಡುತ್ತೇವೆಯೇ ಎಂದು ಅವರು ಉಗ್ರವಾಗಿ ಪ್ರಶ್ನಿಸುತ್ತಾರೆ. ಸನ್ಯಾಸಿಗಳು, ಆರ್ಯ ಸಮಾಜದವರು, ಸಿಖ್ಖರು ಹೀಗೆ ಹಲವರು ವರ್ಣಾಶ್ರಮ ಧರ್ಮವನ್ನು ತಿರಸ್ಕರಿಸಿದರು. ಅವರು ನಮ್ಮವರಲ್ಲವೇ? ಒಂದು ದೇಶ ರಾಷ್ಟ್ರವಾಗಬೇಕಾದರೆ ಅದಕ್ಕೊಂದು ಭಾಷೆ ಇರಬೇಕಲ್ಲವೆ? ಇಡೀ ಭಾರತದ ಮಾಧ್ಯಮ ಹಿಂದುಸ್ತಾನಿ ಎನ್ನುತ್ತಾರೆ. ಸಂತರು ಸಾಧುಗಳು ಒಂದು ಮೂಲೆಯಿಂದ ಇನ್ನೊಂದು ಮೂಲೆಗೆ ಸಂಚರಿಸುವಾಗ ಹಿಂದುಸ್ತಾನಿಯನ್ನು ಬಳಸಿ ಬದುಕಬಹುದಾಗಿತ್ತು.

ಎಲ್ಲಾ ಚರಿತ್ರೆಗಳಲ್ಲಿ ಆಗುವಂತೆ ಭಾರತವು ತನ್ನ ಸುಖದಲ್ಲಿ ಸಡಿಲಗೊಂಡಿತು. ಕನಸುಗಳ ಲೋಕದಲ್ಲಿ ಬದುಕತೊಡಗಿ ದುರ್ಬಲವಾಯಿತು. ಭಾರತವನ್ನು

ಎಚ್ಚರಿಸಿದ್ದು ಘಜನಿ ಮಹ್ಮದನ ದಂಡಯಾತ್ರೆ. ಸಾವು ಬದುಕಿನ ಹೋರಾಟ ಹೀಗೆ ಶುರುವಾಯಿತು. ಇಂಥ ಹೋರಾಟಗಳಲ್ಲಿ ಸ್ವಪ್ರಜ್ಞೆಯು, ಆತ್ಮಪ್ರತ್ಯಯವು ಮೂಡಿಬರುತ್ತವೆ. ಘಜನಿ ಎಂಬ (ನಾವು ಬಾಲಕರಾಗಿದ್ದಾಗ ಹಿರಿಯರು ನಮ್ಮಲ್ಲಿ ಭಯ ಹುಟ್ಟಿಸಲು ಬಳಸುತ್ತಿದ್ದ ಶಬ್ದ) ವಿಗ್ರಹ ಭಂಜಕ ನಮ್ಮ ದೇಶವನ್ನು ಆಕ್ರಮಿಸಿದಾಗ ಇಡೀ ಭಾರತ ಒಟ್ಟಾಗಬಹುದಿತ್ತು. ಆದರೆ ಮಹ್ಮದೀಯರ ಆಕ್ರಮಣ ಆಳವಾಗಿ ನಮ್ಮನ್ನು ಬಾಧಿಸಲಿಲ್ಲ. ಇಸ್ಲಾಂನ ಖಡ್ಗಕ್ಕೆ ಈಜಿಪ್ತ, ಸಿರಿಯಾ, ಅಫಘಾನಿಸ್ತಾನ, ಬಲೂಚಿಸ್ತಾನ, ಟಾರ್ಟರಿ, ಗ್ರ್ಯಾನಡದಿಂದ ಘಜನಿತನಕ ನಾಗರಿಕತೆಗಳು ಉರುಳಿದವು. ಭಾರತದಲ್ಲಿ ಮಾತ್ರ ಈ ಕತ್ತಿ ನಮ್ಮನ್ನು ಗಾಯಗೊಳಿಸಿತೇ ಹೊರತು ಕೊಲ್ಲಲಿಲ್ಲ. ಪ್ರತಿ ಹೊಡೆತದಲ್ಲೂ ಖಡ್ಗ ತನ್ನ ಹರಿತವನ್ನು ಕಳೆದುಕೊಂಡಿತು, ಬಡ್ಡಾಯಿತು. ಗೆದ್ದವನ ಬಲಕ್ಕಿಂತ ಬಲಿಗೀಡಾದವನ ಜೀವಶಕ್ತಿ ಹೆಚ್ಚು ಬಲವಾಗಿತ್ತು. ಇದು ಬರಿ ಭಾರತದ ಕಥೆಯಲ್ಲ ಇಡೀ ಏಷ್ಯಾದ ಕಥೆ ಎನ್ನುವ ಸಾವರ್ಕರ್ ಬಹು ಸಂಸ್ಕೃತಿಗಳ ಸಹಬಾಳ್ವೆಯಲ್ಲಿ ನಂಬಿಕೆಯಿಡುವುದಿಲ್ಲ.

ಭಾರತದ ಮಹತ್ವಕ್ಕೆ ಅವರು ಇತರ ರಾಷ್ಟ್ರಗಳ ಹೋಲಿಕೆಗಳನ್ನು ಬಳಸುತ್ತಾರೆ, ಅರಬ್ಬರು ತಮ್ಮ ದೇಶವನ್ನೆ ಕಾಪಾಡಿಕೊಳ್ಳಲಾರದೆ ಹೋದರು. ಭಾರತದಲ್ಲೆ ಅರಬ್ಬರು, ಪರ್ಷಿಯನ್ನರು, ಪಠಾಣರು, ಬಲೂಚಿಗಳು, ಟಾರ್ಟಾರರು, ತುರುಕರು, ಮೊಘಲರು ತಮ್ಮ ತಮ್ಮಲ್ಲೇ ಸೆಣಸಿದರು. ಮತಧರ್ಮಗಳು ಬಹಳ ದೊಡ್ಡ ಶಕ್ತಿ, ಹಾಗೆಯೇ ದುರಾಸೆಯೂ (Rapine) ದೊಡ್ಡ ಶಕ್ತಿ. ದುರಾಸೆಯೂ ಧಾರ್ಮಿಕ ಶ್ರದ್ಧೆಯೂ ಕೈಗೂಡಿಸಿ ಮೇಲೆ ಬಿದ್ದಾಗ ಆಗುವ ಪರಿಣಾಮ ಅಪಾರವಾದ ದುಃಖ ಮತ್ತು ಏನೂ ಬೆಳೆಯದ ಮರುಭೂಮಿ. ಪರಕೀಯರ ಆಳ್ವಿಕೆಯಲ್ಲಿ ಭಾರತ ಮರುಭೂಮಿಯಾಯಿತೆ? ಇದೊಂದು ಮೆಳ್ಳೆಗಣ್ಣಿನ ನೋಟ.

ಸಾವರ್ಕರ್ ಪ್ರಕಾರ 'ಹಿಂದುತ್ವ'ಕ್ಕೆ ನೈತಿಕ ಜಯ ಸಿಕ್ಕಿದ್ದು ಅಕ್ಬರ್ ಅಧಿಕಾರಕ್ಕೆ ಬಂದಾಗ; ದಾರಾ ಶಿಖೊ ಹುಟ್ಟಿದಾಗ. ಔರಂಗಜೇಬನ ಶತಪ್ರಯತ್ನಗಳು ಅವನನ್ನು ಗೆಲ್ಲಿಸಲಿಲ್ಲ. ಪಾಣಿಪತದ ಯುದ್ಧದಲ್ಲಿ ಹಿಂದೂಗಳು ಸೋತರು; ಆದರೆ ಗೆದ್ದರು. ಇನ್ನೊಬ್ಬ ಅಫ್ಘನ್ ಭಾರತದೊಳಗೆ ಬರಲು ಸಾಧ್ಯವಾಗಲಿಲ್ಲ. ಮರಾಠರು ಹಾರಿಸಿದ ಹಿಂದೂ ಧ್ವಜ ಸಿಖ್ಖರನ್ನು ಉದ್ದೀಪಿಸಿ ಕಾಬೂಲ್‌ನ ದಂಡೆಯ ತನಕ ಕರೆದೊಯ್ದಿತ್ತು. 'ಈ ಹೋರಾಟದಲ್ಲೆ ನಾವು ನಮ್ಮ ಚರಿತ್ರೆಯಲ್ಲಿ ಹಿಂದೆಂದೂ ಕಾಣಿಸದಂತಹ ರಾಷ್ಟ್ರವಾದೆವು' ಎನ್ನುತ್ತಾರೆ ಸಾವರ್ಕರ್. ಸನಾತನಿಗಳು, ಸಿಕ್ಖರು, ಆರ್ಯರು, ಅನಾರ್ಯರು, ಮರಾಠರು, ಮದ್ರಾಸಿಗಳು (ಸಾವರ್ಕರ್ ಬಳಸುವ ಶಬ್ದ) ಬ್ರಾಹ್ಮಣರು ಮತ್ತು ಪಂಚಮರು ಎಲ್ಲರೂ ಹಿಂದೂಗಳಾಗಿ ಸೋತರು; ಹಿಂದೂಗಳಾಗಿಯೇ ಗೆದ್ದರು. ಆದ್ದರಿಂದ

ಸಾವರ್ಕರ್‌ಗೆ ಆರ್ಯಾವರ್ತ, ದಕ್ಷಿಣಾಪಥ, ಜಂಬೂದ್ವೀಪ, ಭಾರತವರ್ಷ ಇವೆಲ್ಲಕ್ಕಿಂತ ಹೆಚ್ಚು ಸ್ವೀಕಾರಾರ್ಹತೆಯ ಶಕ್ತಿಯುಳ್ಳ ಶಬ್ದವೆಂದರೆ ಹಿಂದೂಸ್ಥಾನ.

೧೩೦೦ರಿಂದ ೧೮೦೦ರವರೆಗಿನ ಕಾಲದ ಬಗ್ಗೆ ಯಾರೂ ದಿಟ್ಟವಾಗಿ ಚಿಂತಿಸಿಲ್ಲವೆಂದು ಸಾವರ್ಕರರು ಬರೆಯುತ್ತಾರೆ. ಇನ್ನೂ ಭಾವುಕವಾಗಿ ಹೇಳುತ್ತಾರೆ. 'ಮಲಬಾರಿನ ನಾಯರರು, ಕಾಶ್ಮೀರದ ಬ್ರಾಹ್ಮಣರ ದುಸ್ಥಿತಿಗೆ ಕಣ್ಣೀರಿಟ್ಟರು.'

ಸಾವರ್ಕರ್ ಹಲವು ಹಿಂದಿ ಕಾವ್ಯಗಳನ್ನು ತಮ್ಮ ವೈಚಾರಿಕತೆಯ ಪಥ್ಯವನ್ನಾಗಿ ಬಳಸುತ್ತಾರೆ. ಚಾಂದ್ ಬರ್ದಾಯಿ ಬರೆದ ಪೃಥ್ವಿರಾಜ ರಾಸೋ ಇಂಥ ಒಂದು ಕಾವ್ಯ. ಇನ್ನೊಬ್ಬ ಕವಿ ರಾಮದಾಸ. ಮತ್ತೊಬ್ಬ ಔರಂಗಜೇಬಗೆ ಸವಾಲು ಹಾಕಿದ ಭೂಷಣ. ಇವನು ಮರಾಠನಲ್ಲದಿದ್ದರೂ ಶಿವಾಜಿ ಬಗ್ಗೆ ಗೌರವ ಇದ್ದವನು.

ಸಾವರ್ಕರ ಬಣ್ಣಿಸುವ ಹಿಂದೂ ಸಾಮ್ರಾಜ್ಯ ಪತನಗೊಂಡಿದ್ದು ೧೮೧೮ರಲ್ಲಿ. ಹಾಗೆಯೇ 'ಹಿಂದೂ' ಎಂಬ ಕಲ್ಪನೆಯು ನಮ್ಮ ವೈರಿಗಳಿಂದ ಕಲುಷಿತವಾಗಿ ನಮ್ಮ ಮನಸ್ಸನ್ನು ಕೆಡಿಸುವಂತೆ ಆದುದ್ದರ ಬಗ್ಗೆ ಬರೆಯುತ್ತಾರೆ. ವೈರಿಗಳು ತಿಳಿದಂತೆ 'ಹಿಂದೂ' ಎಂದರೆ ಕಪ್ಪು ಮನುಷ್ಯನಲ್ಲ. ನಮ್ಮದು ಉದಾರವಾದ ಹಿಂದೂ ಕಲ್ಪನೆ. ಅವರೊಂದು ಸಾಲನ್ನು ಉದ್ಧರಿಸುತ್ತಾರೆ: 'ಶಿವ ಶಿವಹ ನ ಹಿಂದೂ ನ ಯವನಹ' ಚರಿತ್ರೆಯಲ್ಲಿ ಹಲವು ಕಲ್ಪನೆಗಳು ಕಲುಷಿತಗೊಳ್ಳುತ್ತವೆ.

ಬ್ರಿಟಿಷ್ ದೇಶವನ್ನು ತುಳಿದು ಆಳಿದ ನಾರ್ಮನ್ ಒಬ್ಬನಿಗೆ ಇಂಗ್ಲೀಷ್‌ಮನ್ ಎಂದು ಕರೆದರೆ ಅವಮಾನವಾಗುತ್ತಿತ್ತು. ಆದರೆ ಇದು ಒಂದು ಸದ್ಯದ ಸ್ಥಿತಿ ಮಾತ್ರ. ಆನಂತರದಲ್ಲಿ ಇಂಗ್ಲೆಂಡನ್ನು ನಾರ್ಮಂಡ್ ಎಂದು ಕರೆಯುವುದು ಹಾಸ್ಯಾಸ್ಪದವಾಗುತ್ತಿತ್ತು. ಇದು 'ಹಿಂದುತ್ವ' ಕಲ್ಪನೆಗೆ ಸಾವರ್ಕರ್ ಕೊಡುವ ಉದಾಹರಣೆ.

ಅತ್ಯಂತ ಭಾವುಕವಾದ ಭಾಷೆಯಲ್ಲಿ ಸಾವರ್ಕರ್ ಸೃಷ್ಟಿಸಲು ಪ್ರಯತ್ನಿಸುವ ಕ್ಷಾತ್ರ ತೇಜಸ್ಸಿನ ಶಕ್ತಿಯನ್ನು ಪಡೆದ 'ಹಿಂದುತ್ವ' ಎನ್ನುವ ಶಬ್ದವನ್ನು ನಾನು ಅನುಮಾನಿಸುತ್ತೇನೆ. ಎಲ್ಲ ದೇಶಗಳೂ ರಾಷ್ಟ್ರವಾಗುವ ಸನ್ನಾಹದಲ್ಲಿ ಇಂತಹುದೊಂದು ದೋಷವಿಲ್ಲದ ಭೂತಕಾಲವನ್ನು ಸೃಷ್ಟಿಸಿಕೊಳ್ಳುವುದು ಸರ್ವೇಸಾಮಾನ್ಯವಾದ ಕ್ರಿಯೆ. ಈ ಹೆಚ್ಚುಗಾರಿಕೆಯ ಹುನ್ನಾರವಿಲ್ಲದೆ ಕಂಬನಿ ತುಂಬಿದ ಹರ್ಷದಲ್ಲಿ, ದುಃಖದಲ್ಲಿ ನಮ್ಮ ಭೂತಕಾಲದ ಚರಿತ್ರೆಯನ್ನು ನೋಡಬಹುದು. ಯಜ್ಞದಲ್ಲಿ ಬಲಿಯಾಗುತ್ತ ಇದ್ದ ಪಶುಗಳನ್ನು ಕಂಡು, ಕಾಡುಗಳಿಗೆ ಬೆಂಕಿ ಹಚ್ಚಿ ಮರಗಳನ್ನು, ಪ್ರಾಣಿ ಪಕ್ಷಿಗಳನ್ನು ನಾಶಮಾಡಿ ದೇಶ ಕಟ್ಟಿದ ಪುರಾಣಪುರುಷರನ್ನು ಕಂಡು ಅವರೂ ಆಧುನಿಕ ಡೆವಲಪ್‌ಮೆಂಟಿನ ಧೀರರಂತೆ

ಇದ್ದರಲ್ಲವೆ ಎಂದು ಅಚ್ಚರಿಪಡಬಹುದು. ಉಪನಿಷತ್‌ಗಳಿಂದ ಮಹಾಭಾರತ ದಿಂದ ಪುಳಕಗೊಳ್ಳಬಹುದು. ಆದರೆ ರಾಷ್ಟ್ರವಾದಿ ಸಾವರ್ಕರರಿಗೆ ಕಾಣುವುದು ಬ್ರಿಟಿಷ್ ಆಳ್ವಿಕೆಯ ನೈಚ್ಯಾನುಸಂಧಾನವನ್ನು ಮೀರುವಂತೆ ಕಟ್ಟಿಕೊಂಡ ಈ ಲೋಕದಂತೆಯೇ ದುಃಖದಲ್ಲಿದ್ದ ಇನ್ನೊಂದು ಲೋಕವಲ್ಲ; ಪುರಾಣೀಕೃತವಾದ, ಬೆಡಗು-ಬೆರಗಿನ ಇನ್ನೆಲ್ಲೂ ಇಲ್ಲದ ತದ್ವತ್ ಅನುಕರಿಸಬೇಕಾದ ಪ್ರಪಂಚ.

ಬದುಕುವ ಸತ್ಯವೇ ಬೇರೆ. ಆ ಪುರಾಣಕಾಲದಲ್ಲೇ ಬದುಕಿದ್ದ ಬುದ್ಧನಿಗೆ ಬದುಕು ದುಃಖದಿಂದ ಕೂಡಿದ್ದು ಎನ್ನಿಸಿತ್ತು. ಸತ್ಯಕ್ಕೆ ಎದುರಾಗುವವನು ಗೌತಮನಂತೆ ಹೆಣವನ್ನು ಕಾಣಬೇಕು; ಮುದುಕನನ್ನು ಕಾಣಬೇಕು; ನರಳುವ ರೋಗಿಯನ್ನೂ ಕಾಣಬೇಕು — ಸತ್ಯ ಹುಡುಕಿ ಕಾಡು ಸೇರಬೇಕು; ಮತ್ತೆ ಊರಿಗೆ ಮರಳಬೇಕು.

ನಮ್ಮ ಗತಕಾಲದ ಎರಡು ಮಹತ್ವದ ಸಂಗತಿಗಳು ಇವು: ಯುದ್ಧದಲ್ಲಿ ಗೆದ್ದ ಮೇಲಿನ ಧರ್ಮರಾಯನ ದುಃಖ ಮತ್ತು ತಥಾಗತ ಬುದ್ಧನನ್ನು ಬಿಡುಗಡೆ ಮಾಡಿ ಇಂದಿಗೂ ಅವನನ್ನು ಪ್ರಸ್ತುತಮಾಡಿದ ಅವನ ದುಃಖ ಮತ್ತು ಕರುಣೆ. ಸಾವರ್ಕರರ ಚಿಂತನೆ ವೈರಿಯನ್ನು ಕೊಲ್ಲುವ ಶೌರ್ಯಕ್ಕೆ ನಮ್ಮನ್ನು ಉದ್ದೀಪಿಸುತ್ತದೆ; ನಮ್ಮನ್ನು ತಣಿಸುವುದಿಲ್ಲ. ಶ್ರೀರಾಮ ಪಟ್ಟಾಭಿಷೇಕ ಉಜ್ವಲ ಪುರಾಣ — ಅಷ್ಟೆ. ನಮ್ಮ ಹೆಮ್ಮೆಯದು ಅದು; ಬಿಡುಗಡೆಗೆ ಬೇಕಾಗುವುದು ಉಪನಿಷತ್ತುಗಳು ಮತ್ತು ಬುದ್ಧ.

ಸಾವರ್ಕರ್ ಹೀಗೂ ತಮ್ಮ ಭಾವಲಹರಿಯನ್ನು ಹರಿಬಿಡಬಲ್ಲರು. ಭಾರತ ದೇಶದ ಗುಣ ಹಿಂದುತ್ವವಾಗುವುದಾದರೆ, ದೇಶದ ಪ್ರಜೆಗಳೆಲ್ಲರನ್ನು ನಾವು ಹಿಂದೂ ಎಂದು ಭಾವಿಸಬಹುದಾದರೆ ಒಬ್ಬ ಮಹ್ಮದೀಯನನ್ನೂ ಹಿಂದೂ ಎಂದು ಕರೆಯುವುದು ನಿಜವಾಗುವುದು ಯಾವಾಗ? ಯಾವುದೋ ಮುಂದಿನ ಭವಿಷ್ಯದ ಕಾಲದಲ್ಲಿ. ಸದ್ಯದಲ್ಲಿ ಅಲ್ಲ. ಈ ಕಲ್ಪನೆ ನಿಜವಾಗುವ ಆ ಒಂದಾನೊಂದು ಕಾಲದಲ್ಲಿ ಧರ್ಮನಿಷ್ಠರಲ್ಲಿ ದುರಹಂಕಾರವಿರುವುದಿಲ್ಲ. ಮತ ಧರ್ಮಗಳ ಅನುಯಾಯಿಗಳು ತಮ್ಮ ವಿಶಿಷ್ಟ ಸೊಕ್ಕನ್ನು ಕೈಬಿಟ್ಟು ಮಾನವ ಕುಲಕ್ಕೆ ಸಹಜವಾದ ಅನುಕಂಪದಲ್ಲಿ ಬದುಕಿರುತ್ತಾರೆ. ಅಥವಾ ರಿಲಿಜನ್ ಅಪ್ರಸ್ತುತವಾಗಿರುತ್ತದೆ. ಬದಲಾಗಿ ಗಾಂಧಿಯ ಮಾತು: 'ಯಾವ ರಿಲಿಜನ್ನೂ ಪರಿಪೂರ್ಣವಲ್ಲ. ಆದ್ದರಿಂದ ಪ್ರಪಂಚದ ಎಲ್ಲ ರಿಲಿಜನ್‌ಗಳೂ ಉಳಿದಿರಬೇಕು; ಸಮಾನ ಮರ್ಯಾದೆಯಲ್ಲಿ'.

ಆದರೆ ದೂರದ ದಿಗಂತದಲ್ಲಿ ಮಾನವ ಏಕತ್ವದ ಸುಳಿವುಗಳು ಕಾಣುವಾಗಲೂ ಸದ್ಯದ ಕಠೋರ ಸತ್ಯಗಳನ್ನು ನಾವು ಮರೆಯಕೂಡದು ಎಂದು ಸಾವರ್ಕರ್

ಎಚ್ಚರಿಸುತ್ತಾರೆ. ಉದಾಹರಣೆ: ಒಬ್ಬ ಅಮೆರಿಕನ್ ಭಾರತದ ಪ್ರಜೆಯಾದ ಎನ್ನಿ, ಆಗ ಅವನು ನಮ್ಮ ಒಡನಾಡಿ ಜೀವಿಯಾಗುತ್ತಾನೆ. ಆದರೆ ಎಲ್ಲಿಯ ತನಕ ಅವನು ನಮ್ಮ ಸಂಸ್ಕೃತಿಯನ್ನು, ಚರಿತ್ರೆಯನ್ನು ಒಪ್ಪಿಕೊಂಡು ಹಿಂದೂಸ್ತಾನವನ್ನು ಪೂಜಿಸಲಾರನೊ ಅಲ್ಲಿಯ ತನಕ ಅವನು ಹಿಂದೂ ಕುಟುಂಬಕ್ಕೆ ಬಾಹಿರನಾಗಿರುತ್ತಾನೆ. ಐರೋಪ್ಯರು ಕಟ್ಟಿಕೊಂಡ ರಾಷ್ಟ್ರಕಲ್ಪನೆಗೆ ಸಮಸಮವಾದ ಕಲ್ಪನೆ ಸಾವರ್ಕರ್‌ರದು. ಅದರಲ್ಲಿ ಒಂದು ಫಾಸಿಸ್ಟ್ ರುಚಿಯೂ ಇದೆ. ಹಿಂದೂಗಳು ಇಂಡಿಯಾ ದೇಶದ ಪ್ರಜೆಗಳು ಮಾತ್ರವಲ್ಲ, ಅವರು ಒಗ್ಗಟಾಗಿರುವುದು ಒಂದೇ ಮಾತೃಭೂಮಿಯನ್ನು ಪ್ರೀತಿಸುವುದರಿಂದ ಮಾತ್ರವಲ್ಲ, ಒಂದೇ ರಕ್ತದ ಸಂಬಂಧಿಗಳು ಅವರಾಗಿರುವುದರಿಂದ ಎಂಬುದು ಹೆಚ್ಚು ಮುಖ್ಯ. ಅವರೊಂದು ರಾಷ್ಟ್ರ ಮಾತ್ರವಲ್ಲ ಅವರೊಂದು ಜನಾಂಗ ಕೂಡಾ. ಸಾವರ್ಕರ್ ಉಪಯೋಗಿಸುವ ಶಬ್ದ ರೇಸ್ (Race) ಜನಾಂಗ. ಈ ಶಬ್ದವನ್ನು ಸಾವರ್ಕರ್ ಅರ್ಥೈಸುವುದು ಜನ್ ಎಂಬ ಧಾತುವಿನ ಮೂಲಕ. ಅಂದರೆ ಜನಿಸುವುದು. ಸೋದರ ಸಂಬಂಧವಿರುವುದು, ಒಂದೇ ರಕ್ತದ ಫಲವಾಗಿ ಹುಟ್ಟಿರುವುದು. ಎಲ್ಲ ಹಿಂದೂಗಳು ರಕ್ತ ಸಂಬಂಧಿಗಳು. ಬುದ್ಧನ ಧರ್ಮ ವಿಶ್ವಧರ್ಮವಾದರೂ ಅದಕ್ಕೊಂದು ನೆಲೆ ಇಲ್ಲದಿರುವುದರಿಂದ ಅದು ನಮ್ಮ ರಾಷ್ಟ್ರದ ಭೂಮಿಕೆಯಾಗದೆ ಹೋಯಿತು. ಭವಿಷ್ಯ ಪುರಾಣದ ಪ್ರತಿಸರ್ಗ ಪರ್ವದಲ್ಲಿ ಅವರ ಕವಿಯೂ ಆರ್ಯರ ದೇಶವನ್ನು ಸಿಂಧೂಸ್ಥಾನವೆಂದು, ಅದರ ಹೊರಗಿನದನ್ನು ಮ್ಲೇಚ್ಛ ಎಂದು ಕರೆಯುತ್ತಾರೆ. ಚಂದ್ರಗುಪ್ತನ ಮಗ ಬೌದ್ಧ ಧರ್ಮದ ಪ್ರೇಮದಿಂದಾಗಿ ಪುರುಗಳ ಗವರ್ನರರಾದ ಸುಲವನ ಮಗಳು ಯವನಿಯನ್ನು ಮದುವೆಯಾಗುತ್ತಾನೆ.

'ಬೌದ್ಧರ ಬಗ್ಗೆ ಹೀಗೆ ಬರೆದುಕೊಳ್ಳಲು ತಾನು ನೋಯುತ್ತೇನೆ' ಎಂದು ಸಾವರ್ಕರ್ ಹೇಳುತ್ತಾರೆ. ಅವರ ಬೌದ್ಧ ನಿರಾಕರಣೆಗೆ ಕಾರಣ ಏನು? ಅವರೇ ಅನ್ನುವಂತೆ ರಾಜಕೀಯ. ಪ್ರಪಂಚದಲ್ಲೆಲ್ಲಾ ಅತ್ಯಂತ ಪವಿತ್ರವಾದುದು ಬುದ್ಧನ ಸಂಘವಾದರೂ ರಾಜಕೀಯವಾಗಿ ಅದನ್ನು ತ್ಯಜಿಸಬೇಕಾಯಿತೆಂದು ಬೇಸರಿಸುತ್ತ ಸಾವರ್ಕರ ಪ್ರಾರ್ಥಿಸುತ್ತಾರೆ. 'ದೇವರ ತುಟಿಗಳಿಂದ ನಿನ್ನ ಮಾತು ಫಲಿಸಿ ಬಂತೆಂದು ನನಗನಿಸಿದರೂ ನಾನು ಈ ಪ್ರಪಂಚದ ವ್ಯವಹಾರಿಕತೆಗೆ ಬದ್ಧನಾಗಿ ಮಾತಾಡುತ್ತಿದ್ದೇನೆ. ಪ್ರಾಯಶಃ ನಿನ್ನ ಮಾತಿಗೆ ಕಾಲ ಸನ್ನಿಹಿತವಾಗಿರಲಿಲ್ಲ. ಪ್ರಪಂಚ ಇನ್ನೂ ಬಾಲ್ಯಾವಸ್ಥೆಯಲ್ಲಿತ್ತು.'

ಇಲ್ಲೊಂದು ಮಾತನ್ನು ಸಾವರ್ಕರ್ ಉಲ್ಲೇಖಿಸುತ್ತಾರೆ 'ಶಾಶ್ವತ ಶಕ್ತಿಗಳು ಸದ್ಯದ ಒತ್ತಡಕ್ಕೆ ಮಣಿಯುತ್ತವೆ. ಹಲ್ಲಿಲ್ಲದವನು ಕೋರೆ ಹಲ್ಲಿನವನಿಗೆ ಬಲಿಯಾಗುತ್ತಾನೆ, ಕೈ ಇಲ್ಲದವನು ಕೈಬಲ ಇದ್ದವನಿಗೆ ಸೋಲುತ್ತಾನೆ, ಹೇಡಿಗಳು ಧೈರ್ಯವಂತರಿಗೆ ಸೋಲುತ್ತಾರೆ.' ಸಾವರ್ಕರ್ ಬುದ್ಧನನ್ನು ಪೂಜಿಸುತ್ತಾರೆ. ದೂರದಿಂದ

ಪೂಜಿಸುತ್ತಾರೆ. ಆದರೆ ಶಿವಾಜಿಯನ್ನು ಹತ್ತಿರದಿಂದ ಅಪ್ಪಿಕೊಳ್ಳುತ್ತಾರೆ. ಸಾವರ್ಕರ್ ಸೋಲಿನ ಕಥೆಯನ್ನು ಹೇಳುವಾಗಲೆಲ್ಲಾ ಹಿಂದೂತ್ವ ಸೋಲದೆ ಉಳಿಯಿತು ಎಂದು ಹೇಳಲು ಮರೆಯುವುದಿಲ್ಲ. ಪಾಣಿಪತ್‌ನಲ್ಲಿ ನಾವು ಸೋತರೂ ನಾನಾ ಫಡ್ನವಿಸ್ ಮತ್ತು ಮಹದಾಜಿ ಸಿಂಧೆ ೪೦ ವರ್ಷ ಹೋರಾಡಲು ಉಳಿದುಕೊಳ್ಳುತ್ತಾರೆ.

ಸಾವರ್ಕರರಿಗೆ ಹಿಂದೂ ಎನ್ನುವ ಶಬ್ದದ ಬಗ್ಗೆ ಇರುವ ಪರಮಾಸಕ್ತಿ ಕೆಲವೊಮ್ಮೆ ಅನಗತ್ಯ ಸಂಶೋಧನೆಯ ಗೀಳಿನಂತೆ ನಮಗೆ ಕಾಣತೊಡಗುತ್ತದೆ. ಸಂಸ್ಕೃತದಲ್ಲಿ ಹಿಂದೂ ಎನ್ನುವ ಶಬ್ದ ಇಲ್ಲದಿದ್ದರೆ ಏನಂತೆ ಎಂದು ಮತ್ತೆಮತ್ತೆ ಹೇಳುತ್ತಾರೆ. ಈ ಶಬ್ದ ಪ್ರಯೋಗದ ಬಗ್ಗೆ ಇರದ ವೈರಿಯನ್ನು ಸಾವರ್ಕರ್ ಇರಿಯುತ್ತಲೆ ಹೋಗುತ್ತಾರೆ. ಒಂದು ದೇಶ ರಾಷ್ಟ್ರವೆಂದು ಕರೆಸಿಕೊಳ್ಳಲು ಅದಕ್ಕೊಂದು ಭಾಷೆ ಬೇಕು, ಐತಿಹ್ಯ ಬೇಕು, ಸಮಾನ ಧರ್ಮ ಬೇಕು ಅನ್ನುವಷ್ಟಕ್ಕೆ ಅವರು ನಿಲ್ಲುವುದಿಲ್ಲ. ಲೌಕಿಕವನ್ನು ಮನುಷ್ಯನ ಆತ್ಮ ಗೆಲ್ಲುವುದೇ ನಾಗರಿಕತೆಯಾಗುತ್ತದೆ. ದೈವಾಂಶವನ್ನು ಒಂದು ನಾಗರಿಕತೆ ಎಷ್ಟು ಹೆಚ್ಚು ತನ್ನದಾಗಿಸಿಕೊಳ್ಳಬಲ್ಲದೊ ಅಷ್ಟು ಹೆಚ್ಚು ತುಂಬಿದ ನಾಗರಿಕತೆಯಾಗುತ್ತದೆ. ಹೀಗೆ ರಾಜಕೀಯ ತುರ್ತಿನ ಜೊತೆ ಭಾವುಕತೆಯೂ ಬೆಸೆದಿರುತ್ತದೆ. ಇದೊಂದು ಗೊತ್ತಿದ್ದೊ ಗೊತ್ತಿಲ್ಲದೆಯೊ ಸಾವರ್ಕರ್ ತನ್ನ ವಾದ ಆಳವಾದ ಅಲೌಕಿಕವನ್ನು ಒಳಗೊಂಡಿದೆ ಎಂದು ತನ್ನ ರಾಜಕೀಯಕ್ಕೆ ಮೆರಗು ನೀಡುತ್ತಾರೆ.

ಸಾವರ್ಕರರ ಇನ್ನೊಂದು ಮುಖ್ಯ ಮಾತು: 'ಹಿಂದೂಗಳಿಗೆ ಚರಿತ್ರೆ ಇಲ್ಲ ಎನ್ನುವವರಿದ್ದಾರೆ. ಆದರೆ ಪ್ರಪಂಚದಲ್ಲಿ ಹಿಂದೂಗಳು ಮಾತ್ರ ಚರಿತ್ರೆಯನ್ನು ಉಳಿಸಿಕೊಂಡವರು.' ನಾವು ಒಂದು ಹಿಂದೂಸ್ತಾನ. ಪೃಥ್ವೀರಾಜನ ಪತನದ ಬಗ್ಗೆ ಬಂಗಾಳಿಗಳು ಮಾತನಾಡುತ್ತಾರೆ. ಗೋವಿಂದ ಸಿಂಗನ ಹುತಾತ್ಮ ಮಕ್ಕಳ ಬಗ್ಗೆ ಮಹಾರಾಷ್ಟ್ರದವರು ಮಾತಾಡುತ್ತಾರೆ. ದಕ್ಷಿಣ ದೇಶದ ಒಬ್ಬ ಸನಾತನಿ ಗುರುತೇಜ್ ಬಹದ್ದೂರ್ ತನಗಾಗಿ ಸತ್ತನೆಂದು ದುಃಖಿಸುತ್ತಾನೆ. ಅಶೋಕ, ಭಾಸ್ಕರಾಚಾರ್ಯ, ಪಾಣಿನಿ, ಕಪಿಲ ನಮ್ಮಲ್ಲಿ ಕಂಪನವನ್ನುಂಟು ಮಾಡುತ್ತಾರೆ. ಏನಿಲ್ಲವಾದರೂ ರಾಮಾಯಣ ಮತ್ತು ಮಹಾಭಾರತ ನಮ್ಮನ್ನು ಒಂದು ದೇಶವನ್ನಾಗಿ ಮಾಡುತ್ತದೆ. ಇದೇ ಉತ್ಸಾಹದಲ್ಲಿ ಹಿಂದೆ ಮುಂದೆ ನೋಡಲಾರದ ಭಾವುಕರಾಗಿ ಸಾವರ್ಕರ್ ಮುಂದುವರೆಯುತ್ತಾರೆ.

ನಮ್ಮಲ್ಲಿ ಅಂತರ್ಯುದ್ಧಗಳಾಗಿಲ್ಲವೆ? ಎಂದು ಕೇಳುವ ಸಾವರ್ಕರ್ ಇಂಗ್ಲೆಂಡ್‌ನಲ್ಲೂ, ಜರ್ಮನಿಯಲ್ಲೂ, ಅಮೇರಿಕಾದಲ್ಲೂ ಅಂತರ್ಯುದ್ಧಗಳಾಗಿಲ್ಲವೇ? ಎಂದು ಮರು ಉತ್ತರ ನೀಡುತ್ತಾರೆ. ನಮ್ಮೆಲ್ಲರಿಗೆ ಸಾಮಾನ್ಯವಾದ

ಭಾಷೆ ಸಂಸ್ಕೃತ ಎಂಬುದು ಸಾವರ್ಕರ್ ಅಭಿಮತ. ಎಲ್ಲಾ ಮತದವರಿಗೆ ಸಮಾನವಾದ ಹಬ್ಬಗಳ ಬಗ್ಗೆ ಸಾವರ್ಕರ್ ಬರೆಯುತ್ತಾರೆ. ಸಂಸ್ಕೃತ ಭಾಷೆ ಇವರ ಎಲ್ಲಾ ಹಿಂದೂ ವೈಚಾರಿಕತೆಯ ಮೂಲದಲ್ಲಿರುವ ಶಕ್ತಿ. ಬೋರಾಗಳನ್ನು, ಕೋಜಾಗಳನ್ನು ಹಿಂದೂಗಳ ರಕ್ತ ಸಂಬಂಧಿಗಳು ಎಂದು ಸಾವರ್ಕರ್ ತಿಳಿಯುತ್ತಾರೆ.

ವೈದಿಕ ಮತ ಶ್ರದ್ಧೆಯುಳ್ಳವರನ್ನು ಮಾತ್ರ ಹಿಂದೂಗಳೆಂದು ಕರೆಯಲು ಸಾವರ್ಕರ್ ಒಪ್ಪುವುದಿಲ್ಲ; ವೈದಿಕೇತರರೂ ಅವರಿಗೆ ಹಿಂದೂಗಳಾಗಿಯೇ ಇದ್ದಾರೆ. ಹಿಂದೂಗಳೆಂದರೆ ಶೃತಿ–ಸ್ಮೃತಿ ಪುರಾಣೋಕ್ತವಾದ ಸನಾತನ ಧರ್ಮವನ್ನು ಪಾಲಿಸುವವರು ಮಾತ್ರವಲ್ಲದೆ, ಸಿಖ್ಖರು, ಜೈನರು, ಬೌದ್ಧರು ಕೂಡಾ.

ಈ ಹಿಂದೂ ದೇಶದಲ್ಲಿ ಎಲ್ಲಾ ನದಿಗಳು, ಕಣಿವೆಗಳು, ಬೆಟ್ಟಗಳು ಸಂಜೆಯ ಎಲ್ಲಾ ನೆರಳುಗಳು, ಬದುಕಿನ ಎಲ್ಲಾ ಬವಣೆಗಳು ಇವೆ. ಇವುಗಳನ್ನು ಒಳಗೊಂಡಂತೆ ಬುದ್ಧ ಮತ್ತು ಶಂಕರರು ತಮ್ಮ ತತ್ವಗಳನ್ನು ಕಟ್ಟಿದ್ದಾರೆ. ಇಲ್ಲಿ ರಾಮನಿದ್ದನು, ಕೃಷ್ಣನಿದ್ದನು, ಬೋಧಿವೃಕ್ಷವಿತ್ತು. ಹೀಗೆ ಹೇಳುತ್ತಾ ಸಾವರ್ಕರರು ಭಾವವಶರಾಗುತ್ತಾರೆ. ಮತಾಂತರಗೊಂಡಿದ್ದರಿಂದ ಇಂತಹ ಭಾವನೆಗಳಿಗೆ ಹೊರತಾದ ಮಹ್ಮದೀಯರು ಸಾವರ್ಕರ್ ಪಾಲಿಗೆ ಹೊರಗಿನವರಾಗುತ್ತಾರೆ. ಹಿಂದೂಸ್ತಾನ ಇವರಿಗೆ ಮಾತೃಭೂಮಿಯಾಗಿರಬಹುದು ಆದರೆ ಪುಣ್ಯಭೂಮಿಯಲ್ಲ. ಅವರ ಪುಣ್ಯಭೂಮಿ ಅರೇಬಿಯಾದಲ್ಲೋ, ಪ್ಯಾಲೆಸ್ತೀನಿನಲ್ಲೋ ಇದೆ. ಹೀಗೆ ನೋಡಿದಾಗ ಬೋಹ್ರಾದಂಥ ಪಂಥದವರು ಹಿಂದೂತ್ವದ ಹಲವು ಗುಣಗಳನ್ನು ಪಡೆದಿದ್ದರೂ ಇಂಡಿಯಾ ಮಾತ್ರ ಅವರ ಪುಣ್ಯಭೂಮಿಯಾಗಿರುವುದಿಲ್ಲ. ಮುಖ್ಯವಾಗಿ ಹಿಂದೂ ಆಗಬೇಕಾದರೆ ಭಾರತ ಮಾತೃಭೂಮಿ ಮಾತ್ರವಲ್ಲದೆ ಪುಣ್ಯಭೂಮಿಯೂ ಆಗಿರಬೇಕಾಗುತ್ತದೆ. ಹಿಂದುತ್ವ ಅಂದರೆ ಹಿಂದೂ ಧರ್ಮವಲ್ಲ. ಹಾಗೆಯೇ ಹಿಂದೂಯಿಸಂ ಎಂದರೆ ಹಿಂದೂ ಧರ್ಮ ಮಾತ್ರವಲ್ಲ.

ಒಂದು ಕಷ್ಟದ ಪ್ರಶ್ನೆಯನ್ನು ಕೇಳುತ್ತಾರೆ. ಸಿಸ್ಟರ್ ನಿವೇದಿತಾರವರನ್ನು ಹಿಂದೂ ಎನ್ನಬಹುದೆ? ಅನ್ನಬಹುದು. ಆದರೆ ಸಾವರ್ಕರ ಹೇಳುವ 'ರಕ್ತ ಸಂಬಂಧ' ಅವಳಿಗೆ ಇಲ್ಲ. ಒಬ್ಬ ಹಿಂದುವನ್ನು ಇಂತಹ ಒಬ್ಬಳು ಮದುವೆಯಾದರೆ ಆಗ ರಕ್ತ ಸಂಬಂಧ ಪಡೆದಂತೆ ಆಗುತ್ತದೆ. ಸಿಸ್ಟರ್ ನಿವೇದಿತಾ ಸನ್ಯಾಸಿನಿ ಆದ್ದರಿಂದ ಇದು ಸಾಧ್ಯವಾಗಲಿಲ್ಲ. ಆದರೆ ಅವಳು ನಮ್ಮ ಸಂಸ್ಕೃತಿಯನ್ನು ಒಪ್ಪಿಕೊಂಡು ನಮ್ಮ ದೇಶವನ್ನು 'ಪುಣ್ಯಭೂಮಿ'ಯೆಂದು ಒಪ್ಪಿಕೊಂಡಿದ್ದರಿಂದ ಅವಳು

ಹಿಂದುವಾಗುತ್ತಾಳೆ. ಇಂತಹ ಒಂದು ವಿಶಿಷ್ಟ ಉದಾಹರಣೆ ಮೂಲಕ ಮಾತ್ರ ಸಾವರ್ಕರರು ತಮ್ಮ 'ಹಿಂದು' ಶಬ್ದವನ್ನು ವಿಸ್ತರಿಸುತ್ತಾರೆ. ಅವರು ಹೇಳುವ ಪ್ರಕಾರ: ಹಿಂದೂ ಹೌದೋ ಅಲ್ಲವೊ ಎಂಬ ನಿಯಮ ತೀರಾ ಸಂಕುಚಿತವೂ ಆಗಿರಬಹುದು. ತೀರಾ ಅಳ್ಳಕವೂ ಆಗಿರಬಾರದು.

ಎಲ್ಲಾ ದೇಶಗಳಿಗೂ ಒಂದು ತಿರುಳಿನ ರೂಪದ ಜನಸಮುದಾಯ ಬೇಕು. ಟರ್ಕಿಯನ್ನು ಉದಾಹರಣೆಯಾಗಿ ತೆಗೆದುಕೊಳ್ಳಿ. ಆರ್ಮೇನಿಯನ್ನರು, ಕ್ರಿಶ್ಚಿಯನ್ನರು, ಟರ್ಕಿಯನ್ನು ಕೈಬಿಟ್ಟರು. ಅಮೇರಿಕಾವನ್ನು ತೆಗೆದುಕೊಳ್ಳಿ — ಯುದ್ಧ ಶುರುವಾದರೆ ಅಲ್ಲಿನ ಜರ್ಮನರು ಅಮೇರಿಕವನ್ನು ಕೈಬಿಟ್ಟರು. ಕರಿಯರು ಆಫ್ರಿಕಾದ ಜೊತೆ ತಮ್ಮನ್ನು ಗುರುತಿಸಿಕೊಳ್ಳುತ್ತಾರೆ. ಆದ್ದರಿಂದ ಕಟ್ಟಕಡೆಯಲ್ಲಿ ಅಮೇರಿಕಾದ ಪ್ರಭುತ್ವ ಆಂಗ್ಲೋಸಾಕ್ಸನ್ ಜನಾಂಗದ ಮೇಲೆ ನಿಂತಿರುತ್ತದೆ. ಹಾಗೆ ಹಿಂದೂಸ್ಥಾನದ ಮೂಲ ಸೆಲೆ ಹಿಂದೂಗಳೇ.

– ೭ –

ಈವರೆಗಿನ ನನ್ನ ಸಾವರ್ಕರ ಪುಸ್ತಕದ ಸಂಗ್ರಹದ ಕ್ರಮ ಸಪ್ಪೆಯಾಗಿದೆ. ಸಾವರ್ಕರರು ಉದ್ವೇಗದಲ್ಲೂ ತನ್ನ ಮಾತಿನ ತಥ್ಯದಲ್ಲೂ ನಂಬಿಕೆ ಇದ್ದವರಂತೆ ಬರೆಯುತ್ತಾರೆ. ಅವರ ಬೆನ್ನ ಹಿಂದೆ ಹಿಂದುತ್ವದಲ್ಲಿ ಹೆಚ್ಚು ವಿವೇಕಯುತವಾದ ಭಾವುಕ ಶ್ರದ್ಧೆಯಿದ್ದ ಲೋಕಮಾನ್ಯ ತಿಲಕರೂ, ಬಂಗಾಳದ ಚುರುಕು ಚಿತ್ತದ ಸಾಹಿತ್ಯದ ಆದಿಪುರುಷರಾದ ಬಂಕಿಂಚಂದ್ರ ಚಟ್ಟೋಪಾಧ್ಯಾಯರೂ[೫] ಇದ್ದರು. ಕನ್ನಡ ಕಟ್ಟಿದ ಆಲೂರರು ಗಾಂಧಿಗಿಂತ ಮಿಗಿಲಾದ ತಿಲಕರ ಅಭಿಮಾನ ತನ್ನದು ಎನ್ನುತ್ತಾರೆ.

ಈ ಆಕರ್ಷಣೆ ಕಾಣುವುದಕ್ಕೆ ಹಿಂಸಾತ್ಮಕವಲ್ಲ. ನನಗೆ ಇವತ್ತಿಗೂ ಮೈನವಿರೇಳಿಸುವಂತೆ ಮಾಡುವುದು ಬಂಕಿಮರು ರಚಿಸಿದ 'ವಂದೇ ಮಾತರಂ' ಗೀತೆ. ನಮ್ಮ ಟ್ಯಾಗೋರರು ರಚಿಸಿದ ರಾಷ್ಟ್ರಗೀತೆಯಲ್ಲಿ ನಾವು ಹಾಡದ ಒಂದು ಸಾಲು ಮಾತ್ರ ದರ್ಶನದ ಬೀಸಿನದು — ಅದು ಭಾರತವನ್ನು ಪತನ ಮತ್ತು ಅಭ್ಯುದಯದಿಂದ ಸುಂದರವಾದ ಪಥ ಉಳ್ಳವಳು ಎಂದು ವರ್ಣಿಸುತ್ತದೆ.

---

[೫] ನಮ್ಮ ಕೃಷ್ಣಶಾಸ್ತ್ರಿಗಳು ಬಂಕಿಮರ ಬಗ್ಗೆ ಒಂದು ಮಹತ್ವದ ಪುಸ್ತಕ ಬರೆದು ಸಾಹಿತ್ಯ ಅಕಾಡೆಮಿಯ ಪ್ರಶಸ್ತಿ ಪಡೆದಿದ್ದರು.

ನಾನೇನಾದರೂ ಈ ಸಾವರ್ಕರ್ ಪುಸ್ತಕವನ್ನು ನನ್ನ ೧೪ನೇ ವಯಸ್ಸಿನ ವಿವೇಕಾನಂದರ ಸರಳೀಕೃತ ಅಭಿಮಾನದ ಮನಸ್ಥಿತಿಯಲ್ಲಿ ಓದಿದ್ದರೆ ಗಲಿಬಿಲಿಗೊಳ್ಳುತ್ತಿದ್ದೆ. 'ಕರಿನೀರು' ನನಗೆ ಇಷ್ಟವಾಗಿತ್ತು. ಎಲ್ಲಾ ಭಾರತೀಯ ಸ್ವಾತಂತ್ರ್ಯ ಹೋರಾಟಗಾರರು ಅವರ ಎಲ್ಲಾ ವಿರೋಧಗಳಲ್ಲೂ ನನಗೆ ಸಮಾನರಾಗಿ ಕಾಣುತ್ತಿದ್ದರು. ಆದರೆ ದ್ವೈತ ಅದ್ವೈತ ಚರ್ಚೆಗಳು ಸತತವಾಗಿ ನಡೆಯುತ್ತಿದ್ದ ನಮ್ಮ ಅಗ್ರಹಾರದಲ್ಲಿ ನನಗೆ ಕೆಲವು ಸಂಶಯಗಳಿದ್ದವು. ಗೇಣಿ ಕೊಡಲಾರದ ರೈತರ ವಿರುದ್ಧ ಜಮೀನ್ದಾರರು ಕೋರ್ಟಿಗೆ ಹೋಗುವ ಮೊದಲು ಯಾವುದೋ ಭೂತಕ್ಕೆ ಅಥವಾ ಧರ್ಮಸ್ಥಳಕ್ಕೆ ದೂರು ಕೊಡುತ್ತಿದ್ದರು. ಈ ದೂರಿನಿಂದ ಗೇಣಿದಾರರೂ ಭಯಭೀತರಾಗುತ್ತಿದ್ದರು. ನನ್ನ ತಂದೆಯವರು ಒಂದು ಮಠಕ್ಕಾಗಿ ಕೆಲಸ ಮಾಡುತ್ತಾ ಗೇಣಿದಾರರ ವಿರುದ್ಧ ದಾವಾ ಹಾಕುತ್ತಾ ಒಳಗೊಳಗೆ ನೋಯುತ್ತಿದ್ದರು. ಅವರು ಭೂತಗಳಿಗೆ ದೂರು ಕೊಡಲು ಹೋಗಿರಲಿಲ್ಲ. ನನಗೆ ನೆನಪಿದೆ. ನನ್ನ ತಂದೆಯ ಸ್ನೇಹಿತರೊಬ್ಬರು ಧರ್ಮಸ್ಥಳಕ್ಕೆ ಗೇಣಿ ವಸೂಲಿ ಮಾಡುತ್ತಿದ್ದರು. ಕೆಲವು ಗೇಣಿದಾರರು ಕೊಡಬೇಕಾದ ಗೇಣಿಯನ್ನು ಕೊಡಲಾರದೆ ಭಯಭೀತರಾಗಿದ್ದರು. ಆಗ ಧರ್ಮಸ್ಥಳದ ಏಜೆಂಟರು ನಮ್ಮ ತಂದೆಯವರ ಬಳಿ ಬಂದು ಕೇಸ್ ಹಾಕಲು ಬೇಕಾದ ಮಾಹಿತಿ ಕೇಳಿದರು. ಆಗ ನಮ್ಮ ತಂದೆ ಒಂದು ವಿವೇಕದ (ಲಾಯರ್ ಉಪಾಯದ) ಮಾತನ್ನು ಹೇಳಿದರು. 'ಭೂತರಾಯನಿಗೆ ಹೆದರಿ ಇಲ್ಲಿನ ಗೇಣಿ ವ್ಯವಸ್ಥೆ ನಡೆಯುತ್ತಿರುವಾಗ ನೀವು ಕೋರ್ಟಿಗೆ ಹೋದರೆ ಆ ನಂಬಿಕೆಗೆ ಧಕ್ಕೆಯುಂಟಾಗುತ್ತದೆ. ಇದನ್ನು ಮನಗಂಡ ನಂತರ ಬೇಕಾದರೆ ಕೋರ್ಟ್‌ಗೆ ಹೋಗಿ.' ನಮ್ಮ ತಂದೆ ಮಧ್ವ ಮತದಲ್ಲಿ ನಂಬಿಕೆಯುಳ್ಳವರಾದ್ದರಿಂದ ಶ್ರೀಹರಿಯನ್ನು ಬಿಟ್ಟು ಬೇರಾವ ದೇವರೂ ನಮ್ಮನ್ನು ಆಳಬಲ್ಲವರೆಂದು ತಿಳಿದಿರಲಿಲ್ಲ. ಶಂಕರರು ವೀರ ಮಾಧ್ವರಿಗೆ ಮಣಿಮಂಥ ಎಂಬ ರಾಕ್ಷಸನ ಅವತಾರ. ಅಹಂ ಬ್ರಹ್ಮಾಸ್ಮಿಗೆ ಶಂಕರರು ಕೊಡುವ ವಿಶ್ಲೇಷಣೆ ತಪ್ಪು. ಹಿಂದು ಎನ್ನುವ ಶಬ್ದದಲ್ಲಿ ನಾನು ಬಾಲ್ಯದಲ್ಲಿ ಯಾರೂ ತಮ್ಮನ್ನು ಗುರುತಿಸಿಕೊಂಡದ್ದನ್ನು ಕಂಡಿಲ್ಲ. ಇದು ಸರಿ ಎಂದು ನಾನೇನೂ ವಾದಿಸುತ್ತಿಲ್ಲ. ಜಾತಿಯ ಒಣಗರ್ವ ಮೀರಲು ಈ ಶಬ್ದ ಒಂದು ಉಪಾಯ.

ಧರ್ಮಸ್ಥಳ ನಮ್ಮ ಎಲ್ಲಾ ವಹಿವಾಟಿನ ಹಿಂದಿರುವ ಸತ್ಯವನ್ನು ಕಾಯುವ ದೈವಿಕ ನ್ಯಾಯಾಲಯದಂತೆ ಇತ್ತು. ಧರ್ಮಸ್ಥಳದ ಹೆಸರಿನಲ್ಲಿ ಆಣೆ ಹಾಕುವುದು ಎಂದರೆ ಎಲ್ಲರು ಹೆದರುತ್ತಿದ್ದರು. ಒಮ್ಮೆ ನನ್ನ ತಂದೆಯ ಮೇಲೆ ಒಂದು ದೂರು ಧರ್ಮಸ್ಥಳಕ್ಕೆ ಹೋಗಿತ್ತು. ಧರ್ಮಸ್ಥಳದಿಂದ ನನ್ನ ತಂದೆಗೆ ಕರೆ ಬಂದಿತ್ತು. ಎಲ್ಲಾ ವಹಿವಾಟಿಗೂ ಸರ್ಕಾರವನ್ನು, ನ್ಯಾಯಾಲಯವನ್ನು ಮೊರೆಹೊಗುವ ತನ್ನ ಲೌಕಿಕ ಮಗ್ನತೆಯಲ್ಲಿ ಅಂಬೇಡ್ಕರ್‌ರ ಭಾರತ ಸಂವಿಧಾನವನ್ನು ನಂಬಿದ ನನ್ನ

ತಂದೆ ಈ ಕರೆಯನ್ನು ಒಳಗೊಂಡ ಪತ್ರವನ್ನು ನನ್ನೆದುರೇ ಹರಿದು ಹಾಕಿದ್ದರು. ಸ್ವಲ್ಪ ಸಮಯದ ನಂತರ ಶಾಂತವೇರಿ ಗೋಪಾಲಗೌಡ, ಬಸವಾನಿ ರಾಮಶರ್ಮ, ಐತಾಳರು ರೈತ ಸಂಘವನ್ನು ಕಟ್ಟಿ ದೈವದ ಮೊರೆ ಹೊಗುವುದಕ್ಕಿಂತ ನ್ಯಾಯಲಯದ ಮೊರೆ ಹೊಗುವುದು, ಸತ್ಯಾಗ್ರಹ ಮಾಡುವುದು ಹೆಚ್ಚು ಸೂಕ್ತವೆಂದು ಜನರ ಮನಸ್ಸಿನಲ್ಲಿ ಬಿತ್ತತೊಡಗಿದ್ದರು. ಆದ್ದರಿಂದ ನನ್ನ ಪಾಲಿಗೆ ದೇವರು ಕೂಡಾ ಅಲ್ಪ ವ್ಯವಹಾರಗಳಲ್ಲಿ ಮೂಗು ತೂರಿಸುವ ದೇವರೇ ಆದ. ಆದರೂ ಶಿಕ್ಷೆಗೆ ಬಳಸುತ್ತಿದ್ದ ದೈವದ ನಂಬಿಕೆ ಒಮ್ಮೊಮ್ಮೆ ಕೆಲವು ಜನರಲ್ಲಿ ಆವೇಶಿತವಾಗಿ ಕೈಯಲ್ಲಿ ಸಿಂಗಾರ ಹಿಡಿದು ಕುಣಿಯುವುದನ್ನು ನಾನು ಕೊಂಚ ಅಧೈರ್ಯದಲ್ಲೇ ಕಾಣುತ್ತಿದ್ದೆ. ಈ ಆಚರಣೆಗಳಲ್ಲಿ ನನಗೆ ಮೈಮರೆಸುವ ಆನಂದವು ಇರುತ್ತಿತ್ತು. ಪಂಜುರ್ಲಿ ನನ್ನ ಎದುರು ಬಂದು ಕುಣಿದಾಗ ನಾನು ಆವಾಹಿತನಾಗಬಹುದೆಂಬ ದಿಗಿಲು ಇರುತ್ತಿತ್ತು. ಉಸಿರು ಕಟ್ಟಿ ಕೂತು ನನ್ನ ವಿವೇಕವನ್ನು ಉಳಿಸಿಕೊಳ್ಳುತ್ತಿದ್ದೆ. ಆದರೆ ಕೆಲವರು ಸಭೆಯಲ್ಲಿ ಉತ್ತೇಜಿತರಾಗಿ ಆವೇಶ ಬಂದು ಕುಣಿಯತೊಡಗುತ್ತಿದ್ದರು. ದೇವರ ಹುಡುಕಾಟದಲ್ಲಿ ನಾನು ಒಂದು ಗುಡ್ಡದ ಮೇಲೆ ಕೂತು ವಿವೇಕಾನಂದನಾಗುವ ಆಸೆಯಿಂದ ಗಾಯತ್ರಿ ಜಪವನ್ನು ಮಾಡುತ್ತಿದ್ದೆ. ಆದರೆ ನನ್ನ ಉಪನಯನ ಸಂದರ್ಭದಲ್ಲಿ ತಿರುಪತಿಗೆ ಹೋದಾಗ ಸರ್ವಾಲಂಕೃತನಾದ ತಿಮ್ಮಪ್ಪನನ್ನು ನೋಡಿ ಇವನು ದೇವರಲ್ಲ ಎಂದು ನನಗೆ ಅನಿಸಿತ್ತು. ನಾನೇನು ಮಹಾ? ಬಸವ, ಕಬೀರ ಇಂಥವರು ಈ ಹುಡುಕಾಟದಲ್ಲಿ ಸೋತು ದಣಿದು ಉಜ್ವಲಗೊಂಡು ನಿರಾಕಾರದ ಬ್ರಹ್ಮನನ್ನು ಅನುಭವಿಸಿದ್ದಾರೆ; ಅನುಮಾನಿಸಿಯೂ ಇದ್ದಾರೆ.

ಸಾವರ್ಕರ್ ಅವರ ಅತಿಯಾಗಿ ಮಾತಾಡುವ ಚಪಲ, ಉತ್ಕಟತೆಯಲ್ಲಿ ಗಾಢವಾಗಲು ಯತ್ನಿಸುವ ಮತ್ತು ಈಗ ಸಾಮಾನ್ಯವಾಗಿ ಬೀದಿ ಭಾಷಣಗಳಾಗಿಬಿಟ್ಟ ಘೋಷಗಳ ಅಲ್ಪವಿರಾಮಗಳಲ್ಲಿ ಬೆಳೆಯುವ ಮಾತುಗಾರಿಕೆಯ ಈ ಕೃತಿಗೆ ತದ್ವಿರುದ್ಧವಾಗಿ ಕ್ರಿಯಾಶೀಲ ಕೃತಿರಚನೆ ಗಾಂಧಿಯವರ ಯೌವ್ವನದ ಕಾಲದಲ್ಲಿ ನಡೆದಿತ್ತು ಎಂಬುದು ನನಗೆ ಮುಖ್ಯ. ಭಾಷಾ ಪ್ರಯೋಗದಲ್ಲೂ ಸಾವರ್ಕರ್ ಅವರ ನಿರರ್ಗಳತೆಗೂ ಗಾಂಧಿಯವರ ಮೌನದಲ್ಲಿ ಫಲಿಸುವ ಮಾತಿನ ಕ್ರಮಕ್ಕೂ ಇರುವ ವ್ಯತ್ಯಾಸವನ್ನು ಗಮನಿಸಬೇಕು. ರಾಷ್ಟ್ರೀಯವಾದಿ ವಿಚಾರಗಳು ಸಾಯುವುದಿಲ್ಲ. ಸಂದರ್ಭ ಲಾಭದಾಯಕವಾಗಿದ್ದಾಗ ಮಳೆ ಬಿದ್ದಾಗ ಹುಟ್ಟಿಕೊಳ್ಳುವ ಅಣಬೆಗಳಂತೆ ತಲೆ ಎತ್ತುತ್ತವೆ.

✵

ಸಾವರ್ಕರ್ ಅವರಬರವಣಿಗೆ ಗಾಂಧಿಯ ಅಹಿಂಸಾ ತತ್ವವನ್ನು ವಿರೋಧಿಸುವುದಾಗಿತ್ತು.

ಈಗ ನಾನು ಗಾಂಧಿಯ 'ಹಿಂದ್‌ಸ್ವರಾಜ್' ಪುಸ್ತಕದ ಸಂಗ್ರಹವನ್ನು ನಿಮ್ಮ ಮುಂದಿಡುತ್ತೇನೆ. ಈ ಮರುಚಿಂತನೆಯ ಓದು ನಮ್ಮ ಕಾಲಗ್ರಹಣದ ದೃಷ್ಟಿಯಿಂದ ಮಾತ್ರವಲ್ಲದೆ ನಮ್ಮ ಆಳವಾದ ಆಶಯಗಳನ್ನು ಅವು ಸೋತಂತೆ ಕಂಡರೂ ಓದುಗರ ಗಮನಕ್ಕೆ ತರುವುದೂ ಆಗಿದೆ. ವಿಚಾರಗಳು ಸಾಯುವುದಿಲ್ಲ ಎನ್ನುವುದು ನನ್ನ ನಂಬಿಕೆ. ಗಾಂಧಿಯ ಹಿಂದೆ ಟಾಲ್‌ಸ್ಟಾಯ್ ಇದ್ದಾರೆ; ರಸ್ಕಿನ್ ಇದ್ದಾನೆ. ಕಠೋಪನಿಷತ್ ಇದೆ; ಗೀತೆ ಇದೆ; ರಾಮಾಯಣ ಇದೆ; 'ವೈಷ್ಣವ ಜನತೋ' ಪದ್ಯ ಬರೆದ ಗುಜರಾತಿನ ಕವಿ ಇದ್ದಾನೆ. 'ಹಿಂದ್ ಸ್ವರಾಜ್' ಪುಸ್ತಕವನ್ನು ನಾನು ಹಲವು ಆವೃತ್ತಿಗಳಲ್ಲಿ ಓದಿದ್ದೆ. ಆದರೆ ಕೆನಡಾದ ಕಾಲ್ಗರಿ ಎನ್ನುವ ವಿಶ್ವವಿದ್ಯಾಲಯದಲ್ಲಿ ಪ್ರೊಫೆಸರ್ ಆದ ಆ್ಯಂಥನಿಪರೆಲ್‌ನ (Anthony Parel) ಅದ್ಭುತವಾದ 'ಹಿಂದ್ ಸ್ವರಾಜ್'ನ್ನು ಓದಿ ನನ್ನ ಹಲವು ವಿಚಾರಗಳನ್ನು ಬೆಳೆಸಿಕೊಂಡಿದ್ದೇನೆ.

ಕಿಲ್ಡೋನಾನ್ ಕಾಸಲ್ ಎಂಬ ಹಡಗಿನಲ್ಲಿ ಇಂಗ್ಲೆಂಡಿನಿಂದ ದಕ್ಷಿಣ ಆಫ್ರಿಕಾಕ್ಕೆ ಹಿಂದಿರುಗುವಾಗ ಗಾಂಧಿ ಈ ಪುಸ್ತಕ ಬರೆದರು. ಕಾಲ ೧೯೦೯ರ ನವೆಂಬರ್

೧೩ ರಿಂದ ೨೨. ಇಡೀ ಪುಸ್ತಕವನ್ನು ಹಡಗಿನಲ್ಲಿ ದೊರೆಯುವ ಹಳೆಯದಾದ ಕಾಗದದ ಮೇಲೆ ಬರೆದದ್ದು. ಬರೆಯುವಾಗ ಬಲಗೈ ಸೋತರೆ ಎಡಗೈಯಲ್ಲಿ ಗಾಂಧಿ ಬರೆಯುತ್ತಿದ್ದರು. ೨೭೫ ಪುಟಗಳಿರುವ ಪುಸ್ತಕದ ೪೦ ಪುಟಗಳನ್ನು ಎಡಗೈಯಿಂದಲೆ ಬರೆದಿದ್ದಾರೆ. ಮೂಲ ಪ್ರತಿಯನ್ನು ಹೆಚ್ಚು ಬದಲಾವಣೆ ಮಾಡಲೆ ಇಲ್ಲ. ಸುಮಾರು ೧೬ ಸಾಲುಗಳನ್ನು ಹೊಡೆದಿದ್ದಾರೆ, ಕೆಲವು ಶಬ್ದಗಳನ್ನು ಬದಲಿಸಿದ್ದಾರೆ. ಹಲವರು ರುಸೋ ತನ್ನ ಪ್ರಯಾಣದ ವೇಳೆಯಲ್ಲಿ ಬರೆದ ಪುಸ್ತಕಕ್ಕೆ ಇದನ್ನು ಹೋಲಿಸುತ್ತಾರೆ. ಗಾಂಧಿಯ ಸ್ನೇಹಿತ ಹರ್ಮನ್‌ಕಲೆನ್ ಬಾಕ್ ಈ ಪುಸ್ತಕದ ಮೊದಲ ಓದುಗ. ಗಾಂಧಿಯೇ ಇದನ್ನು ಗುಜರಾತಿಯಲ್ಲೂ ಇಂಗ್ಲೀಷ್‌ನಲ್ಲೂ ಬರೆದಿದ್ದಾರೆ. ಗುಜರಾತಿ ಪುಸ್ತಕವನ್ನು ಇಂಡಿಯಾದ ಬ್ರಿಟಿಷ್ ಸರ್ಕಾರ ನಿಷೇಧಿಸಿತ್ತು. ಆದರೆ ಇಂಗ್ಲೀಷ್‌ನಲ್ಲಿ ಬರೆದಿದ್ದನ್ನು ನಿಷೇಧ ಮಾಡುವಂತಿರಲಿಲ್ಲ. ಗುಜರಾತಿಯ ಮುಖಾಂತರ ಗಾಂಧಿ ತನ್ನ ಜನರನ್ನೂ ಇಂಗ್ಲೀಷಿನ ಮುಖಾಂತರ ಇಡೀ ವಿಶ್ವವನ್ನೂ ಏಕಕಾಲದಲ್ಲಿ ಮುಟ್ಟಿದರೆನ್ನುವುದನ್ನು ಮರೆಯಕೂಡದು. ಟಾಲ್‌ಸ್ಟಾಯ್, ಫ್ರೆಂಚ್ ಲೇಖಕ ರೋಮೆನ್ ರೊಲ್ಯಾಂಡ್‌ರವರು, ನೆಹರೂ ಮತ್ತು ರಾಜಾಜಿಯವರು ಈ ಪುಸ್ತಕವನ್ನು ಓದಿ ತಮ್ಮ ಅಭಿಪ್ರಾಯಗಳನ್ನು ಬರೆದಿದ್ದಾರೆ.

'ಹಿಂದ್ ಸ್ವರಾಜ್' ಒಂದು ಬೀಜ. ಗಾಂಧಿ ವೃಕ್ಷ ಬೆಳೆದದ್ದು ಈ ಬೀಜದಿಂದ. ಪರೆಲ್ ಈ ಕೃತಿಯನ್ನು ರುಸೋನ ಸೋಶಿಯಲ್ ಕಾಂಟ್ರಾಕ್ಟ್ (Social Contract) ಸೆಂಟ್ ಇಗ್ನೇಷಿಯಸ್ ಲಾಯಲಾನ್‌ನ Spiritual Exercises ಅಥವಾ ಬೈಬಲಿನ ಮ್ಯಾಥ್ಯೂ ಬರವಣಿಗೆಗೆ ಹೋಲಿಸುತ್ತಾರೆ.

ಪುಸ್ತಕದಲ್ಲೊಂದು ವಿಶೇಷವಿದೆ. ಹೆಸರು 'ಹಿಂದ್ ಸ್ವರಾಜ್' ಆದರೂ ಅದರ ಗುರಿ ಭಾರತವನ್ನು ಮಾತ್ರವಲ್ಲದೆ ಜೊತೆಗೆ ಬ್ರಿಟನ್ ಅನ್ನೂ ಆಧುನಿಕ ನಾಗರಿಕತೆಯ ವ್ಯಾಮೋಹದಿಂದ ಬಿಡುಗಡೆಗೊಳಿಸುವುದು. ಗಾಂಧಿ ಮತ್ತು ಸಾವರ್ಕರ್‌ರ ಬರವಣಿಗೆಯ ಶೈಲಿಯಲ್ಲಿಯೇ ಒಂದು ವ್ಯತ್ಯಾಸವಿದೆ. ಸಾವರ್ಕರ್ ಉತ್ಕಂಠದ ಉದಾತ್ತತೆಯಲ್ಲಿ ಘೋಷಿಸುತ್ತಾರೆ. ಗಾಂಧಿ ಕಿವಿಮಾತೆಂಬಂತೆ ಆಪ್ತ ವಾಕ್ಯಗಳಲ್ಲಿ ತನ್ನ ಓದುಗನ ಜೊತೆ ಮಾತಾಡುತ್ತಾರೆ. ಇದು ಸಂವಾದ ರೂಪದಲ್ಲಿದೆ ಎನ್ನುವುದು ಮುಖ್ಯ. ನಮ್ಮ ಎಷ್ಟೋ ಹಳೆಯ ಶಾಸ್ತ್ರ ಪಠ್ಯಗಳು ತಮ್ಮ ವಿರೋಧಿಗಳನ್ನು ಪ್ರತಿವಾದಿಗಳಾಗಿ ಉದ್ಧರಿಸಿ ಖಂಡಿಸುತ್ತವೆ. ಆದರೆ ಗಾಂಧಿಯ ಸಂವಾದ ಈ ಬಗೆಯ ಖಂಡನೆಯಲ್ಲ. ಒಂದು ಮಂಡನೆಗೆ ವಿರೋಧವಾಗಿ ಇನ್ನೊಂದು ಮಂಡನೆ ಎಂಬಂತಿದೆ. ಇಡೀ ಪುಸ್ತಕ ಸಂವಾದ ರೂಪದಲ್ಲಿರುವುದೇ ಅದರ ಧಾಟಿ ಧೋರಣೆಗಳಿಗೆ

ಕಾರಣವಾಗಿದೆ. ಸಾವರ್ಕರ್ ವಾಗ್ಮಿಯಾಗಿ ಮಾತಾಡುತ್ತಾರೆ. ಒಂದು ದೊಡ್ಡ ಹಿಂದೂ ಸಮುದಾಯಕ್ಕೆ. ತಮ್ಮ ದೋಷಗಳನ್ನೆಲ್ಲ ಮರೆತು ರಾಷ್ಟ್ರಪ್ರೇಮದಲ್ಲಿ ಅವರು ಬಹಿರ್ಮುಖರಾಗಿ ಕೊಬ್ಬಲೆಂದು ಅವರು ಬರೆಯುತ್ತಾರೆ. ಆದರೆ ಗಾಂಧಿ ಆಡುವ ಮಾತು ಮೇಲೆ ಹೇಳಿದಂತೆ ಕಿವಿಮಾತಾಗಿರುತ್ತದೆ. ಈ ಸಂವಾದ ಒಬ್ಬ ಓದುಗ ಮತ್ತು ಒಬ್ಬ ಸಂವಾದಕನ ನಡುವೆ ನಡೆದಂತೆ ಇದೆ. ಸಂವಾದಕ (ಗಾಂಧಿ) ಭಾರತದ ಸ್ವಾತಂತ್ರ್ಯ ಹೋರಾಟದಲ್ಲಿ ಮಂದಗಾಮಿಗಳಾಗಿ ಕಂಡವರು ಸತ್ಯದರ್ಶಿಯಾದ ಕೊಡುಗೆಯನ್ನು ಕೊಟ್ಟ ಮಹಾನುಭಾವರೆಂದು ಅವಸರ ಚಿಂತನೆಯ ಓದುಗನಿಗೆ ಗಾಂಧಿ ನೆನಪು ಮಾಡುತ್ತಾರೆ.

ದಾದಾಭಾಯಿ ನವರೋಜಿಯನ್ನು Grand Old Man of India ಎಂದು ಕರೆಯುತ್ತಾರೆ. ಭಾರತದ ನೆಲವನ್ನು ಉತ್ತವರಲ್ಲಿ ಅವರು ಮೊದಲಿಗರು. ಇಲ್ಲವಾದಲ್ಲಿ ಹೋಂ ರೂಲ್ ಶಬ್ದವನ್ನು ಬಳಸುವುದೆ ಸಾಧ್ಯವಿರಲಿಲ್ಲ. ಇವರ ಜೊತೆಗೆ ಹಲವು ಐರೋಪ್ಯ ಮಹಾನುಭಾವರೂ ಇದ್ದಾರೆ. Hume, Sir William Wender Burn ಇವು ಐರೋಪ್ಯ ಹೆಸರುಗಳಾದರೆ ಗಾಂಧಿಗೆ ಗೋಖಲೆ, ಜಸ್ಟಿಸ್ ಟ್ಯಾಬ್ಜಿ(Tyabji) ಮುಖ್ಯರು. ಭಾರತದ ಬಗ್ಗೆ ಪ್ರೀತಿ ಉಳ್ಳವರು ಭಾರತೀಯರಲ್ಲದೆ ಇಂಗ್ಲೀಷರೂ ಇದ್ದಾರೆ ಎಂಬುದನ್ನು ಈ ಹಿಂಸಾವಾದಿ ಆತುರದ ಓದುಗನಿಗೆ ಗಾಂಧಿ ಹೇಳುತ್ತಾರೆ. ಹೋಂ ರೂಲ್ (Home Rule) ಒಂದು ಕನಸಾದರೂ ಬೀಜವಿಲ್ಲದೆ ಮರ ಬೆಳೆಯುವುದಿಲ್ಲ ಎಂಬ ಗಾದೆಯನ್ನು ಉದ್ಧರಿಸಿ ಓದುಗನನ್ನು ಗೆಲ್ಲಲು ನೋಡುತ್ತಾರೆ.

ಹಿರಿಯರ ಪ್ರಯತ್ನವನ್ನು ಅಲ್ಲಗಳೆಯಬೇಡಿ ಎಂದು ಗಾಂಧಿ ಮೃದು ಮಾತಿನಲ್ಲೆ ಎಚ್ಚರಿಸುತ್ತಾರೆ. ಇಂಗ್ಲೆಂಡ್ ದೇಶ ನಮ್ಮ ರಕ್ತವನ್ನು ಹೀರಿದೆ ಎಂಬುದನ್ನು ನಮಗೆ ತೋರಿಸಿಕೊಟ್ಟವರು ದಾದಾಭಾಯಿ ನವರೋಜಿ ಎಂದು ಗಾಂಧಿ ಆತ್ಮೀಯವಾದ ಮನೆಮಾತಿನಲ್ಲಿ ವಾದಿಸುವಾಗ ಹತ್ತುವ ಏಣಿಯ ಒಂದು ಮೆಟ್ಟಿಲನ್ನು ತೆಗೆದು ಹಾಕಿದರೂ ಏಣಿ ಹಾಳಾಗುತ್ತದೆಯಲ್ಲವೇ? ನಮ್ಮ ಗುರು ಹೇಳಿಕೊಟ್ಟದ್ದಕ್ಕಿಂತ ಕೊಂಚ ಹೆಚ್ಚು ನಾವು ತಿಳಿದುಕೊಂಡರೆ ನಮ್ಮ ನೆಲಗಟ್ಟನ್ನೆ ನಿರಾಕರಿಸುತ್ತವೆಯೇ? ಎಂಬ ಪ್ರಶ್ನೆಗಳನ್ನು ಕೇಳಿದಂತಿರುತ್ತದೆ. ಗಾಂಧಿ, ಗೋಖಲೆಯನ್ನು ತುಂಬಾ ಇಷ್ಟಪಟ್ಟು ಹೊಗಳುತ್ತಾರೆ. ಲೋಕಮಾನ್ಯ ತಿಲಕರು ನಡೆಸುತ್ತಿದ್ದ ಕೇಸರಿಯಲ್ಲಿ ಗೋಖಲೆಯ ಬಗ್ಗೆ ಕ್ರೂರವಾದ ಟೀಕೆಗಳು ಬಂದುದನ್ನು ಗಾಂಧಿ ವಿರೋಧಿಸುತ್ತಾರೆ. ಎಲ್ಲಾ ಇಂಗ್ಲಿಷ್ ಜನರನ್ನು ವೈರಿಗಳೆಂದು ತಿಳಿದರೆ ಹೋಂ ರೂಲ್ ಇನ್ನಷ್ಟು ತಡವಾಗಬಹುದೆಂದು ಗಾಂಧಿಗೆ ಭೀತಿ.

ಭಾರತದಲ್ಲಿ ಎರಡು ವಿರೋಧಿ ಬಣಗಳಿದ್ದವು. ಮಾಡ್ರೇಟರು (ಮಂದಗಾಮಿಗಳು) ಮತ್ತು ತೀವ್ರಗಾಮಿ ಆತುರಿಗಳು. ನಮ್ಮ ದೇಶ ಸ್ವಾತಂತ್ರ್ಯವನ್ನು ಕ್ರಮ-ಕ್ರಮವಾಗಿ ಪಡೆಯಬೇಕೆಂದು ಬಯಸುವವರೇ ಮಂದಗಾಮಿಗಳೆಂದು ಹಳಿಯಲ್ಪಟ್ಟವರು; ಏಕ್‌ದಮ್ ನಮಗೆ ಸ್ವಾತಂತ್ರ್ಯ ಸಿಗಬೇಕೆಂಬ 'ಪೂರ್ಣ ಸ್ವರಾಜ್' ವಾದಿಗಳಾದ ಆ ಕಾಲದ ಮಹಾನಾಯಕ ಲೋಕಮಾನ್ಯ ತಿಲಕರು. ಈ ಎರಡು ಪಂಗಡಗಳಿಗೂ ತುಂಬಾ ಗೌರವಯುತರಾದ ತಮ್ಮ ಜೀವವನ್ನೆ ಸ್ವಾತಂತ್ರ್ಯಕ್ಕಾಗಿ ಅರ್ಪಿಸಿಕೊಂಡ ನಾಯಕರೂ ಇದ್ದರು. ಗೋಪಾಲಕೃಷ್ಣ ಗೋಖಲೆ ಸೌಮ್ಯವಾದಿ. ಲೋಕಮಾನ್ಯ ತಿಲಕರು ತೀವ್ರವಾದಿ, ಗಾಂಧಿ ಆಯ್ದದ್ದು ಗೋಖಲೆಯವರನ್ನು.

೧೯೦೭ ಡಿಸೆಂಬರ್‌ನಲ್ಲಿ ನಡೆದ ಸೂರತ್ ಕಾಂಗ್ರೆಸ್‌ನಲ್ಲಿ ಈಗ ನಾವು ಎಲ್ಲೆಲ್ಲೂ ಕಾಣುವ ಧಾಂದಲೆ ನಡೆದಿತ್ತು. ವೇದಿಕೆಯ ಮೇಲೆ ಸೌಮ್ಯವಾದಿಗಳಾದ ಫಿರೋಜ್ ಷಾ ಮೆಹತಾ ಮತ್ತು ಸುರೇಂದ್ರನಾಥ ಬ್ಯಾನರ್ಜಿ ಇದ್ದರು. ಅವರ ಮೇಲೆ ಚಪ್ಪಲಿಯನ್ನು ಎಸೆಯಲಾಯಿತು. ಸುತ್ತಿದ ಟರ್ಬನ್‌ಗಳನ್ನು ಕೀಳಲಾಯಿತು. ಕುರ್ಚಿಗಳನ್ನು ಕುಟ್ಟಿ ಒಡೆದು ದಾಂಧಲೆ ಅತಿಗೆ ಹೋಗಿ ಬ್ರಿಟಿಷ್ ಪೊಲೀಸರು ಬಂದು ಈ ಗಲಾಟೆಯನ್ನು ನಿಯಂತ್ರಿಸುವ ಅವಮಾನಕ್ಕೆ ನಾವು ಒಳಗಾಗಿದ್ದೆವು. ಗಾಂಧಿಯ ಮನಸ್ಸಿನಲ್ಲಿ ಈ ಘಟನೆಗಳೆಲ್ಲಾ ಇದ್ದವು. ತೀವ್ರವಾದಿಗಳಲ್ಲಿ ತಿಲಕರು ಮಾತ್ರವಲ್ಲದೇ ಅರವಿಂದ ಘೋಷ್, ಲಜಪತ್ ರಾಯ್ ಮತ್ತು ಬಿಪಿನ್ ಚಂದ್ರಪಾಲ್ ಕೂಡಾ ಇದ್ದರು.

ಸಾವರ್ಕರ್‌ರ ಇಡೀ ಪುಸ್ತಕ ಪುರಾತನ ಭಾರತದ ಒಂದು ಸ್ತುತಿಯಂತೆ ಇದೆ. ಒಬ್ಬ ಮನುಷ್ಯ ಸ್ತುತಿಯಲ್ಲಿ ತತ್ಪರನಾದಾಗ ತನ್ನನ್ನು ತಾನೇ ಹುರಿಗೊಳಿಸಿ ಕೊಳ್ಳುತ್ತಾ ಹೋಗುತ್ತಾನೆ. ಭಾವುಕ ಉನ್ಮತ್ತತೆಯಲ್ಲಿ ಭೂತಕಾಲದ ಎಲ್ಲವೂ ಸುಂದರವೆಂಬ ಭಾವನೆ ಹುಟ್ಟುತ್ತದೆ. ಆದರೆ ವ್ಯಾಸರ ಮಹಾಭಾರತದಂತಹ ಒಂದು ಕೃತಿಯನ್ನು ಓದಿದಾಗ ಭೂತಕಾಲದಲ್ಲಿಯೂ ಇದ್ದ ವರ್ತಮಾನದ ಎಲ್ಲಾ ವ್ಯಾಮೋಹಗಳು, ಕುಟಿಲತೆ, ಕಾಮುಕತೆ, ದೇವನಿಂದನೆ, ಕ್ರೌರ್ಯ, ಅಸೂಯೆ ಮತ್ತು ಪ್ರಾಣಿಹಿಂಸೆ ಯಥೇಚ್ಛವಾಗಿ ಇದ್ದಂತೆ ಕಾಣುತ್ತದೆ. ಒಂದು ದೊಡ್ಡ ಮಾತಿದೆ. ವೇದವ್ಯಾಸ ಋಷಿಕವಿ, ದ್ರಷ್ಟಾರ. ಅವನು ಕೈ ಎತ್ತಿ ಸಾರುತ್ತಾನೆ: 'ನಾನು ನನ್ನ ಕೈಗಳನ್ನು ಎತ್ತಿ ಅನೈತಿಕತೆಯನ್ನು ಎಷ್ಟು ವಿರೋಧಿಸಿದರೂ ಯಾರೂ ಅದನ್ನು ಕೇಳಿಸಿಕೊಂಡಂತೆ ಕಾಣುವುದಿಲ್ಲ.'

ಶ್ರೀಕೃಷ್ಣ ಅರ್ಜುನನಿಗೆ ವಿಶ್ವರೂಪವನ್ನು ತೋರಿಸಿದ ಮೇಲೂ ಅರ್ಜುನನಿಗೆ ನಿನ್ನ ಇಚ್ಛೆಯಂತೆ ನಡೆದುಕೋ ಎನ್ನುತ್ತಾನೆ. ವಿಶ್ವರೂಪದ ಅನುಭವವಾದ

ಮೇಲೂ ಅರ್ಜುನ ಎಲ್ಲಾ ತಪ್ಪುಗಳನ್ನು ಮತ್ತೆ ಮಾಡುತ್ತಾನೆ. ರಾಮಾಯಣದಲ್ಲಿ ಹನುಮಂತ ಲಂಕೆಗೆ ಸೀತೆಯನ್ನು ಹುಡುಕಿಕೊಂಡು ಹೋದವನು ರಾವಣನ ಹೆಂಡಂದಿರೆಲ್ಲರೂ ಮಲಗಿ ನಿದ್ರಿಸುವ ಶಯ್ಯಾಗಾರವನ್ನು ಹೊಗುತ್ತಾನೆ. ಅಲ್ಲಿ ಕೆಲವು ಕಾಮಾತುರ ಹೆಂಗಸರು ಒಬ್ಬರನ್ನೊಬ್ಬರು ಅಪ್ಪಿಕೊಂಡು ಇರುವುದನ್ನು ಕಾಣುತ್ತಾನೆ. ಕಂಡವನೆ 'ಛೇ' ಇಂತಲ್ಲಿ ಸೀತೆಯಂತ ಪತಿವ್ರತೆಯನ್ನು ಹುಡುಕಿದೆನಲ್ಲಾ ಎಂದು ವಿಷಾದಪಡುತ್ತಾನೆ.

ನಮ್ಮ ಭೂತಕಾಲ ತನ್ನ ಎಲ್ಲಾ ಮಹತ್ತಿನಲ್ಲಿಯೂ ಕಾಣುತ್ತಲೇ ಈಗಿನ ಕಾಲದಂತೆಯೇ ಅಲ್ಪವಾಗಿಯೂ ಕಾಣುವ ದೃಶ್ಯಗಳೂ ನಮ್ಮ ಮಹಾಕಾವ್ಯಗಳಲ್ಲಿ ಇವೆ. ಪ್ರಪಂಚ ಕುಲಗೆಟ್ಟಾಗಲೆಲ್ಲಾ ಅದನ್ನು ಶುದ್ಧ ಮಾಡುತ್ತಾ ಹೋದ ಹತ್ತು ಅವತಾರಗಳ ಕಥೆ ನಮ್ಮದು. ಆದರೆ ಇವೆಲ್ಲವನ್ನೂ ಸಾವರ್ಕರರು ಒಂದು ರಾಷ್ಟ್ರ ನಿರ್ಮಾಣದ ಉದ್ದೀಪನೆಗೆ ಬಳಸಿಕೊಳ್ಳುತ್ತಾರೆ. ಅವರು ಮಹಮ್ಮದ್ ಆಲಿ ಜಿನ್ನಾರಂತೆಯೇ ಮತ ಧರ್ಮಗಳಲ್ಲಿ ಶ್ರದ್ಧೆ ಇಲ್ಲದ ವಿಚಾರವಾದಿಗಳು. ಆದ್ದರಿಂದಲೇ ಅವರು ಮತ ಧರ್ಮಗಳ ಮುಖಾಂತರ ತಮ್ಮ ಹಿಂದುತ್ವವನ್ನು ಕಲ್ಪಿಸಿಕೊಳ್ಳುವುದಿಲ್ಲ. ಗಾಂಧಿ ಮತ್ತು ಅಂಬೇಡ್ಕರ್‌ರಂತೆ ಅವರೂ ಅಸ್ಪೃಶ್ಯತೆಯನ್ನು ವಿರೋಧಿಸುತ್ತಾರೆ. ಅವರಿಗೆ ಹಿಂದುತ್ವದ ಆಧಾರದ ಮೇಲೆ ಕಟ್ಟಿದ ಬಲಿಷ್ಠ ಭಾರತ ಬೇಕು. ಹಿಂದೂಸ್ತಾನದಲ್ಲಿ ಬದುಕುತ್ತಿರುವ ಎಲ್ಲರೂ ಅವರ ಪಾಲಿಗೆ ಹಿಂದೂಗಳಲ್ಲ. ಈ ದೇಶವನ್ನು ತಮ್ಮ ಪುಣ್ಯಭೂಮಿಯೆಂದು ಸ್ವೀಕರಿಸುವ ಎಲ್ಲಾ ಪಂಚವರ್ಣಿಗಳು ಮಾತ್ರ ಹಿಂದೂಸ್ತಾನದ ತಿರುಳು ಜನರು. ಅಮೇರಿಕಾದಲ್ಲಿ ಎಲ್ಲಾ ದೇಶದವರು ನಿವಾಸಿಗಳಾಗಿದ್ದರು. ಆದರೆ ಮೊದಲನೇ ಯುದ್ಧ ಕಾಲದಲ್ಲಿ ಜರ್ಮನ್ನರು ತಮ್ಮ 'ಪುಣ್ಯಭೂಮಿ'ಯಾದ ಜರ್ಮನಿಗೆ ನಿಷ್ಠೆಯಿಂದ ನಡೆದುಕೊಂಡರಲ್ಲವೆ? ಎಂಬ ಪ್ರಶ್ನೆ ಸಾವರ್ಕರ್‌ರದ್ದು.

– ೯ –

ಒಂದು ರಾಜ್ಯವನ್ನು ವಿವೇಕದಿಂದ ಆಳಿದ್ದಾದರೆ
ಅದರ ಪ್ರಜೆಗಳು ಸಂತೃಪ್ತರಾಗಿರುತ್ತಾರೆ
ತಮ್ಮ ಕೈಗಳನ್ನು ಬಳಸಿ ಮಾಡೋ ಕೆಲಸವೇ ಅವರಿಗೆ ಇಷ್ಟವಾದ್ದರಿಂದ
ಯಂತ್ರಗಳನ್ನು ಸೃಷ್ಟಿಸಿ ಅವರು ಕೈಗಳ್ಳರಾಗುವುದಿಲ್ಲ
ತಮ್ಮ ಮನೇನೇ ಅವರಿಗೆ ಎಷ್ಟು ಪ್ರಿಯ ಅಂದರೆ
ಪ್ರಯಾಣ ಮಾಡೋದರಲ್ಲಿ ಅವರಿಗೆ ಮೋಜಿಲ್ಲ
ಸಾವು ಅವರಿಗೆ ಲಘು ಸಂಗತಿಯಲ್ಲ.

ಕೆಲವು ಬಂಡಿಗಳೋ ದೋಣಿಗಳೋ ಅಲ್ಲಿ ಇದ್ದಾವು
ಆದರೆ ಅವು ಎಲ್ಲೂ ಹೋಗುವುದಿಲ್ಲ
ಅಲ್ಲಿ ಒಂದು ಶಸ್ತ್ರಾಗಾರ ಇದ್ದೀತು
ಯಾರೂ ಅದನ್ನು ಬಳಸುವುದಿಲ್ಲ.

ಜನ ತಮ್ಮ ಊಟವನ್ನೇ ಇಷ್ಟಪಡುತ್ತಾರೆ
ಸಂಸಾರದಲ್ಲಿರೋದನ್ನ ಸುಖಿಸುತ್ತಾರೆ
ಉಳಿದ ಸಮಯ ತಮ್ಮ ಹಿತ್ತಲಿನ ತೋಟದಲ್ಲಿ ದುಡಿಯುತ್ತಾರೆ
ನೆರೆಹೊರೆಗೂ ನೆರವಾಗುತ್ತಾರೆ.

ಆದರೆ ತಮ್ಮ ನೆರೆಯಲ್ಲೇ ಇರುವ ಇನ್ನೊಂದು ರಾಜ್ಯ
ಕೋಳಿ ಕೂಗಿದರೆ, ನಾಯಿ ಬೊಗಳಿದರೆ ಕೇಳಿಸುವಷ್ಟು
ಹತ್ತಿರವಿದ್ದರೂ ಸಹ
ಆ ರಾಜ್ಯವನ್ನ ತಮ್ಮ ಬದುಕಿಡೀ ನೋಡಲು ಕೂಡ ಹೋಗದೆ
ವೃದ್ಧಾಪ್ಯದಿಂದ ಸಾಯುವಷ್ಟು ಅವರು ತೃಪ್ತರಾಗಿರುತ್ತಾರೆ.

(ಪದ್ಯ ೮೦; ಪುಟ ೧೩೬; ದಾವ್ ದ ಜಿಂಗ್, ಅನುವಾದ ಯು. ಆರ್. ಅನಂತಮೂರ್ತಿ; ಅಕ್ಷರ ಪ್ರಕಾಶನ; ಎರಡನೆಯ ಮುದ್ರಣ, ೨೦೦೫)

ರಮಣ ಮಹರ್ಷಿಗಳನ್ನು ಒಬ್ಬ ವಿದೇಶಿ ಬಂದು ಕೇಳಿಕೊಳ್ಳುತ್ತಾನೆ. 'ನಾನು ಹಿಂದೂ ಆಗಿ ಮತಾಂತರಗೊಳ್ಳಲು ಬಂದಿದ್ದೇನೆ. ಇದು ನನ್ನ ಪುಣ್ಯಭೂಮಿ'. ಅದಕ್ಕವರ ಉತ್ತರ: 'ದೇವರು ಸೃಷ್ಟಿಸಿದ ಇಡೀ ಜಗತ್ತಿನಲ್ಲಿ ಕೆಲವು ಮಾತ್ರ ಪುಣ್ಯಭೂಮಿ ಅನ್ನೋದು ಸರಿಯೆ?'. (ಇದನ್ನ ನಾನು ರಮಣರ ಶಿಷ್ಯರಿಂದ ಕೇಳಿಸಿಕೊಂಡಿದ್ದು.) ರಮಣರಿಗೆ ತಾವು ವಾಸಿಸುತ್ತಿದ್ದ ಅರುಣಾಚಲ ಪರ್ವತವೇ ಪುಣ್ಯಭೂಮಿ. ಅಲ್ಲಿ ಬಿಸಿಲಿನ ಧಗೆ ಇತ್ತು, ಹಾವು-ಓತಿಕೇತ, ಚೇಳುಗಳು ಇದ್ದವು, ನವಿಲುಗಳಿದ್ದವು. ರಮಣರು ಮರದ ಕೆಳಗೆ ಕೂತರೆ ಅವರ ಮೈಯೆಲ್ಲಾ ವಿಷವಾಗುವಂತೆ ಕಚ್ಚುವ ಜೇನುನೊಣಗಳಿದ್ದವು. ಹತ್ತಿ ಇಳಿಸಿ ಕೈ ಕಾಲುಗಳನ್ನು ದಣಿಸುವ ಪ್ರದೇಶ ಇದಾಗಿತ್ತು. ದಣಿವಾರಿಸಿಕೊಳ್ಳಲು ಮೈ ಕೈ ಚೆಲ್ಲಿ ಇಳಿಸಂಜೆ, ಮುಂಜಾನೆ ಮಲಗುವ ಸವೆದ ಬಂಡೆಗಳ ಅಡಗು ತಾಣವೂ ಇದಾಗಿತ್ತು. ಎಲ್ಲಾ ಪ್ರಾಣಿಗಳನ್ನು ಪ್ರೀತಿಸುವ ರಮಣರು ಹಿತ್ತಲಿನ ಬಾವಿಯ ಮೇಲೆ ಕೂತಿರುತ್ತಿದ್ದ ಕಾಗೆಯೊಂದು ಸತ್ತಾಗ ಅದಕ್ಕೊಂದು ಗೋರಿಯನ್ನು ಕಟ್ಟಿಸಿದ್ದರು. ಅವರು ಕ್ಯಾನ್ಸರ್‌ನಿಂದ ನರಳಿ ಸಾಯುತ್ತಿರುವಾಗ ಅವರ ಕೈಯಿಂದಲೆ ಆಹಾರವನ್ನು ಪಡೆದು ತಿನ್ನುತ್ತಿದ್ದ ನವಿಲುಗಳು ಹಸಿವಿನಲ್ಲಿ ಕಿರುಚತೊಡಗುತ್ತವೆ. ಆಗ ರಮಣರು ನವಿಲುಗಳಿಗೆ ಆಹಾರವನ್ನು ಹಾಕಿ ಎಂದು ಪ್ರಾಣ ಬಿಡುವ ಸಮಯದಲ್ಲಿ ತಮ್ಮ ಶಿಷ್ಯರಿಗೆ ಹೇಳುತ್ತಾರೆ, ಹೀಗೆ ಸುಮ್ಮನೇ ಯಾವತ್ತಾದರೂ ಹೇಳುವಂತೆ.

ಕಾಶಿ ಎಲ್ಲರ ಪುಣ್ಯಭೂಮಿ. ಗಾಂಧಿ ಆಫ್ರಿಕಾದಿಂದ ಹಿಂದೆ ಬಂದವರು ದೈವ ದರ್ಶನಕ್ಕಾಗಿ ಅಲ್ಲಿಗೆ ಹೋದಾಗ ಕಂಡಿದ್ದು ಅಸಹ್ಯ ಕೊಳಚೆ ಪ್ರದೇಶ. ಇದನ್ನು ಪುಣ್ಯಭೂಮಿಯೆಂದು ಕರೆಯುವುದು ಹೇಗೆ ಸಾಧ್ಯ ಎನ್ನುತ್ತಾರೆ. ತಲೆಸುಡುವ ಬಿಸಿಲಿನ ವಾರ್ಧ ಎನ್ನುವ ಊರೊಂದನ್ನು ತನ್ನ ಸಾಧನೆಯ ಆಶ್ರಮ ಮಾಡಿಕೊಳ್ಳುತ್ತಾರೆ. ಲಂಡನ್ನಿನ ಕೃಥಿಡ್ರಲ್ ಮೇಲೆ ಬಾಂಬು ಬಿದ್ದಾಗ (೧೯೪೦) ಕಾಶಿಯ ಮೇಲೇ ಬಾಂಬ್ ಬಿದ್ದಂತೆ ತನಗನ್ನಿಸಿತೆಂದು ಅನ್ನುತ್ತಾರೆ. ಹೀಗಾಗಿ ಪುಣ್ಯಭೂಮಿ ಎಂಬ ಕಲ್ಪನೆ ರಾಷ್ಟ್ರವಾಗಿ ಏಕೈಕವಾಗದೆ ಯಾವ ಸ್ಥಳವೂ ಆದೀತು. ಸಾವರ್ಕರರು ಉತ್ಕಟವಾಗಿ ಹಿಂದುತ್ವದ ಆಧಾರ ಪುರುಷರನ್ನು

ಸ್ತುತಿಸಿದರೆ, ಗಾಂಧಿ ಒಬ್ಬ ಧಾರ್ಮಿಕ ಶ್ರದ್ಧೆಯುಳ್ಳ ಮನುಷ್ಯನಾಗಿ ಇಡೀ ಲೋಕಕ್ಕೆ ಸಲ್ಲುವ ಒಂದು ಬಿಡುಗಡೆಯ ಪಠ್ಯವಾಗಿ 'ಹಿಂದ್ ಸ್ವರಾಜ್' ಬರೆಯುತ್ತಾರೆ.

ಸಾವರ್ಕರ್ ಅವರ ವೈಚಾರಿಕತೆಯ ಪ್ರಾಣ ಇರುವುದು 'ರಕ್ತ ಸಂಬಂಧಿಗಳಾಗಿದ್ದು' ಭಾರತವನ್ನು ಪುಣ್ಯಭೂಮಿ ಎಂದು ತಿಳಿಯುವ ಹಿಂದೂಗಳ ಕಲ್ಪನೆಯಲ್ಲಿ. ಬದಲಾಗಿ ಗಾಂಧಿಯವರ ಆಸಕ್ತಿಗಳೆಲ್ಲವೂ ಭಾರತೀಯರಿಗೆ ಆಕರ್ಷಕವಾದ ಆಧುನಿಕ ನಾಗರಿಕತೆಯನ್ನು ಒಂದು ಸಂವಾದದಲ್ಲಿ, ಅಂದರೆ ಎರಡು ಭಿನ್ನ ದೃಷ್ಟಿಗಳ ಚರ್ಚೆಯಲ್ಲಿ ಮೂಡಿಸುವುದು. ಅವರಿಗೆ ಸದ್ಯ ಬೇಕಾದವರು ದಾದಾಭಾಯಿ ನವರೋಜಿ ಮತ್ತು ಗೋಖಲೆಯಂಥವರು. ಒಬ್ಬ ಘನವ್ಯಕ್ತಿಯಾದ ತಿಲಕರನ್ನು ಗೌರವಿಸುತ್ತಲೇ ಮಂದಗಾಮಿಯಾದ ಗೋಖಲೆಯನ್ನು ಗಾಂಧಿ ಇಷ್ಟಪಡುವುದು.

ಗಾಂಧಿ ಕರೆಕೊಟ್ಟ ಒಂದು ದೊಡ್ಡ ಸತ್ಯಾಗ್ರಹದಲ್ಲಿ ಇಂಗ್ಲೀಷ್ ಜನಾಂಗದ ಒಬ್ಬರನ್ನು ಜನ ಕ್ಷುಬ್ಧರಾಗಿ ಕೊಂದರೆಂದು ಇಡೀ ಸತ್ಯಾಗ್ರಹವನ್ನೆ ಅವರು ಹಿಂದಕ್ಕೆ ತೆಗೆದುಕೊಳ್ಳುತ್ತಾರೆ. ಬೆಳೆಯತೊಡಗಿದ್ದ ಒಂದು ಹೋರಾಟವನ್ನು ಹೀಗೆ ಅವರು ಹಿಂದಕ್ಕೆ ತೆಗೆದುಕೊಳ್ಳುವುದನ್ನು ಸರಿ ಅಲ್ಲವೆಂದು ಅವರ ಆಪ್ತರು ವಾದಿಸುತ್ತಾರೆ. ಆದರೆ ಅಹಿಂಸಾತ್ಮಕ ಹೋರಾಟಕ್ಕೆ ಇನ್ನೂ ಸಿದ್ಧವಾಗದ ಜನರಿದ್ದಾರೆ ಎಂದು ತಾನು ತಿಳಿಯಲಾರದೆ ಹೋದದ್ದನ್ನು 'A Himalayan Blunder' ಎಂದು ಕರೆಯುತ್ತಾರೆ.

'ಹಿಂದ್ ಸ್ವರಾಜ್' ಪುಸ್ತಕವಲ್ಲದೆ ಗಾಂಧಿಯ ಇನ್ನೊಂದು ಲೇಖನವಿದೆ. ಎಲ್ಲೆಲ್ಲೂ ಸ್ವತಂತ್ರರಾದ ಗ್ರಾಮ ಸ್ವರಾಜ್ಯಗಳನ್ನು ಹೊಂದಿದ ಇಡೀ ಭಾರತವನ್ನು ಯಾರೂ ಯುದ್ಧದಲ್ಲಿ ಜಯಿಸಲಾರರು. ಇಂತಹ ಭಾರತದಲ್ಲಿ ಅತ್ಯಂತ ಕಡಿಮೆ ಸಂಖ್ಯೆಯ ಸೈನ್ಯವಿದ್ದರೂ ಭಾರತ ಒಂದು ಮುಳ್ಳು ಹಂದಿಯಂತೆ ಅಜೇಯವಾಗಿ ಇರುತ್ತದೆ ಎನ್ನುತ್ತಾರೆ. (ಈ ಬಗ್ಗೆ ವಿವರವಾದ ಒಂದು ಲೇಖನ ಪುಸ್ತಕದ ಕೊನೆಯಲ್ಲಿದೆ.)

ಹೀಗೆ ಭಾರತದ ಬಗ್ಗೆ ಎರಡು ದೃಷ್ಟಿಗಳು ೨೦ನೇ ಶತಮಾನದ ಆದಿಯಲ್ಲೇ ಹುಟ್ಟಿಕೊಳ್ಳುತ್ತವೆ. ಒಂದು ವಿಶ್ವಾತ್ಮಕವಾದ, ಆದರೆ ಸ್ಥಳೀಯವಾದ, ಪಂಚಾಯಿತಿ ರೂಪದಲ್ಲಿ ವಿಕೇಂದ್ರಿತವಾದ ಭಾರತ; ಇನ್ನೊಂದು ಭಾವನಾತ್ಮಕ ಸ್ತುತಿಯಲ್ಲಿ ಭಾರತವನ್ನು ಕಲ್ಪಿಸಿಕೊಳ್ಳುತ್ತಲೇ ಹಲವು ಭಾಷೆಗಳ, ಹಲವು ಧರ್ಮಗಳ ದೇಶವನ್ನು ನಿರಾಕರಿಸಿ ಈ ದೇಶವನ್ನು ಪುಣ್ಯಭೂಮಿಯೆಂದು ತಿಳಿದವರಿಗೆ ಮಾತ್ರ ಸೀಮಿತಗೊಳಿಸುವುದು. ಜರ್ಮನಿಯಲ್ಲಿ ಹಿಟ್ಲರನು ಹೀಗೆಯೇ

ಮಾಡಿದ. ಜರ್ಮನಿಯ ಬಿಳಿಯರು ಆರ್ಯರಾದರು. ಯಹೂದಿಯರು ಅನಾರ್ಯರಾದರು. ಜರ್ಮನ್ ದೇಶದ ಹಲವು ಕಡೆಗಳಲ್ಲಿ ಕಟ್ಟಿದ್ದ ಸುಡುಮನೆಗಳಲ್ಲಿ ಯಹೂದಿಯರನ್ನು ಕೂಡಿಹಾಕಿ ಬೆಂಕಿ ಇಟ್ಟು ಬೇಯಿಸಿದರು. ಬೆಂದ ಮೇಲೆ ಸಿಕ್ಕಿದ ಎಲುಬು ಚೂರುಗಳಿಂದ ಬಳೆಗಳನ್ನು, ಉಂಗುರಗಳನ್ನು ಮಾಡಿ ಜರ್ಮನರು ತೊಟ್ಟರು. ಜೊತೆಗೇ ರಸ್ತೆಗಳು ಅಗಲವಾದವು. ಕೈಗಾರಿಕೆ ಯುದ್ಧಕ್ಕಾಗಿ ಬೆಳೆಯಿತು. ಜನ ಕೊಬ್ಬಿ ತಾವು ಶ್ರೇಷ್ಠರೆಂದು ಕುಣಿದಾಡಿದರು.

ಸಾವರ್ಕರರ ವಾದ ಹಿಟ್ಲರನದ್ದರಂತೆ ಅದನ್ನು ಬರೆದ ಕಾಲದಲ್ಲಿ, ಸಂದರ್ಭದಲ್ಲಿ ಕ್ರೂರವಾಗಿ ಇರಲಿಲ್ಲ. ಆದರೆ ಆವೇಶಗೊಳಿಸಿ ಕ್ರೂರಗೊಳ್ಳುವ ಎಲ್ಲಾ ಸಾಧ್ಯತೆಯನ್ನು ಪಡೆದಿತ್ತು. ಅವರಿಂದ ಪ್ರೇರಿತರಾಗಿ ದೇಹಾರ್ಪಣೆಗೆ ಸಿದ್ಧರಾದವರು ಇದ್ದರು. ನಾಥುರಾಮ್ ಗೋಡ್ಸೆ ಅವರಲ್ಲಿ ಒಬ್ಬ. ಕ್ರೌರ್ಯದಲ್ಲಿ ಕಾಂಗ್ರೆಸಿಗರೂ ಹಿಂದೆ ಬಿದ್ದಿಲ್ಲವೆಂಬುದನ್ನು ಇಂದಿರಾಗಾಂಧಿ ಸತ್ತ ನಂತರ ನಡೆದ ಸಿಖ್ಖರ ಹತ್ಯಾಕಾಂಡದಲ್ಲಿ ಕಾಣಬಹುದು.

ಇದೊಂದು ಮನಃಸ್ಥಿತಿ. ಈ ಮನಃಸ್ಥಿತಿಯನ್ನು ನಿರಾಕರಿಸುವಂತೆ ಗಾಂಧಿ ಬದುಕಿದ್ದರು. ಅವರ ಅಂತ್ಯವೂ ಇದನ್ನು ನಿರಾಕರಿಸಿತ್ತು. ಈ ಮನಸ್ಥಿತಿಯನ್ನು ಯಾವ ಪಾಪ ಭಾವನೆಯು ಇಲ್ಲದಂತೆ ಬಳಸಿಕೊಳ್ಳಬಹುದೆಂಬ ರಾಷ್ಟ್ರೀಯವಾದವು ಭಾರತದಲ್ಲಿ ಬೆಳೆಯುತ್ತಾ ಹೋಗಿದೆ. ಭಾರತದ ಮುಸ್ಲಿಮರು ಇದಕ್ಕೆ ಪ್ರತಿರೋಧದ ಕಿಚ್ಚನ್ನು ಹತ್ತಿಸಿ, ಆ ಕಿಚ್ಚಿನಲ್ಲಿ ತಾವೇ ಬಲಿಯಾಗುತ್ತಾರೆ. ಗಾಂಧಿಯ ನೌಖಾಲಿಯ ಯಾತ್ರೆಯಲ್ಲಿ ಕೊನೆಗೊಳ್ಳದ ದ್ವೇಷದ ಬೀಜಗಳು ಪಾಕಿಸ್ತಾನದಲ್ಲಿ ಅದರ ಮಿಲಿಟರಿಯ ಉತ್ತೇಜನದಿಂದಲೆ ಮರಣ ವೃಕ್ಷಗಳಾಗಿ ಬೆಳೆಯುತ್ತಿವೆ.

ಸಾವರ್ಕರ್ ಬರವಣಿಗೆ ಆವೇಶದಲ್ಲಿ ನಂಬಿ, ಹಾಗೆ ನಂಬಿದ್ದನ್ನೇ ಸಾರುವಂತಹುದು: ಗಾಂಧಿಯ ಇಡೀ ಬರವಣಿಗೆ ಆತ್ಮ ವಿಮರ್ಶೆಯಲ್ಲಿ ಸೋಸುತ್ತ ಹುಟ್ಟಿಕೊಳ್ಳುವಂತಹುದು. ಸಾವಧಾನ ಆಧುನಿಕ ನಾಗರಿಕತೆಯ ಲಕ್ಷಣವಲ್ಲ. ದೃಶ್ಯ ಮಾಧ್ಯಮದ ವೈಚಾರಿಕತೆ ನಿಲ್ಲಲಾರದ ದೃಶ್ಯಾವಳಿಗಳ ಓಟದ್ದು. ಹಿಂಸೆಯನ್ನು ತನ್ನ ಒಳಗೇ ಹುಡುಕಿ ವಿಸರ್ಜನೆ ಮಾಡಿಕೊಳ್ಳುವಂಥ ಗಾಂಧಿ ಬರವಣಿಗೆ ಅಳುಬುರುಕುತನದ್ದಾಗಿ ಸಾವರ್ಕರ್ ಪಂಥದವರಿಗೆ ಕಾಣುವುದು ಸಹಜ. ಆದರೆ ಗಾಂಧಿ ಕಷ್ಟದ ಪ್ರಶ್ನೆಗಳನ್ನು ಕೇಳಿಕೊಳ್ಳುತ್ತಾರೆ:

(೧) ಬ್ರಿಟಿಷರು ಯಾಕೆ ಇಲ್ಲಿ ಇದ್ದಾರೆ?
ನಮಗೂ ಆಧುನಿಕ ನಾಗರಿಕತೆ ಪ್ರಿಯವಾಗಿರುವುದರಿಂದ.

(೨) ಆಧುನಿಕ ನಾಗರಿಕತೆಯನ್ನು ನಾವೇಕೆ ವಿರೋಧಿಸಬೇಕು? ಭಾರತೀಯರನ್ನು ಮಾತ್ರವಲ್ಲ; ಬ್ರಿಟಿಷರನ್ನು ಬಿಡುಗಡೆ ಮಾಡಲೆಂದು.

ಈ ವಾದ ಸರಣಿಯನ್ನು ಮಾಡುವ 'ಹಿಂದ್ ಸ್ವರಾಜ್' ಮೊದಲು ಮೂಡಿದ್ದು ಗಾಂಧಿಯ ಮಾತೃಭಾಷೆಯಾದ ಗುಜರಾತಿಯಲ್ಲಿ ಎಂಬುದು ಮುಖ್ಯ.

ನೆಹರೂ 'ಹಿಂದ್ ಸ್ವರಾಜ್'ಅನ್ನು ಟೀಕಿಸುತ್ತಾರೆ. ೧೯೪೫ರಲ್ಲಿ ಗಾಂಧಿ ಒಂದು ಪತ್ರವನ್ನು ತಮ್ಮ ಪ್ರಿಯ ಶಿಷ್ಯನಿಗೆ ಬರೆದು ಹೀಗೆ ಹೇಳುತ್ತಾರೆ. 'ನೀನು ಸ್ವತಂತ್ರ ಭಾರತದ ನಾಯಕನಾಗಲಿದ್ದೀಯಾ, ಆದರೆ ನನ್ನ 'ಹಿಂದ್ ಸ್ವರಾಜ್' ಅನ್ನು ನೀನು ಓದಿದಂತೆ ಕಾಣುವುದಿಲ್ಲ.' ಇದಕ್ಕೆ ನೆಹರೂರವರ ಪ್ರೀತಿ, ಗೌರವದ ಉತ್ತರ ಹೀಗಿತ್ತು. 'ಹಿಂದೆ ಓದಿದ್ದೆ. ನಿಮ್ಮ ವಿಚಾರಗಳನ್ನು ನಾನು ಒಪ್ಪುವುದಿಲ್ಲ. ಭಾರತದ ಹಳ್ಳಿಗಳು ಮೌಢ್ಯದ ನರಕಗಳಂತಿವೆ.' (ಅಂಬೇಡ್ಕರರೂ ಹಳ್ಳಿಗಳನ್ನು ನರಕಗಳೆಂದು ತಿಳಿದಿದ್ದರು.)

ಗಾಂಧಿ 'Modern Civilaization' ಎನ್ನುವ ಶಬ್ದವನ್ನು ವ್ಯಂಗ್ಯದಲ್ಲಿ ಬಳಸುತ್ತಾರೆ. ಅವರು ಬ್ರಿಟನ್ನಿಗೆ ದುಂಡು ಮೇಜಿನ ಪರಿಷತ್ತಿಗೆ ಹೋಗಿದ್ದಾಗ ಒಬ್ಬ ಪತ್ರಕರ್ತನೊಬ್ಬ ಕೇಳುತ್ತಾನೆ 'What do you think of Modern Civilaization?' ಅದಕ್ಕೆ ಗಾಂಧಿಯ ಉತ್ತರ 'It is a good idea'.

ಗಾಂಧಿ ಎಂದೂ ಹಿನ್ನೋಟದ ಹಳಹಳಿಕೆಗಳ ಮನುಷ್ಯನಾಗಿರಲಿಲ್ಲ. ಸ್ಥಳೀಯವಾಗಿ ಎಲ್ಲೆಲ್ಲೂ ಜೀವಂತವಾಗಿರುವ ಕೊನೆಯ ಮನುಷ್ಯನನ್ನು ಮುಟ್ಟಬಲ್ಲಂತಹ ಸರ್ವೋದಯದ (ಸದ್ಯ ಎಂದರೆ ಸದ್ಯದ) ಕಲ್ಪನೆ ಅವರಿಗೆ ಇತ್ತು. ಅವರು ಬಯಸುವ ನಾಗರಿಕ ಈಗಿಂದೀಗಲೇ ಸೃಷ್ಟಿಯಾಗಬಲ್ಲವನು. ತನ್ನ ಜೀವಿತ ಕಾಲದಲ್ಲೆ ತನ್ನ ಜೀವನದ ಇಹದಲ್ಲೇ ಆಗುತ್ತಾ ಹೋಗುವಂತಹ ಸ್ಥಿತಿ ಅದು. ಈ ಸೂತ್ರವನ್ನು ನಿತ್ಯ ಜೀವನದಲ್ಲಿ ಅನುಸರಿಸುವಂತೆ ತಮ್ಮ ಆಶ್ರಮವಾಸಿಗಳನ್ನು ಮಾತ್ರ ಕೇಳುತ್ತಾರೆ. ರಾಜಾಜಿಗೆ ಕಾಫಿ, ಅಝಾದ್, ನೆಹರೂರವರಿಗೆ ಸಿಗರೇಟು — ಹೀಗೆ ಅವರು ಮೀಟಿಂಗಿಗೆ ಬಂದಾಗ ಲಭ್ಯವಿದ್ದವು, ಕಸ್ತೂರಿಬಾರ ಕಾಫೀ ಚಟವನ್ನು ಬಿಡಿಸಲು ಅವರಿಗೆ ಸಾಧ್ಯವಾಗಿರಲಿಲ್ಲ. (ನಾನಂತೂ ಗಾಂಧಿಯ ಆಶ್ರಮದಲ್ಲಿ ಮನಸಾರೆ ಇರಬಲ್ಲವನಲ್ಲ.)

ಈ ಸಂದರ್ಭದಲ್ಲಿ ನನಗೆ ನೆನಪಾಗುವುದು: ಟ್ಯಾಗೋರರ ಗೋರಾ. ಅದರ ನಾಯಕ ಓದುಗರಿಗೆ ತನ್ನೊಳಗೆ ಅಡಕವಾದ ಸನಾತನಿ ಉಗ್ರ ಹಿಂದುತ್ವವನ್ನೂ,

ಅಥವಾ ಕ್ರೈಸ್ತ ಧರ್ಮ ವಾಸನೆಯ ಇಂಗ್ಲಿಷ್ ಭಾಷೆಯ ಮೋಹದಿಂದ ಉತ್ಪನ್ನವಾದ ಬ್ರಹ್ಮಸಮಾಜದ ಹೆಚ್ಚುಗಾರಿಕೆಯ ಆಧುನಿಕ ಶೋಕಿಯ ಮನಸ್ಥಿತಿಯನ್ನೂ ಒಟ್ಟಾಗಿ ಒಂದನ್ನು ಆರಾಧಿಸುತ್ತ ಇನ್ನೊಂದನ್ನು ಹೀಗಳೆಯುತ್ತ ಬಿಗಿದುಕೊಂಡ ಪಾತ್ರವಾಗಿರುತ್ತಾನೆ. ವಿಪರ್ಯಾಸವೆಂದರೆ, ಅಚ್ಚ ಬಿಳಿಯನಾದ ಗೋರಾ ತನಗೆ ಅರಿಯದಂತೆ ಸಿಪಾಯಿ ದಂಗೆಯಲ್ಲಿ ಪ್ರಾಣ ಉಳಿಸಿಕೊಳ್ಳಲೆಂದು ಓಡುತ್ತ ಇದ್ದ ಐರಿಷ್ ದಂಪತಿಗಳಿಗೆ ಕೊಟ್ಟಿಗೆಯಲ್ಲಿ ಹುಟ್ಟಿ, ತಾನು ತಾಯಿಯೆಂದು ಆರಾಧಿಸುವವಳಿಂದ ಸ್ವಂತ ಮಗನಂತೆ ಸಾಕಲ್ಪಟ್ಟವನು. ಇವನ ಸಾಕು ತಂದೆ ಅಪ್ಪಟ ಸ್ವಾರ್ಥಿ ಸನಾತನಿ. ಮುಚ್ಚಿಕೊಳ್ಳಲೆಂದು ಸಾಕುಮಗ ಗೋರಾನಿಗೆ ಉಪನಯನ ಮಾಡಿದರೂ ಅವನನ್ನು 'ಮಡಿ'ಯಲ್ಲಿ ಮುಟ್ಟದವನು. ಉಗ್ರ ಹಿಂದುತ್ವವಾದಿಯಾಗಿ ಬೆಳೆದ ಗೋರಾ ತಾನು 'ಅನ್ಯ'ನೆಂದು ಅರಿಯುತ್ತಾನೆ. ಸಾಕುತಾಯಿಯ ಮಾನವೀಯತೆಯನ್ನು ತನ್ನ 'ಧರ್ಮ'ವೆಂದು ತಿಳಿದು ವಿಶ್ವಮಾನವ — ಭಾರತೀಯನಾಗುತ್ತಾನೆ. ಸನಾತನಿಯ ಸಂಕೋಚಗಳನ್ನೂ, ಕಾಸ್ಮೊಪೊಲೈಟ್ ಬ್ರಹ್ಮಸಮಾಜದ ಶೋಕಿ ಆಂಗ್ಲತ್ವವನ್ನೂ ಮೀರಿ ಭಾರತೀಯನಾಗುತ್ತಾನೆ.

ಬಾಬರಿ ಮಸೀದಿಯನ್ನು ಹಿಂದುತ್ವವಾದಿಗಳು ವೀರಾವೇಶದ 'ಶೂದ್ರ'ರ ಸಹಾಯದಿಂದ ಕೆಡವಿದಾಗ ನಾನು ಕೇಂದ್ರ ಸಾಹಿತ್ಯ ಅಕಾಡೆಮಿಯ (ದೆಹಲಿ) ಅಧ್ಯಕ್ಷನಾಗಿದ್ದೆ. ಭಾರತೀಯ ಸಾಹಿತ್ಯ ಲೋಕದ ನೆಲಗಟ್ಟಿನ ಕೃತಿಗಳಲ್ಲಿ ಒಂದಾದ 'ಗೋರಾ'ವನ್ನ ದೇಶಾದ್ಯಂತ ಚರ್ಚಿಸುವಂತೆ ಪ್ರೇರೇಪಿಸಿದ್ದೆ. ನನ್ನ 'ಹಿಂದುತ್ವ' ವಾದದ ಶೋಧನೆಗೆ ಈ ಕೃತಿಯೂ ಅಗತ್ಯವಾಗಿ ಬೇಕಾಗಿದೆ. ನನ್ನ ಸಂಕ್ಷೇಪದ ಮಾತುಗಳನ್ನು ಅರ್ಥ ಮಾಡಿಕೊಳ್ಳಲು ಓದುಗರೇ ಸ್ವತಃ ಗೋರಾವನ್ನು ಅಭ್ಯಾಸ ಮಾಡಬೇಕೆಂದು ಕೋರುತ್ತೇನೆ.

ನಮ್ಮ ಈ ತನಕದ ಅಧ್ಯಯನದಿಂದ ವಿಶದವಾದುದು ಇಷ್ಟು: ಅಹಂ ಜನ್ಯ ಕ್ಷಾತ್ರದ ಸಾವರ್ಕರ್ ಅಥವಾ ಸನಾತನಿ ಗೋರಾ ನಿಲುವಿಗೆ ವಿರೋಧವಾದುದು ಕುಬ್ಜ ಹೇಡಿತನವಲ್ಲ. ಬದಲಾಗಿ ಅಹಂ ವಿಸರ್ಜಿತ ಕರುಣೆ. ಇದು ಕ್ಷತ್ರಿಯರನ್ನು ತನ್ನ ಕಾಲದಲ್ಲಿ ಆಶ್ರಯಿಸಿದ ಬುದ್ಧನ ಮಾರ್ಗ. ನಮ್ಮ ಕಾಲದಲ್ಲಿ ಮಂದಗಾಮಿಗಳನ್ನು ಗೌರವಿಸುತ್ತಲೇ ತನ್ನದೇ ಆದ ತೀವ್ರಗಾಮಿತ್ವವನ್ನು ಪಡೆದ ಗಾಂಧೀಜಿ ಅನುಸರಿಸಿದ ಅಹಂ ವರ್ಜಿತ ಅಭಯ.

ಈಗಲೂ ಭಾರತೀಯ ಹಿಂದುತ್ವವನ್ನು ಸ್ಪಷ್ಟವಾಗಿ ತಮಗೇ ವಾಕ್ ಗೋಚರವಾಗಿ ಅರಿಯದಂತೆ ಗುಪ್ತವಾಗಿ ಆಚರಿಸುವವರಿದ್ದಾರೆ. ಇದರಲ್ಲಿ ಅಸಂಖ್ಯಾತ ಮೇಲ್ಜಾತಿಯ ಹಿಂದೂಗಳಿದ್ದಾರೆ. ಕೆಳಜಾತಿಯ ಹಿಂದೂಗಳು, ಸಾವರ್ಕರ್

ಬಯಸುವ ಹಿಂದುತ್ವವಾದಿಗಳೂ ಇದ್ದಾರೆ. ಇವರ ದೃಷ್ಟಿಯಲ್ಲಿ ಕೊಂಚ ಕಾಸ್ಮೊಪೊಲೈಟ್ ಆಧುನಿಕರಾದ ಕಾಂಗ್ರೆಸ್ಸಿನ ನಾಯಕರು ಮುಸ್ಲಿಮರ ಎದುರು ನಿಲ್ಲಲಾರದ ಪಲಾಯನವಾದಿಗಳಂತೆ, ಓಟಿಗಾಗಿ ಅವರನ್ನು ಓಲೈಸುವ ಹೇಡಿ ಕುಬ್ಜರಂತೆ ಕಾಣುತ್ತಾರೆ. ಇಂತಹ ಸನ್ನಿವೇಶದಲ್ಲಿ ತನ್ನ ದೇಶದ ಮುಸ್ಲಿಮರನ್ನು ಬಾಯಿ ಮುಚ್ಚಿಸುವಂತೆ ಕೂರಿಸಿ ಮುಸ್ಲಿಮರಲ್ಲೇ ಇರುವ ಆಸೆಬುರುಕರನ್ನು ಸಂತೈಸಿ ದೇಶವನ್ನು ಚತುರೋಪಾಯಗಳಲ್ಲಿ ಆಳುವ ಕ್ಷಾತ್ರದ ತೇಜಸ್ಸು ಮೋದಿಯಂಥವರಿಗೆ ಮಾತ್ರ ಇದ್ದಂತೆ ಕಾಣಿಸುತ್ತದೆ. ಜಿನ್ನಾರನ್ನು ಬಾಯಿತಪ್ಪಿ ಹೊಗಳಿದ ಸನ್ನಡತೆಯ ಆದ್ವಾನೀಜಿಯಲ್ಲಿ ಈ ಗುಣ ಅವರಿಗೆ ಕಾಣಿಸುವುದಿಲ್ಲ. ಮೋದಿಗೆ ಎದುರು ನಿಂತು, ಕೊಂಚ ಮಟ್ಟಿಗೆ ವಿರೋಧಿಸಿದವನೆಂದರೆ ಆಚರಣೆಯಲ್ಲಿ ಹಿಂದೂವೆಂದು ತೋರಿಸಿಕೊಳ್ಳಲು ಹಿಂಜರಿಯದ ಗಂಗಾ ನದಿಯಲ್ಲಿ ಸ್ನಾನ ಮಾಡಿ ಬರಿ ಮೈಯಲ್ಲಿ ವಿಭೂತಿ ಧರಿಸಿ ಕ್ಯಾಮರಾಗಳಿಗೆ ಎದುರಾಗುವ ಅರವಿಂದ್ ಕೇಜ್ರಿವಾಲ್. ಈ ಬಾರಿಯ ಚುನಾವಣೆಯಲ್ಲಿ ಮೋದಿಯ ಹಿಂದುತ್ವಕ್ಕೆ ಸಾಚಾ ಸಾದಾ ಹಿಂದೂ ಆಚರಣೆಯಲ್ಲೂ ವೈಚಾರಿಕತೆಯಲ್ಲೂ ಎದುರಾದವನು ಕೇಜ್ರಿವಾಲ್ ಮಾತ್ರ. ಐರೋಪ್ಯ ಲಿಬರಲ್ ಮನೋಧರ್ಮವನ್ನು ಮೈಗೂಡಿಸಿಕೊಂಡ ಅಷ್ಟಿಷ್ಟು ಹಿಂದಿ ಮಾತಾಡುವ ಆದರೆ ಇನ್ನೂ ಚೆನ್ನಾಗಿ ಇಂಗ್ಲಿಷ್ ಮಾತಾಡುವ ಅರೆಬೆರೆ ಕಾಸ್ಮೊಪೊಲೈಟ್‌ವಾದಿ ರಾಹುಲನಿಗೆ ಹಿಂದುತ್ವದ ಬಿರುಗಾಳಿಯನ್ನು ಎದುರಿಸಲು ಸಾಧ್ಯವಾಗಲಿಲ್ಲ. ಭಾರತೀಯರಲ್ಲಿ ಗುಪ್ತವಾಗಿದ್ದ ಕ್ಷಾತ್ರಗುಣದ ಹಸಿವಿಗೆ ಕೆಳಜಾತಿಯಲ್ಲಿ ಹುಟ್ಟಿದ ಗುಜರಾತಿನ ನಾಯಕ ಹಿಂದೆ ಶಿವಾಜಿಯಂತೆ ಆದರ್ಶನಾದ. ವಿವೇಕಾನಂದರ ನೆನಪನ್ನೂ ಹುಟ್ಟಿಸಿದ.

ಕೆಳಜಾತಿಯಲ್ಲಿ ಹುಟ್ಟಿದವನೊಬ್ಬನು ಆಳುವ ಅರಸನಾಗುವುದು ಪುರಾತನ ಭಾರತದಲ್ಲಿ ಸಾಧ್ಯವಿತ್ತು. ಶೂದ್ರ ತನ್ನ ಸಾಹಸದಿಂದ ವರ್ಣಾಶ್ರಮದ ಮೆಟ್ಟಿಲು ಏರಿ ಕ್ಷತ್ರಿಯನಾಗಬಹುದಿತ್ತು. ಶಿವಾಜಿ ಅಭಿಷಿಕ್ತ ರಾಜನಾದದ್ದು ಹೀಗೆ. ಇದು ಹೊಸದಲ್ಲ. ಈ ಕಾಲದಲ್ಲಿ ನಮ್ಮಲ್ಲಿ ಹಲವರ ಈ ಕನಸು ಮೋದಿಯಲ್ಲಿ ನನಸಾದದ್ದು ಸಂಘಪರಿವಾರದ ಐಡಿಯಾಲಜಿಯಿಂದ ಅಲ್ಲವೆಂದು ನನ್ನ ಅಭಿಮತ. ಗಾಂಧಿ, ಅಂಬೇಡ್ಕರ್, ವಿ.ಪಿ. ಸಿಂಗ್ ಸೃಷ್ಟಿಸಿದ ಕಾಲಧರ್ಮದಿಂದ. ಇದು ಸಂಘಪರಿವಾರಕ್ಕೂ ಅಗತ್ಯವಾಯಿತು. ನಾನು ಕೇರಳದಲ್ಲಿ ಇದ್ದಾಗ ನಮ್ಮ ಯೂನಿವರ್ಸಿಟಿಗೆ ನನ್ನ ಮೆಚ್ಚಿನ ವಿ.ಪಿ. ಸಿಂಗ್ ಅವರನ್ನು ಆಹ್ವಾನಿಸಿದ್ದೆ. ಬೆಳಗಿನ ಉಪಾಹಾರ ಕಾಲದಲ್ಲಿ ಕೇಳಿದೆ. 'ಹಲವು ವರ್ಷ ಕಾಂಗ್ರೆಸ್ಸಿನಲ್ಲಿ ಇದ್ದ ನೀವು ಮಂಡಲ್ ಜಾತಿಗಳ ಔನ್ನತ್ಯದ ಬಗ್ಗೆ ಚಿಂತಿಸಿರಲಿಲ್ಲ. ಈಗ ಮಾಡಿದ್ದು ರಾಜಕೀಯವೆ?' ಕ್ಷಣ ಸುಮ್ಮನಿದ್ದು ಚಿಂತಿಸಿ ಹೇಳಿದರು: 'ಇದು ನನ್ನ ರಾಜಕೀಯ ಮಾತ್ರವಲ್ಲ; ಎಲ್ಲ ರಾಜಕೀಯ ಪಕ್ಷಗಳೂ ಇದನ್ನು ಆಚರಣೆಗೆ

ತರಬೇಕಾಗುತ್ತದೆ'. ಕೆಲವು ಕಾಲಾನಂತರ ವಿ.ಪಿ. ಸಿಂಗ್ ಹೇಳಿದ್ದನ್ನು ನಾನು ನೆನೆಯಬೇಕಾಯಿತು. ನಾನು ಪದ್ಮ ಪುರಸ್ಕಾರವನ್ನು ಪಡೆಯುವ ಸಂದರ್ಭದಲ್ಲಿ ಉಪಾಹಾರದ ವೇಳೆ ಸ್ನೇಹಶೀಲರಾದ ಆದ್ವಾನಿಜೀಯವರು ನಾನು ಮತ್ತು ಎಸ್ತರ್ ಕೂತಿದ್ದಲ್ಲಿಗೆ ಬಂದು ಎಸ್ತರ್ ಅನ್ನು ಕನ್ನಡದಲ್ಲಿ ಮಾತಾಡಿಸಿ 'ಜೈಲಿನಲ್ಲಿ ಹೆಗಡೆ ಹೇಳಿಕೊಟ್ಟದ್ದು' ಎಂದರು. ಸಜ್ಜನಿಕೆಯಲ್ಲಿ ಅದು ಇದು ಮಾತಾಡಿ ನನಗೆ ಹೇಳಿದರು: 'ನೋಡಿ ಕಾಲ ಹೇಗೆ ಬದಲಾಗಿದೆ? ಕಲ್ಯಾಣ್ ಸಿಂಗ್ ಅವರನ್ನು ನಾನು ಈವರೆಗೆ ಪಕ್ಷದ ಜೊತೆಗಾರರೆಂದು ಮಾತ್ರ ತಿಳಿದಿದ್ದೆ. ಈಗ ಅವರ ಜಾತಿಯನ್ನೂ ಗಮನಿಸಬೇಕಾಗಿ ಬಂದಿದೆ.'

ಕೇಜ್ರಿವಾಲ್ ಗಂಗೆಯಲ್ಲಿ ಸ್ನಾನ ಮಾಡಿದರೆ, ಮೋದಿ ಗಂಗೆಗೆ ಆರತಿಯನ್ನು ಎತ್ತಿಸಿದ. ಆನಂತರ ಗೆದ್ದ ಚುನಾವಣೆಯಲ್ಲಿ ಮೋದಿಯವರನ್ನು ಸಂಭ್ರಮಿಸುತ್ತಾ ನಮ್ಮ ಮೀಡಿಯಾಗಳು ತಣ್ಣಗಾದ, ಸಮಾಧಾನದ, ನಗುಮುಖದ ಮೋದಿಯನ್ನು ಉಬ್ಬಿಸಿ ಎಬ್ಬಿಸಿ ತೋರಿಸಿದವು. ಮೋದಿ ಪುಟ್ಟದೊಂದು ಗಾಂಧಿಯ ಚಿತ್ರಕ್ಕೆ ಹೂವಿಟ್ಟು ನಮಸ್ಕರಿಸುವುದನ್ನು ಮತ್ತೆ ಮತ್ತೆ ತೋರಿಸಿದರು. ಹೀಗೆ ತೋರಿಸುವಾಗ ಗುಜರಾತಿನ ಹತ್ಯಾಕಾಂಡ ಅರ್ಜುನನ ಖಾಂಡವ ದಹನದಂತೆ ಶೌರ್ಯಕ್ಕೆ ಪ್ರತೀಕವಾದ ಪುರಾಣವಾಗುತ್ತಾ ಹೋಯಿತು. ಈಗಂತೂ ಹಿಂದಿನ ವಿದ್ಯಮಾನವನ್ನು ಕೊಂಚವಾದರೂ ನೆನಪಿಸುವಂತೆ ಇರುವ ಗೋಪಾಲ ಸುಬ್ರಹ್ಮಣ್ಯಂ ಅವರನ್ನು ಸುಪ್ರೀಂ ಕೋರ್ಟಿಗೆ ಜಡ್ಜ್ ಆಗಿ ಮಾಡುವುದನ್ನು ತಡೆ ಹಿಡಿಯಲಾಯಿತು. ಇದನ್ನು ಸುಬ್ರಹ್ಮಣ್ಯ ಸ್ವಾಮಿ ಎಂಬ ಕುತಂತ್ರಿ ಸಮರ್ಥಿಸಿಕೊಂಡಿದ್ದು ಹೀಗೆ: 'ಗೋಪಾಲ ಸುಬ್ರಹ್ಮಣ್ಯಂ ರಾಮಸೇತು ವಿವಾದದಲ್ಲಿ ತೆಗೆದುಕೊಂಡ ನಿಲುವು ಸರಿಯಲ್ಲ. ಬಹಳ ದೊಡ್ಡ ಅಡ್ವೋಕೇಟ್. ಆದರೆ ನಾವು ಗೆದ್ದಿರುವ ಐಡಿಯಾಲಜಿಗೆ ಸಲ್ಲುವವನಲ್ಲ.'

ಸಾವರ್ಕರ್ ಹಿಂದುತ್ವ ಪಠ್ಯಕ್ಕೆ ಪರ್ಯಾಯವಾದ ಸುಮಾರು ಅದೇ ಕಾಲದ 'ಹಿಂದ್ ಸ್ವರಾಜ್'ಗೆ ಹಿಂದಿರುಗೋಣ. ಈ ಪುಸ್ತಕದಲ್ಲಿ ಗಾಂಧಿಯ ಸ್ಪಷ್ಟತೆಯ ಬೆನ್ನಿಗೆ ಭೂತಕಾಲದ ಭಾರತ ತನ್ನ ಮಹತ್ತಿನಲ್ಲಿಯೂ ಇದೆ; ಬೂಸುಲುಗಟ್ಟಿದ ಆಚರಣೆಯ ಅಲ್ಪತೆಯಲ್ಲೂ ಇದೆ. ಗಾಂಧಿ ಮಾತಿನಲ್ಲಿ ಹೆಚ್ಚು ಗಮನಕೊಡುವುದು ಮಹತ್ವಕ್ಕೆ. ಕ್ರಿಯೆಯಲ್ಲಿ ಗಮನಕೊಡುವುದು ಅದರ ಅಲ್ಪತೆಗೆ. ಅಂದರೆ ಅಸ್ಪೃಶ್ಯತೆಗೆ, ಜಾತೀಯತೆಗೆ, ಮತ್ತು ಶೌಚವನ್ನು ಆಚರಿಸದ ಜಾತಿ ಭೇದದ ಮಡಿಮೈಲಿಗೆಯ ಪುಣ್ಯಸ್ಥಳಗಳಿಗೆ. ಕಸ್ತೂರಿ ಬಾಯಿಯವರು ತನ್ನ ಕಾರ್ಯದರ್ಶಿ ದೇಸಾಯಿಯವರ ಜೊತೆ ಅಸ್ಪೃಶ್ಯರಿಗೆ ಪ್ರವೇಶಾವಕಾಶ ವಿಲ್ಲದ ಪುರಿಯ ಜಗನ್ನಾಥ ಮಂದಿರಕ್ಕೆ ಹೋಗಿದ್ದಕ್ಕೆ ಗಾಂಧಿ ಒಂದು ದಿನದ ಉಪವಾಸ ಮಾಡಿದ್ದರು. ಇವು ಗಾಂಧಿಯ ಕ್ರಿಯೆಗೆ ಸಂಬಂಧಪಟ್ಟವು.

ಗಾಂಧೀಜಿ ಆಧುನಿಕ ವೈದ್ಯಶಾಸ್ತ್ರವನ್ನು, ಬ್ರಿಟಿಷ್ ಪಾರ್ಲಿಮೆಂಟನ್ನು, ರೇಲ್ವೆಯನ್ನು, ವಕೀಲರನ್ನು, ವೈದ್ಯರನ್ನು ಒಟ್ಟಾಗಿ ಅವರದೇ ಆದ ಇನ್ನೊಂದು ಕ್ಷಾತ್ರದಲ್ಲಿ ಅಹಂಕಾರವಿಲ್ಲದವರಂತೆ ನಿರಾಕರಿಸುತ್ತಾರೆ. ಅವರ ಕೆಲವು ಮಾತುಗಳು ಹೀಗಿವೆ.

'Nothing can equal seeds sown by ancestors, Rome went, Greece shared the same trait, the mighty Pharaos broken, and Japan has become westernized, of China nothing can be said precisely. But India is still somehow or other not lost the foundation. (ಸಾವರ್ಕರರ ಭೂತಾರಾಧನೆಗಿಂತ ಈ ಪುರಾತನ ಪ್ರೇಮ ಭಿನ್ನ)

Civilization is that mode of conduct which points out to the main path of duty. Performance of duty and observation of morality are convertible terms. To observe morality is to attain mastery over mind and our passions. So doing, we know ourselves. The Gujarathi equevalent for civilization is good conduct'.

ಸಾವರ್ಕರ್ ವಾದ ಶೌರ್ಯದ ಪ್ರದರ್ಶನವಾದರೆ ಗಾಂಧಿ ಯಾವತ್ತೂ ಬಯಸುತ್ತಿದ್ದುದು ನೈತಿಕತೆ ಮತ್ತು ಆತ್ಮಜ್ಞಾನ. ಗುಜರಾತಿಯ ಶಬ್ದವನ್ನು ಇಲ್ಲಿ ಗಾಂಧಿ ನೆನೆದೇ ಮುಂದುವರಿಯುವುದು. ಅಂದರೆ ಗಾಂಧಿಯ ಆಧುನಿಕತೆ ಕಾಸ್ಮೊಪೊಲೈಟ್ ಅಲ್ಲ. ಅದು ಗುಜರಾತಿಯಲ್ಲಿ ಬೇರುಬಿಟ್ಟು ಭಾರತದಲ್ಲಿ ಬೆಳೆದು ವಿಶ್ವಾತ್ಮಕ ಆಕಾಶಕ್ಕೆ ತನ್ನ ಕೊಂಬೆಗಳನ್ನು ಹರಡುವಂತಿರುವುದು.

ಈ ಬಗೆಯ ಎರಡು ಭಾರತಗಳು ೨೦ನೇ ಶತಮಾನದ ಆದಿಯಲ್ಲಿ ಇಂಗ್ಲೆಂಡಿನಲ್ಲಿ ಇದ್ದ ಭಾರತೀಯರಲ್ಲೂ ಮೊಳಕೆಯಾಗಿ ಹೊಮ್ಮಿ ಬೆಳೆಯುತ್ತಾ ಭಾರತಕ್ಕೂ ಹರಡಿತು. ಗಾಂಧಿಯಂತೂ ಭಾರತದಲ್ಲಿ ತಿಲಕರನ್ನು ಆಯ್ಕೆ ಮಾಡಲಿಲ್ಲ. ಗೌರವಿಸಿದರು. ಆದರೆ ಗೋಖಲೆಯವರನ್ನು ತಮ್ಮ ಗುರುವೆಂದು ಸ್ವೀಕರಿಸಿದರು. ಆಗಿನ ಉಗ್ರರಿಗೆ ಗೋಖಲೆ ಒಬ್ಬ ಹೇಡಿ.

ನಾನು ಈವರೆಗೆ ಹಲವು ಪಠ್ಯಗಳ ಮುಖಾಂತರ ಶೋಧಿಸುವ ಕ್ಷಾತ್ರದ ಹಿಂದುತ್ವವನ್ನು ಮತ್ತು ಕೆಳ ಸಮುದಾಯಗಳಿಗೆ ಅನುಕೂಲವಾಗುವಂತಹ

ವಿಶ್ವಾತ್ಮಕ ಧಾರ್ಮಿಕತೆಯನ್ನು ಎರಡೂ ಬೇರೆ ಬೇರೆಯಾಗಿ ಇರುವಂತೆ ನೋಡಿರುವುದು ಸ್ವಲ್ಪ ಮಟ್ಟಿಗೆ ತೆಳುವಾದ ಗ್ರಹಿಕೆ. ಕಾಂಗ್ರೆಸ್ಸಿನಲ್ಲಿ ಗಾಂಧಿಗಿಂತ ಕೊಂಚ ಕಡಿಮೆಯಾಗಿಯೇ ಇದ್ದ ವಿಚಾರವೆಂದರೆ ಸಾವರ್ಕರ್‌ದರಷ್ಟು ಉಗ್ರವಲ್ಲದಿದ್ದರೂ 'ವೀರವೇ'.

ಒಮ್ಮೆ ನನ್ನ ಗಾಂಧಿ ಮೇಲಿನ ಮಾತುಗಳನ್ನು ಕೇಳಿಸಿಕೊಳ್ಳಲು ನನಗೆ ಹಿರಿಯರೂ ಪೂಜ್ಯರೂ ಆದ ಮಾಸ್ತಿಯವರು ಬಂದಿದ್ದರು. ಸಭೆಗೆ ಬಂದಿದ್ದವರೆಲ್ಲರೂ ಹೋದ ನಂತರ ನನ್ನನ್ನು ತಮ್ಮ ಪಕ್ಕದಲ್ಲಿ ಕೂರಿಸಿಕೊಂಡು ಆಪ್ತವಾಕ್ಯವೆನ್ನುವಂತೆ ಹೇಳಿದ್ದರು. 'ಗಾಂಧಿಯೂ ಪುರುಷೋತ್ತಮ, ಮಹಾತ್ಮ. ಆದರೆ ಅವರು ಕ್ಷಾತ್ರಧರ್ಮಕ್ಕೆ ಲಕ್ಷ್ಯ ಕೊಟ್ಟಿರಲಿಲ್ಲ.' ನನ್ನಲ್ಲಿ ಈ ಮಾಸ್ತಿ ಮಾತು ಅನುಮೋದನೆಯೂ ಇಲ್ಲದೆ, ವಿರೋಧವೂ ಇಲ್ಲದೆ ಉಳಿದುಬಿಟ್ಟಿದೆ.

ಹಿಂದೂಗಳಲ್ಲಿ ಕ್ಷಾತ್ರವಾದಿಗಳನ್ನೂ, ಮುಸ್ಲಿಮರಲ್ಲಿ ತಮ್ಮ ಧರ್ಮದ ತಿರುಳನ್ನು ಮೈಗೂಡಿಸಿಕೊಂಡಿದ್ದ ಆದರೆ ಉದಾರವಾದಿಗಳಾದ ಮೌಲಾನಾ ಆಜಾದ್‌ರನ್ನೂ ಗಾಂಧಿ ತಮ್ಮ ಹಿಂಬಾಲಕರಲ್ಲಿ ಪಡೆದಿದ್ದರು. ಈ ಇಬ್ಬಗೆಯ ಸ್ವಾತಂತ್ರ್ಯ ಸಂಗ್ರಾಮಿಗಳಲ್ಲಿ ನೆಹರೂ ಯುಗದಲ್ಲಿ ಕೊನೆಗೂ ಕಾಂಗ್ರೆಸ್ಸಿನಲ್ಲಿ ಗೆದ್ದವರು ಆಧುನೀಕರಣಕ್ಕೆ ಅವಸರದಲ್ಲಿದ್ದ ಕಾಸ್ಮೊಪೊಲೈಟ್ ನೆಹರೂವಾದಿಗಳು; ಆದರೆ ಇಂಗ್ಲೆಂಡ್ ಪ್ರಣೀತ ಸೋಷಲಿಸ್ಟ್ ಕನಸಿನವರು. ಭಾರತಕ್ಕೂ ಅಣುಬಾಂಬ್ ಬೇಕೆಂದು ಎಡಪಂಥೀಯರು ಬಯಸಿದರು. ಹತ್ತಿರದಲ್ಲಿ ನುಗ್ಗಿ ಮೇಲೆಬಿದ್ದು ಸೆಣಸಾಡಿ ಜನತಾ ಗೆಲುವನ್ನು ಸಾಧಿಸಿದ ಮಾವೋನ ಚೀನಾವೂ ಅಣುಬಾಂಬ್ ಪಡೆಯಿತು. ಗಾಂಧಿಯ ಸತ್ಯಾಗ್ರಹದ ಭಾರತವೂ ಅಣುಬಾಂಬ್ ಪಡೆಯಿತು. ಮಾವೋ ಬದುಕಿದ್ದರೆ ಇದನ್ನು ವಿರೋಧಿಸುತ್ತ ಇರಲಿಲ್ಲವೇನೊ? ಮಾರ್ಕ್ಸ್‌ವಾದದಲ್ಲಿ ಸದ್ಯ ಬದಲಾಗಲಾರದ ಇಹದ ಸತ್ಯಗಳನ್ನು 'ಉಪಾಯ'ವೆಂದು ಒಪ್ಪಿಕೊಳ್ಳುವ ಕ್ರಮ ಇದೆ. ಆದರೆ ಈಗಿಂದೀಗಲೇ ಸ್ವಂತ ಜೀವನದಲ್ಲಾದರೂ ಇಚ್ಛೆಯಲ್ಲೂ ವರ್ತನೆಯಲ್ಲೂ ಬದಲಾಗಬಲ್ಲ ಮನುಷ್ಯನಲ್ಲಿ ನಂಬಿದ್ದ ಗಾಂಧಿ ಬದುಕಿ ಇನ್ನು ಹತ್ತು ವರ್ಷ ಇದ್ದಿದ್ದರೂ ಸರ್ಕಾರಕ್ಕೆ ಪ್ರತಿನಿತ್ಯದ ಮುಜುಗರವಾಗಿರುತ್ತ ಇದ್ದರು. ಗೋಡ್ಸೆಯಿಂದ ಸರ್ಕಾರ ತಬ್ಬಲಿತನದ ದುಃಖಪಡುತ್ತಲೇ ಮುಜುಗರಗಳಿಂದ ಪಾರೂ ಆಯಿತು ಎನ್ನುವುದು ಕ್ರೂರವಾದ ಸತ್ಯ.

*

*

*

ಲೋಹಿಯಾ — ನೆಹರೂರನ್ನು ಕಾಸ್ಮೊಪೊಲೈಟ್ ಎಂದೂ ಗಾಂಧಿಯನ್ನು ಯೂನಿವರ್ಸಲಿಸ್ಟ್ ಎಂದೂ ಕರೆಯುತ್ತಾರೆ. ಅವರು ಒಂದು ಘಟನೆಯಲ್ಲಿ ಇದನ್ನು ವಿಶದಪಡಿಸುತ್ತಾರೆ. ಲೋಹಿಯಾ ಮತ್ತು ನೆಹರೂ ಸ್ನೇಹದಲ್ಲಿದ್ದಾಗ ಒಮ್ಮೆ ಬಯಲು ಪ್ರದೇಶವೊಂದರಲ್ಲಿ ವಾಕಿಂಗ್ ಹೋಗುತ್ತಿದ್ದರಂತೆ. ನೆಹರೂ ಧಾರಾಳವಾದ ಬಯಲನ್ನು ತೋರಿಸುತ್ತಾ 'ನಾನು ಮತ್ತು ನೀನು ಇಂತಹ ಬಯಲಿನಿಂದ ಬಂದವರು. ನಾವು ವಿಶ್ವಾತ್ಮಕ ದೃಷ್ಟಿಯುಳ್ಳವರು. ಗಾಂಧೀಜಿ ಸಂತರು ಆದರೆ ಸಣ್ಣ ಪ್ರದೇಶದಿಂದ ಬಂದು ಧಾರಾಳವಾಗಿ ಲೋಕವನ್ನು ಗ್ರಹಿಸಲಾಗದವರು' ಎಂದು ಹೇಳಿದ್ದರಂತೆ. ಇದನ್ನು ಆ ಕಾಲದಲ್ಲಿ ಲೋಹಿಯಾ ಒಪ್ಪಿಕೊಂಡಿದ್ದರಂತೆ. ಇದನ್ನು ಪಶ್ಚಾತ್ತಾಪದಲ್ಲಿ ಹೇಳಿಕೊಂಡಿದ್ದರು. ಆದರೆ ನಾನು ಮೆಚ್ಚುವ ಲೋಹಿಯಾರಲ್ಲಿ ಕ್ಷಾತ್ರದ ಹಂಬಲವನ್ನು, ಜೊತೆಜೊತೆಯಲ್ಲೇ ಎಲ್ಲವನ್ನೂ ವಿಕೇಂದ್ರೀಕರಣಗೊಳಿಸುವ ಗಾಂಧಿಯವರ ಅನಾರ್ಕಿಯನ್ನೂ ಕಂಡಿದ್ದೆ. ಈ ಅನಾರ್ಕಿ ಟಾಲ್‌ಸ್ಟಾಯ್‌ನ ಎಲ್ಲಾ ಪ್ರಭುತ್ವಗಳನ್ನೂ ವಿರೋಧಿಸುವ ಎಲ್ಲೆಲ್ಲೂ ಹುಟ್ಟಬಲ್ಲ ನೆಲದ ಮೇಲಿನ ಗರಿಕೆಯಂತಿತ್ತು. ಟಾಲ್‌ಸ್ಟಾಯ್‌ನ್ನು ಹೂಳಿದ್ದು ಗರಿಕೆ ಬೆಳೆಯುವ ಒಂದು ಮಣ್ಣಿನ ದಿಬ್ಬದ ಮೇಲೆ. ಇವನ್ನೆಲ್ಲ ಬಲ್ಲ ಲೋಹಿಯಾರಲ್ಲಿ ಭಾವನಾತ್ಮಕವಾಗಿ ಕ್ಷಾತ್ರದ ಹಸಿವೂ ಇತ್ತು. ಒಮ್ಮೆ ಅವರು ಲಿಬರಲ್ ಮನಸ್ಕರಿಗೆ ಕೊಡುವ ಉಪದೇಶ ಇದು: 'ಭಾರತ ಎಂದೂ ಸ್ಟೇಟ್‌ಹುಡ್‌ನ್ನು ಅನುಭವಿಸಿದ್ದಿಲ್ಲ. ಅನುಭವಿಸಿದ್ದರೆ ಅದು ಒಂದು ಪುರಾತನ ಕಾಲದಲ್ಲಿ. ನಂತರ ಆಳಿದ್ದು ಮೊಗಲರು ಮತ್ತು ಬ್ರಿಟಿಷರು. ವೈಚಾರಿಕ ಕ್ರಾಂತಿಯನ್ನು ಅನುಭವಿಸಿದ ರಷ್ಯಾ ಮತ್ತು ಚೀನಾದಲ್ಲಿ ಕ್ರೂರ ವ್ಯವಸ್ಥೆ ಇತ್ತು. ಆದರೆ ಅದು ಸ್ವಯಂ ಆಡಳಿತದ ವ್ಯವಸ್ಥೆಯಾಗಿತ್ತು. ಪರಕೀಯರು ಹೇರಿದ ವ್ಯವಸ್ಥೆ ಆಗಿರಲಿಲ್ಲ. ಆದ್ದರಿಂದ ಈಗ ಭಾರತದ ಸ್ಟೇಟ್‌ಹುಡ್ ಹಸಿವನ್ನು ನಿರಾಕರಿಸುವುದು ಹೇಡಿತನವಾಗುತ್ತದೆ.' — ಹೀಗೆನ್ನುವ ಲೋಹಿಯಾ ಮುಂದಿನ ಧೋರಣೆಗಳನ್ನು ಆಯ್ದದ್ದರಲ್ಲಿ ಆಶ್ಚರ್ಯವಿಲ್ಲ. 'ನೆಹರೂರವರು ಈಗಿಂದೀಗಲೇ ಕಾಶ್ಮೀರಕ್ಕೆ ಅನ್ವಯಿಸುವ ಸೆಕ್ಷನ್ ೩೭೦ನ್ನು ಹಿಂತೆಗೆದುಕೊಳ್ಳಬೇಕು' ಎಂದು ಒತ್ತಾಯಿಸುತ್ತಿದ್ದರು. ಮುಸ್ಲಿಮರಿಗೂ, ಹಿಂದುಗಳಿಗೂ 'ಕಾಮನ್ ಲಾ' ಇರಬೇಕು ಎಂದು ವಾದಿಸಿದರು. ಹೀಗೆ ವಾದಿಸಿ ಕಿಷನ್ ಪಟ್ನಾಯಕ್ ಚುನಾವಣೆಯಲ್ಲಿ ಸೋತರು. ಜನರಿಗೆ ಅಪ್ರಿಯವೆನ್ನಿಸುವ ಮಾತುಗಳನ್ನು ಆಡುವುದೂ, ಆಡಿ ಸೋಲುವುದೂ ರಾಜಕಾರಣ ಧರ್ಮದ ಸಾಧನೆಯ ಒಂದು ಹಂತವಾಗಿ ಲೋಹಿಯಾಗೆ ಕಂಡಿತ್ತು. ಕೊನೆಯಲ್ಲಿ ಅವರು 'ನಿರಾಶೆಯಲ್ಲಿ ಕರ್ತವ್ಯಪಾಲನೆ ಮತ್ತು ನೂರು ವರ್ಷಗಳಲ್ಲಿ ಸಫಲವಾಗುವ ಸಮಾಜವಾದದ ಕನಸಿಗೆ' ತಮ್ಮ ಅನುಯಾಯಿಗಳು ಸಿದ್ಧರಿರಬೇಕೆಂದು ವಾದಿಸಿದ್ದರು.

ಅವರ ಸದಾ ಯುವಮನಸ್ಸಿನ ಹಾತೊರೆಯುವ ಗುಣಕ್ಕೆ ಇನ್ನೊಂದು ಉದಾಹರಣೆ ಅವರ ಅಖಂಡ ಭಾರತದ ಕಲ್ಪನೆ. ಅಗತ್ಯವಾದರೆ

ಪಾಕಿಸ್ತಾನದ ಪ್ರಧಾನಿಯೇ ಅಧ್ಯಕ್ಷರಾಗಿರುವ ಒಕ್ಕೂಟ ನಮ್ಮದಾಗಲಿ ಎನ್ನುತ್ತಿದ್ದರು. ಚೀನ ನಮ್ಮನ್ನು ಆಕ್ರಮಣ ಮಾಡಿದಾಗ ನೆಹರೂ ಕೆನಡಿಯವರಿಂದ ಒಂದು ಆಟಂ ಬಾಂಬ್ ಕೇಳಿದರೂ ತಪ್ಪಿಲ್ಲ ಎಂದಿದ್ದರು. ಒಮ್ಮೆ ಅವರು ಮೈಸೂರಿಗೆ ಬಂದಿದ್ದಾಗ ಅವರು ಇಳಿದುಕೊಂಡಿದ್ದ ಬೃಂದಾವನ್ ಹೊಟೇಲಿಗೆ ನನ್ನನ್ನು ಕರೆಸಿ ಉಪಹಾರ ಸೇವಿಸುತ್ತಾ ಪ್ರೀತಿಯಿಂದ ಒಂದು ಸೂಚನೆ ಕೊಟ್ಟರು.

'ನೀವು ಕರ್ನಾಟಕದಲ್ಲಿ ಗ್ರಾಜ್ಯುಯೇಟ್ ಅಧ್ಯಯನದ ತನಕ ಕನ್ನಡವನ್ನು ಬಳಸಿ. ಆನಂತರದಲ್ಲಿ ಪೋಸ್ಟ್ ಗ್ರಾಜುಯೇಟ್ ಅಧ್ಯಯನಕ್ಕೆ ಹಿಂದಿ ಮಾಧ್ಯಮವಾಗಲಿ.' ಇದನ್ನು ಕೇಳಿದ ತಕ್ಷಣ ನಾನು ಸ್ನೇಹಪರರಾದ ಲೋಹಿಯಾರಲ್ಲಿ ಹೇಳಿಕೊಂಡೆ: 'ಒಂದು ಭಾಷೆ ಪೋಸ್ಟ್ ಗ್ರಾಜುಯೇಟ್ ಅಧ್ಯಯನಕ್ಕೆ ಅನರ್ಹವಾದರೆ ಅದು ಪ್ರೈಮರಿಗೂ ಅನರ್ಹ.' ಇದನ್ನು ಕೇಳಿದಾಕ್ಷಣ ಲೋಹಿಯಾರವರು ಹಿಂದು ಮುಂದು ನೋಡದೆ ಒಪ್ಪಿಕೊಂಡರು 'ನಿಜ. ಹಾಗಾದರೆ ಭಾರತ ಬಹುಭಾಷಾ ಕೇಂದ್ರಿತ ರಾಷ್ಟ್ರವಾಗಲಿ. ಪಾರ್ಲಿಮೆಂಟಿನಲ್ಲಿ ಭಾರತದ ಎಲ್ಲ ಭಾಷೆಗಳನ್ನು ಬಳಸುವುದು ಸಾಧ್ಯವಾಗುವಂತೆ ವಿಶ್ವಸಂಸ್ಥೆಯ ಮಾದರಿಯಲ್ಲಿ ಅನುವಾದಗಳು ನಡೆಯಲಿ.' ಜೆ.ಹೆಚ್. ಪಟೇಲರು ಪಾರ್ಲಿಮೆಂಟಿನಲ್ಲಿ ಕನ್ನಡದಲ್ಲಿ ಮಾತಾಡುವಂತೆ ಮಾಡಿದವರು ಲೋಹಿಯಾರೇ.

ಬಲಿಷ್ಠ ರಾಷ್ಟ್ರದ ಕಲ್ಪನೆಯಿಂದ ಲೋಹಿಯಾ ಬಿಡುಗಡೆ ಪಡೆದಿರಲಿಲ್ಲ ಎಂಬುದು ನನ್ನ ಸಂಶಯ. ಆದರೆ ಈ ಬಲಿಷ್ಠ ರಾಷ್ಟ್ರ ಹಿಂದೂಗಳ 'ಪುಣ್ಯಸ್ಥಳ'ವಲ್ಲ. ಪಾಸ್‌ಪೋರ್ಟ್ ಇಲ್ಲದಂತೆ ಇಡೀ ಪ್ರಪಂಚ ಸುತ್ತುವ ಕಾಲದ ಕನಸು ಕಂಡವರು ಅವರು.

ತುರ್ತು ಪರಿಸ್ಥಿತಿಯ ಕಾಲದಲ್ಲಿ ಲೋಹಿಯಾರು ಬದುಕಿರಲಿಲ್ಲ. ಆದರೆ ಕಾಂಗ್ರೆಸ್ಸೇತರ ಪಕ್ಷಗಳೆಲ್ಲವೂ ಒಟ್ಟಾಗಬೇಕೆಂಬ ಅವರ ಬಯಕೆ ಜಯಪ್ರಕಾಶ್ ನಾರಾಯಣರ ನೇತೃತ್ವದಲ್ಲಿ ಕೈಗೂಡಿತ್ತು. ಆ ಸಮಯದಲ್ಲಿ ನನ್ನ ಮಿತ್ರರಾದ ಆರ್.ಎಸ್.ಎಸ್.ನ ಬೌದ್ಧಿಕ ವಲಯದಲ್ಲಿ ನಾಯಕರಾಗಿದ್ದ ಮಧ್ವರಾವ್ ಯಾರದೋ ಸ್ಕೂಟರಿನ ಹಿಂಬದಿಯಲ್ಲಿ ಕೂತು ನನ್ನ ಮೈಸೂರಿನ ಕಿರುಮನೆಗೆ ಬಂದರು. ಅವರ ವೇಷಭೂಷಣ ನೋಡಿ ನಾನು ಆಶ್ಚರ್ಯಪಟ್ಟೆ. ಸಂಘಪರಿವಾರದ ವೇಷದಲ್ಲಿರುತ್ತಿದ್ದ ಅವರು ಟಿ-ಶರ್ಟ್, ಪ್ಯಾಂಟ್ ಧರಿಸಿದ್ದರು. ಅವರೇ ಕೂತು ಹೇಳಿದರು: 'ನನ್ನ ವೇಷ ನೋಡಿ ನಿಮಗೆ ಆಶ್ಚರ್ಯವಾಯಿತಲ್ಲವೇ? ನಾನೀಗ ಅಂಡರ್‌ಗ್ರೌಂಡ್ ಆಗಿದ್ದೇನೆ'. ನಾನು ಅವರಲ್ಲಿ ಒಂದು ಪ್ರಶ್ನೆ ಕೇಳಿದೆ 'ಯಾಕೆ ನೀವು ಇಂದಿರಾ ಗಾಂಧಿಯನ್ನು

ವಿರೋಧಿಸುತ್ತೀರಿ ಎಂಬುದು ನನಗೆ ತಿಳಿಯುತ್ತಿಲ್ಲ. ಅವರು ಆರ್ಯ ವಿರೋಧಿ ಡಿ.ಎಂ.ಕೆ. ಸರ್ಕಾರವನ್ನು ವಜಾ ಮಾಡಿದರು. ಹೆಚ್ಚು ಮಕ್ಕಳನ್ನು ಮುಸ್ಲಿಮರು ಹೆರದಂತೆ ಬಲಾತ್ಕಾರದಿಂದ ಕುಟುಂಬ ಕಲ್ಯಾಣ ಯೋಜನೆಯನ್ನು ಜಾರಿಗೆ ತಂದರು. ಪಾಕಿಸ್ತಾನವನ್ನು ಒಡೆದು ಬಾಂಗ್ಲಾದೇಶ ಹುಟ್ಟುವಂತೆ ಪ್ರೇರೇಪಿಸಿದರು. ಭಾರತಕ್ಕೆ ಅಣುಬಾಂಬನ್ನೂ ಕೊಟ್ಟರು. ಸಿಕ್ಕಿಂ ಅನ್ನು ಭಾರತಕ್ಕೆ ಸೇರಿಸಿ ದೇಶವನ್ನು ವಿಸ್ತಾರಗೊಳಿಸಿದರು. ಕಾಲಬದ್ಧವಾಗಿ ರೈಲುಗಳು ಓಡುವಂತೆ ಮಾಡಿದರು. ಇಷ್ಟೆಲ್ಲಾ ಆದಮೇಲೂ, ಅಂದರೆ ಸಾವರ್ಕರ್ ಕಲ್ಪನೆಯ ಇಂಡಿಯಾ ಇಂದಿರಾಗಾಂಧಿ ಮುಖೇನ ಬಲಿಷ್ಠವಾದಾಗಲೂ, ನೀವೇಕೆ ಇಂದಿರಾ ಗಾಂಧಿಯನ್ನು ವಿರೋಧಿಸಬೇಕು?' ವೈಚಾರಿಕ ಶಕ್ತಿ ಇದ್ದ ಮಧ್ವರಾಯರಲ್ಲಿ ಇದಕ್ಕೆ ಉತ್ತರವಿರಲಿಲ್ಲ. ಸ್ವಲ್ಪ ವರ್ಷಗಳ ನಂತರ ಗೋವಿಂದಾಚಾರ್ಯರಿಂದ ಮುಖವಾಡ ಎಂದು ಕರೆಯಿಸಿಕೊಂಡಿದ್ದ ವಾಜಪೇಯಿ ಪ್ರಧಾನಿಯಾಗಿದ್ದ ಕಾಲದಲ್ಲಿ ಆರ್.ಎಸ್.ಎಸ್. ಪ್ರಮುಖರು ಇಂದಿರಾಗಾಂಧಿಯೇ ನಮ್ಮ ನೈಜ ನಾಯಕಿ ಎಂದರು.

ಇಲ್ಲೊಂದು ಸ್ಪಷ್ಟೀಕರಣವನ್ನು ನಾನು ಕೊಡಬೇಕು. ನಮ್ಮಲ್ಲಿ ಅಸ್ತಿತ್ವದಲ್ಲಿದ್ದ ಕಾಂಗ್ರೆಸ್ ಸರ್ಕಾರಗಳು ಯಾವತ್ತೂ ಸಾವರ್ಕರರ ಪುಣ್ಯಭೂಮಿ ಕಲ್ಪನೆಯ ಹಿಂದುತ್ವವನ್ನು ಒಪ್ಪಿಕೊಂಡಿರಲಿಲ್ಲ. ಲೋಹಿಯಾರಂತೂ ಕಿಂಚಿತ್ತೂ ಈ ಪುಣ್ಯಭೂಮಿ ಕಲ್ಪನೆಯಿಂದ ಪ್ರಭಾವಿತರಾಗಿರಲಿಲ್ಲ. ಆದರೆ ವಿಶಾಲವಾದ ದೃಷ್ಟಿಯ ರಾಷ್ಟ್ರೀಯತೆ ಕೂಡಾ ಅಪಾಯಕಾರಿ ಎಂಬುದು ಗಾಂಧಿ ಮತ್ತು ಟ್ಯಾಗೋರರ ನಿಲುವಾಗಿತ್ತೇ ಹೊರತು ಯಾವುದೇ ಕಾಂಗ್ರೆಸ್ ನಾಯಕರ ನಿಲುವೂ ಆಗಿರಲಿಲ್ಲ. ಅಂದರೆ ವಿಚಿತ್ರವಾದ ರೀತಿಯಲ್ಲಿ ಹಿಂದುತ್ವದ ಕಲ್ಪನೆಯ ವಾಸನೆಗಳು ಜಾಗೃತವಾಗಬಹುದಾದ ರೀತಿಯ ಆಡಳಿತವನ್ನು ನಾವು ನಡೆಸುತ್ತಾ ಹೋದೆವು. ಇಸ್ರೇಲಿನ ಸ್ನೇಹಿತರಾದೆವು. (ನಮ್ಮದು ಮೋದಿ ನೇತೃತ್ವದಲ್ಲಿ ಇಸ್ರೇಲ್ ಬಗೆಯ ರಾಷ್ಟ್ರವಾಗುವ ಸಾಧ್ಯತೆ ಇದೆ.)

ಇಂತಹಾ ಒಂದು ಎಚ್ಚರ ಸ್ವತಂತ್ರ ಭಾರತದಲ್ಲಿ ಇದ್ದುದು ಗಾಂಧಿ ಒಬ್ಬರಿಗೇ. ಅವರು ನೌಖಾಲಿಯಲ್ಲಿ ಬರಿಗಾಲಿನಲ್ಲಿ ಓಡಾಡಿ ಬೆತ್ತಲೆಯಾಗಿ ತಮ್ಮ ಬ್ರಹ್ಮಚರ್ಯವನ್ನು ಪರೀಕ್ಷೆಗೆ ಒಡ್ಡಿ ಏಕಾಂತದಲ್ಲೂ ಬಹಿರಂಗದಲ್ಲೂ ಅಪಾರವಾದ ವೇದನೆಯನ್ನು ಅನುಭವಿಸಿ ನೌಖಾಲಿಯ ಹಿಂದೂಗಳ ಪ್ರಾಣ ಉಳಿಸಿ ಪಂಜಾಬಿಗೆ ಹೋಗಲೆಂದು ದೆಹಲಿಗೆ ಬರುತ್ತಾರೆ. ರೇಲ್ವೇ ನಿಲ್ದಾಣದಲ್ಲಿ ತನ್ನನ್ನು ಸ್ವಾಗತಿಸಲು ಬಂದ ವಲ್ಲಭಭಾಯ್ ಪಟೇಲರ ಮುಖ ಸಪ್ಪೆಯಾಗಿರುವುದನ್ನು ಕಾಣುತ್ತಾರೆ. ಕೊಂಚ ಹಾಸ್ಯ ಪ್ರವೃತ್ತಿಯ ಯಾವತ್ತೂ ವಿಷಣ್ಣನಾಗದ ಪಟೇಲ್ ಯಾಕೆ ಹೀಗಾಗಿದ್ದಾರೆಂದು ಸ್ವಂತ ತಂದೆಯಂತೆ

ಅವರು ವಿಚಾರಿಸುತ್ತಾರೆ. ದೆಹಲಿ ಹಿಂದಿನ ದೆಹಲಿಯಾಗಿ ಉಳಿದಿರಲಿಲ್ಲ. ದೆಹಲಿಯ ಮಸೀದಿಗಳನ್ನು ಉಗ್ರ ರಾಷ್ಟ್ರೀಯವಾದದ / ಹಿಂದುತ್ವವಾದದ — ಹಿಂದೂಗಳು ಆಕ್ರಮಿಸಿದ್ದರು. ಸಾವಿರಾರು ಜನ ಮುಸ್ಲಿಮರು ಭಯಭೀತರಾಗಿ ಮನೆಗಳನ್ನು ಬರಿದು ಮಾಡಿ ಕರಾಚಿಗೆ ಓಡಿ ಹೋಗಿದ್ದರು. ಗಾಂಧಿ ಇದರಿಂದ ತಲ್ಲಣಗೊಂಡು ಕೋಪದಿಂದಲೇ ಈಗಿಂದೀಗಲೇ ಮಸೀದಿಗಳನ್ನು ಆಕ್ರಮಿಸಿದ ಹಿಂದೂಗಳನ್ನು ಉಚ್ಚಾಟಿಸುವಂತೆ ಗೃಹಮಂತ್ರಿಯಾಗಿದ್ದ ಪಟೇಲರಿಗೆ ತಾಕೀತು ಮಾಡಿದರು. ಕರಾಚಿಗೆ ಓಡಿ ಹೋಗಿದ್ದ ಮುಸ್ಲಿಮರನ್ನು ಹಿಂದಕ್ಕೆ ಕರೆತಂದು ಅವರವರ ಮನೆಯಲ್ಲಿ ಮತ್ತೆ ವಾಸಿಸುವಂತೆ ಮಾಡಬೇಕೆಂದು ಆಗ್ರಹಿಸಿದರು.

ಇದು ನಡೆದದ್ದು ೧೯೪೮ರ ಜನವರಿಯಲ್ಲಿ. ಗಾಂಧಿಯನ್ನು ಬಲ್ಲವರು ಅವರು ತಮಗೇ ಮಾತಾಡಿಕೊಳ್ಳುತ್ತಿದ್ದುದನ್ನು ಕೇಳಿಸಿಕೊಂಡಿದ್ದರು. ಗಾಂಧಿಗೆ ಕೆಲವೊಮ್ಮೆ ತಾನು ಪಾಕಿಸ್ತಾನಿಯೆಂದೂ ಹಾಗೆಯೇ ಹಿಂದುಸ್ತಾನಿಯೆಂದೂ ಅನ್ನಿಸುತ್ತಾ ಇತ್ತಂತೆ. ಇಸ್ಲಾಂ ಭಾರತದಲ್ಲೂ ಪಾಕಿಸ್ತಾನದಲ್ಲೂ ನಾಶವಾಗುತ್ತಿದೆ ಯೆಂದು ದುಃಖಿತರಾಗಿದ್ದರಂತೆ. ಈ ಸಾರಿ ಮಾತ್ರ ಯಾರನ್ನೂ ಕೇಳದೆ ಅವರು ಅನಿಶ್ಚಿತ ಕಾಲದ ಉಪವಾಸವನ್ನು ಶುರು ಮಾಡಿದರಂತೆ. ಅವರ ಆರೋಗ್ಯ ಕೆಟ್ಟಿತ್ತು. ಉಪವಾಸದಿಂದ ಬೇಗ ಕ್ಷೀಣಗೊಂಡರು. ಆರ್.ಎಸ್.ಎಸ್. ಸಂಸ್ಥೆಯೂ ಜಮಾತೇ ಇಸ್ಲಾಮಿಯೂ ಪಾಕಿಸ್ತಾನದಲ್ಲಿದ್ದ ಅಹಮದೀಯ ಮುಸ್ಲಿಮನಾಗಿದ್ದ ಸರ್ ಮುಹಮ್ಮದ ಝಫರುಲ್ಲಾ ಖಾನರೂ ಗಾಂಧಿಯನ್ನು ಉಪವಾಸ ಕೈಬಿಡುವಂತೆ ಕೇಳಿಕೊಂಡಿದ್ದರೆಂದು ಓದಿದ್ದ ನೆನಪು. ಗಾಂಧಿ ಆಗ ಗವರ್ನರ್ ಜನರಲ್ ಆಗಿದ್ದ ಮೌಂಟ್ ಬ್ಯಾಟನ್‌ರನ್ನು 'ದೇಶದ ವಿಭಜನೆಯಾಗುವಾಗ ಭಾರತ ಕೊಡಲು ಒಪ್ಪಿಕೊಂಡಿದ್ದ ೫೫ ಕೋಟಿ ರೂಪಾಯಿಗಳನ್ನು ಕಾಶ್ಮೀರದಲ್ಲಿ ಸೈನ್ಯ ನುಗ್ಗಿಸಿದ್ದರೆಂಬ ಕಾರಣಕ್ಕೆ ಕೊಡದೇ ಇರಬಹುದೇ?' ಎಂದು ಪ್ರಶ್ನಿಸಿದ್ದರಂತೆ. ನ್ಯಾಯವಾಗಿ ಕೊಡುವುದು ಮುಖ್ಯ ಎಂದು ಮೌಂಟ್ ಬ್ಯಾಟನ್ ಕೂಡಾ ಹೇಳಿದ್ದರಂತೆ[೬]. ಯಾರಿಗೂ ಹೇಳದೆ ಕೇಳದೆ ತನಗೆ ತುಂಬ ಪ್ರಿಯರಾದ ನೆಹರೂ ಮತ್ತು ಪಟೇಲರನ್ನೂ ವಿಶ್ವಾಸಕ್ಕೆ ತೆಗೆದುಕೊಳ್ಳದೇ ಪ್ರಾರಂಭಿಸಿದ ಉಪವಾಸದಲ್ಲಿ ಗಾಂಧಿ ಏಕಾಂಗಿಯಾದರು. ಅವರನ್ನು ಕಂಡರೆ 'ಸಾಯಿ' 'ಸಾಯಿ' ಎಂದು ಹೇಳುವ ಅನೇಕರಿದ್ದರು. ಆದರೆ ಗಾಂಧಿಯ ಉಪವಾಸ ಭಾರತದಲ್ಲಿ ಪ್ರಾರಂಭವಾದ ರಾಷ್ಟ್ರೀಯತೆಯನ್ನು ನೈತಿಕವಾಗಿ (ಕ್ಷಾತ್ರ ನಿಲುವಿಗೆ ವಿರೋಧವಾಗಿ) ಪ್ರಶ್ನಿಸುವುದೇ ಆಗಿತ್ತು. ನೆಹರೂ ಮತ್ತು ಪಟೇಲರು ಪ್ರಭುತ್ವವಾದಿಗಳಾಗಿದ್ದರು. ಯಾವ ಮುಸ್ಲಿಂ ಒತ್ತಡಕ್ಕೂ

---

[೬] ಇದನ್ನು ನಾನು ತಿಳಿದಿರುವುದು ವಿನಯ್ ಲಾಲ್ ಬರೆದ ಒಂದು ಲೇಖನದಿಂದ.

ಬಗ್ಗದಂತೆ ನಿಲ್ಲುವುದು ಮುಖ್ಯವೆಂಬ ವಾತಾವರಣ ಇಡೀ ದೇಶದಲ್ಲಿ ಹರಡಿತ್ತು.

ಗಾಂಧಿ ಸೋಲಲಿಲ್ಲ. ಆದರೆ ಸಾವರ್ಕರ್ ಕೂಡಾ ಸೋಲಲಿಲ್ಲ. ಗಾಂಧಿಯ ಒತ್ತಾಯಕ್ಕೆ ಮಣಿದು ಪಾಕಿಸ್ತಾನಕ್ಕೆ ಕೊಡಬೇಕಾಗಿದ್ದ ೫೫ ಕೋಟಿ ರೂಪಾಯಿಗಳನ್ನು ಸಂದಾಯ ಮಾಡಲಾಯಿತು. ಇದರಿಂದ ಜನ ರೊಚ್ಚಿಗೆದ್ದರು. ಆದರೆ ಗಾಂಧಿಗೆ ಜನಪ್ರಿಯತೆ ಮುಖ್ಯವಾಗಿರಲಿಲ್ಲ. ಸತ್ಯ ಮುಖ್ಯವಾಗಿತ್ತು. ಅಂದರೆ ದೃಢ ಪ್ರಭುತ್ವದ ರಾಜಕೀಯದಲ್ಲೂ ನೈತಿಕತೆ ಮುಖ್ಯವೆಂಬುದನ್ನು ಇಡೀ ಜಗತ್ತಿಗೆ ಅವರು ಸಾರಿದರು. ಆದರೆ ಪ್ರಭುತ್ವದ ದೃಷ್ಟಿಯಿಂದ ಯಾವ ದೇಶವೂ ಇಂತಹ ನೈತಿಕತೆಯನ್ನು ತಾವಾಗಿಯೇ ಪಾಲಿಸುವುದಿಲ್ಲ. ಒತ್ತಾಯಕ್ಕೆ ಮಣಿಯುತ್ತಾರೆ ಅಷ್ಟೆ. ನಾವು ಗಮನಿಸಬೇಕಾದುದು ಸಾವರ್ಕರರೂ ಸೋಲದ, ಗಾಂಧಿಯೂ ಸೋಲದ ಭಾರತದಲ್ಲಿ, ನಾವು ಸ್ವತಂತ್ರರಾದ ನಂತರದಲ್ಲಿ ಬದುಕುತ್ತಿದ್ದೇವೆ ಎಂಬುದನ್ನು. ನಮ್ಮ ಬುದ್ಧಿಜೀವಿಗಳಲ್ಲಿ ಕೆಲವರು ಭಾರತ ಅಣ್ವಸ್ತ್ರ ಮಾಡುವುದನ್ನು ವಿರೋಧಿಸಿದರು. ಆದರೆ ಹೆಚ್ಚು 'ಬಲದ' ಕೆಲವರು ಇದನ್ನು 'ಬುದ್ಧ ಮುಗುಳ್ನಕ್ಕ' ಎಂದು ಕೊಂಡಾಡಿದರು.

ಈಗ ಮೋದಿಯವರು ಅಧಿಕಾರಕ್ಕೆ ಬಂದ ನಂತರ ಎಲ್ಲ ಎಡಪಂಥೀಯ ವಿಚಾರಗಳೂ ಮಣ್ಣುಮುಕ್ಕಿದಂತೆ ಕಾಣುತ್ತದೆ. ಇದಕ್ಕೆ ಒಂದು ಕಾರಣ ಎಡಪಂಥೀಯತೆ ಕ್ರಮೇಣ ಬಾಯಿಮಾತಿನ ದೌರ್ಬಲ್ಯವಾಗಿ ಬೆಳೆಯುತ್ತಾ ಹೋದದ್ದು. ಸೆಕ್ಯುಲರಿಸಂ ಎನ್ನುವ ಶಬ್ದವಂತೂ ಅನುಕೂಲಕ್ಕಾಗಿ ಉಪಯೋಗಿಸುವ ಶಬ್ದವಾಗುತ್ತಾ ಹೋಯಿತು. ಆದರೂ ಭಾರತ ಪ್ರಜಾತಾಂತ್ರಿಕವಾದ್ದರಿಂದ ಕೊನೆಯ ಪಕ್ಷ ಮಾಹಿತಿ ಹಕ್ಕು ಮತ್ತು ಮಕ್ಕಳಿಗೆ ಬಿಸಿಯೂಟ ಇತ್ಯಾದಿಗಳು ನಮ್ಮ ಆತ್ಮಗೌರವವನ್ನು ಕಾಪಾಡಿವೆ.

ಎಡಪಂಥೀಯ ಮಾತುಗಾರಿಕೆ ಕೇವಲ ಸದ್ದುಗಳಂತೆ ಕಾಣಿಸುವಾಗ ಅಡಿಗರು ಒಂದು ತಮಾಷೆಯ ಪದ್ಯ ಬರೆದಿದ್ದಾರೆ. ಅದು ಶುರುವಾಗುವುದು ಹೀಗೆ 'ಎಡ ಎಡಕ್ಕೆ ವಾಲುತ ಎಡದ ಹುಬ್ಬು ಹಾರಿಸುತ್ತಾ ಬರುತ್ತಾರೆ ಬರುತ್ತಾರೆ ಬಾಂದಿನವರು ಬರುತ್ತಾರೆ' ಈಗ ಇದನ್ನು ಕೊಂಚ ಬದಲಾಯಿಸಿ 'ಬಲಬಲಕ್ಕೆ ವಾಲುತ ಬಲದ ಹುಬ್ಬು ಹಾರಿಸುತ್ತ ಬರುತ್ತಾರೆ ಬರುತ್ತಾರೆ ಭಂಡರಿವರು ಬರುತ್ತಾರೆ' ಎನ್ನಬಹುದು. ಮೀಡಿಯಾದ ಆಂಗ್ಲ ನುಡಿಯ, ಹಿಂದಿ ನುಡಿಯ ವಾಕ್ ಶೂರರು ಹೊಸ ಮಾತು, ಮೋದಿಗೆ ಒಪ್ಪಿಗೆಯಾಗುವ ಮಾತು ಕಲಿಯುತ್ತ ಇದ್ದಾರೆ.

ಗಾಂಧಿ ಸತ್ತಾಗ ಕನ್ನಡ ಕವಿ ವಿ. ಸೀತಾರಾಮಯ್ಯನವರು ಒಂದು ಮಹತ್ವದ ಮಾತನ್ನು ಆಡಿದ್ದರು. 'ನಾವೆಲ್ಲರೂ ವಿಷವನ್ನು ಇಡೀ ದೇಹದಲ್ಲಿ ಪಡೆದಿರುವ ಸರ್ಪ, ಗೋಡ್ಸೆ ಅದರ ಹಲ್ಲು ಮಾತ್ರ.'

- ೧೦ -

ಮಹಾತ್ಮ ಗಾಂಧಿಯನ್ನು ಗುಂಡಿಟ್ಟು ಕೊಂದ ನಾಥೂರಾಮ ಗೋಡ್ಸೆಯ ಕೊನೆಯ ಭಾಷಣ ತುಂಬಾ ಗಮನಾರ್ಹವಾಗಿದೆ. ಟೈಪ್ ಮಾಡಿದ ಹಾಳೆಗಳಲ್ಲಿ ತಾನು ಯಾಕೆ ಗಾಂಧಿಯನ್ನು ಕೊಂದಿದ್ದೇನೆ -- ಎಂಬುದನ್ನು ಆತ ಬರೆದು ತಂದು ಓದಿದ. ಅವನ ಥೀಸಿಸ್ ೯೦ ಪುಟಗಳದಾಗಿತ್ತು. ತನ್ನ ಕಾಲ ಮೇಲೆ ನಿಂತು ಅವನು ೫ ಗಂಟೆಗಳ ಕಾಲ ಮಾತಾಡಿದ್ದ. ಇದು ಗೋಡ್ಸೆಯ ಒಳ ಜೀವನಕ್ಕೆ ಒಂದು ಕನ್ನಡಿ ಹಿಡಿದಂತೆಯೇ, ಗಾಂಧಿ ಭಾರತದ ಮೇಲೆ ಮಾಡಬಹುದಾಗಿದ್ದ ಪ್ರಭಾವದ ಒಂದು ಹೇಳಿಕೆಯೂ ಆಗಿದೆ. ಅಂದರೆ ಇದು ಗಾಂಧಿಯನ್ನು ತೋರಿಸುತ್ತದೆ ಮತ್ತು ಅವರನ್ನು ವೈರಿಯೆಂದು ಭಾವಿಸಿದ ಗೋಡ್ಸೆಯನ್ನೂ ತೋರಿಸುತ್ತದೆ.

ಧರ್ಮಶ್ರದ್ಧೆಯ ಒಂದು ಬ್ರಾಹ್ಮಣ ಕುಟುಂಬದಲ್ಲಿ ಅವನು ಹುಟ್ಟಿದ್ದು. ಹೀಗಾಗಿ ತಾನು ಮೊದಲಿನಿಂದಲೂ ಹಿಂದೂ ಧರ್ಮವನ್ನು, ಹಿಂದೂ ಚರಿತ್ರೆಯನ್ನು, ಹಿಂದೂ ಸಂಸ್ಕೃತಿಯನ್ನು ಮೆಚ್ಚುತ್ತಾ ಬೆಳೆದೆ ಎನ್ನುತ್ತಾನೆ. 'ಅಪಾರವಾದ ಪ್ರೀತಿ, ಗೌರವ ಹಿಂದೂ ಧರ್ಮದ ಬಗ್ಗೆ ತನ್ನಲ್ಲಿ ಬೆಳೆಯುತ್ತಾ ಎಲ್ಲಾ

ಮೂಢನಂಬಿಕೆಗಳಿಂದ ತಾನು ಮುಕ್ತನಾದೆ. ಆದ್ದರಿಂದ ದಲಿತರನ್ನು ಅಸ್ಪೃಶ್ಯರೆಂದು ಕಾಣುವುದನ್ನು ವಿರೋಧಿಸಿದೆ. ಜಾತಿ ಪದ್ಧತಿಯನ್ನು ಅದು ಕೇವಲ ಹುಟ್ಟಿನ ಮೇಲೆ ನಿಂತಿರುವುದರಿಂದ ವಿರೋಧಿಸಿದೆ. ಎಲ್ಲಾ ಹಿಂದೂಗಳು ಧಾರ್ಮಿಕವಾಗಿಯೂ ಸಾಮಾಜಿಕವಾಗಿಯೂ ಸಮಾನ ಎಂದು ವಾದಿಸುತ್ತಾ ಬೆಳೆದಿದ್ದೇನೆ. ನಾನು ಸಾವಿರಾರು ಜಾತಿ ವಿರೋಧಿ ಹಿಂದೂಗಳ ಜೊತೆ ಕುಳಿತು ಊಟ ಮಾಡಿದ್ದೇನೆ. ನಾನು ದಾದಾಭಾಯಿ ನವರೋಜಿ, ವಿವೇಕಾನಂದ, ಗೋಖಲೆ, ತಿಲಕರನ್ನು ಮತ್ತು ಪ್ರಾಚೀನ ಹಿಂದೂ ಚರಿತ್ರೆಯನ್ನು ಓದಿಕೊಂಡಿದ್ದೆ. ಫ್ರಾನ್ಸ್, ಅಮೆರಿಕಾ, ರಷ್ಯಾ, ಇಂಗ್ಲೆಂಡಿನ ಮಹಾನುಭಾವರನ್ನು ಓದಿದ್ದೆ. ಮಾರ್ಕ್ಸಿಸಂ ಮತ್ತು ಸೋಷಿಯಲಿಸಂನ ಮೂಲ ತತ್ವಗಳನ್ನು ನಾನು ಅಭ್ಯಾಸ ಮಾಡಿದ್ದೆ. ಎಲ್ಲಕ್ಕಿಂತ ಹೆಚ್ಚಾಗಿ ವೀರ ಸಾವರ್ಕರ್‌ರನ್ನು ಓದಿಕೊಂಡಿದ್ದೆ. ವೀರ ಸಾವರ್ಕರ್ ಗಾಂಧೀಜಿ ಬಗ್ಗೆ ಬರೆದದ್ದನ್ನು ಓದಿದ್ದೆ. ಹೀಗಾಗಿ ನನ್ನ ತಲೆಯಲ್ಲಿ ಎರಡು ತಾತ್ವಿಕ ಭಿನ್ನತೆಗಳು ನಮ್ಮ ಚರಿತ್ರೆಯಲ್ಲಿ ಮೂಡುತ್ತಿರುವಂತೆ ಕಂಡಿತ್ತು. ಈ ಇಬ್ಬರ ತಂತ್ರವೇ ಈ ೩೦ ವರ್ಷ ಕಾಲದ ಭಾರತದ ಚರಿತ್ರೆಯನ್ನು ರೂಪಿಸಿದಂಥದ್ದು. ಇದಾದ ನಂತರ ನನ್ನ ಮೂಲ ಧರ್ಮ ಹಿಂದುತ್ವವನ್ನು ಪ್ರತಿಪಾದಿಸುವುದು ಎಂದು ತಿಳಿದುಕೊಂಡೆ. ಒಬ್ಬ ಹಿಂದೂ ಏಕಕಾಲಕ್ಕೆ ದೇಶಪ್ರೇಮಿಯೂ ಜಗತ್ತಿನ ಪ್ರಜೆಯೂ ಆಗಬಲ್ಲ. ಸುಮಾರು ೩೦ ಕೋಟಿ (ಆಗಿನ ಕಾಲದ ಪ್ರಕಾರ) ಹಿಂದೂಗಳನ್ನು ಎಚ್ಚರಿಸುವುದರ ಮುಖಾಂತರ, ಸ್ವತಂತ್ರಗೊಳಿಸುವುದರ ಮುಖಾಂತರ ಪ್ರಪಂಚದ ಜನರಲ್ಲಿ ಒಂದು ಪಾಲು ಜನರನ್ನು ಬಿಡುಗಡೆ ಮಾಡಿದಂತಾಗುತ್ತದೆ. ಗಾಂಧಿ ಎಲ್ಲರ ಮೇಲೂ ದೊಡ್ಡ ಪರಿಣಾಮವನ್ನು ಮಾಡಿದರು. ಜನರನ್ನು ಎಚ್ಚರಿಸಲು ಆತ ಉಪಯೋಗಿಸಿದ ಮಾರ್ಗಗಳು ತೀವ್ರವಾಗಿದ್ದವು. ಸತ್ಯ ಮತ್ತು ಅಹಿಂಸೆ ಎನ್ನುವ ಶಬ್ದಗಳಿಂದಾಗಿ ಅವಕ್ಕೆ ತುಂಬಾ ಬೆಲೆ ಬಂದಿದ್ದವು. ಈ ಶಬ್ದಗಳು ನೈಜವಾಗಿರಲಿಲ್ಲ. ಯಾರು ಈ ಶಬ್ದಗಳನ್ನು ವಿರೋಧಿಸುವಂತಿರಲಿಲ್ಲ ಅಥವಾ ಸಂಪೂರ್ಣ ಒಪ್ಪಿಕೊಳ್ಳುವಂತೆಯೂ ಭಾರತ ಚರಿತ್ರೆಯಲ್ಲಿ ಇರಲಿಲ್ಲ. ಇಡೀ ಮಾನವತೆ ಸತ್ಯ ಮತ್ತು ಅಹಿಂಸೆಯ ಮೇಲೆ ಬದುಕುತ್ತದೆ ಎಂದು ತಿಳಿಯುವುದು ಅಧ್ಯಾತ್ಮ. ನಮ್ಮ ಸ್ವಂತದವರನ್ನು ಪ್ರೀತಿಸುವುದು ನಮ್ಮ ಕರ್ತವ್ಯವೆಂದು ತಿಳಿಯುವುದು ದೇಶಪ್ರೇಮ. ದೇಶಪ್ರೇಮ ಅನೇಕ ಸಾರಿ ನಮ್ಮನ್ನು ಅಹಿಂಸಾ ತತ್ವದಿಂದ ದೂರ ಮಾಡಬಲ್ಲದು. ಬಲವನ್ನು ಉಪಯೋಗಿಸುವ ಅಗತ್ಯವನ್ನು ತರಬಲ್ಲದು. ರಾಮ ರಾವಣನನ್ನು ಕೊಂದ, ಸೀತೆಯನ್ನು ಬಿಡುಗಡೆ ಮಾಡಿದ. ಕೃಷ್ಣ ಕಂಸನನ್ನು ಕೊಂದ ಅವನ ಕ್ರೌರ್ಯಕ್ಕಾಗಿ, ಅರ್ಜುನ ಕೊನೆಯವರೆಗೂ ಹೋರಾಡಿದ. ರಾಮ, ಕೃಷ್ಣ ಮತ್ತು ಅರ್ಜುನನನ್ನು ಅಹಿಂಸಾವಾದಿಗಳೆಂದು ನಾನು ತಿಳಿಯಲಾರೆ. ಮಹಾತ್ಮರು ಮನುಷ್ಯನ ಸ್ವರೂಪದ ಬಗ್ಗೆ ಸುಳ್ಳನ್ನು ಹೇಳಿದರು. ಕ್ರೂರಿಯಾದ ಅಫಜಲ್ ಖಾನನನ್ನು ಶಿವಾಜಿ ಅಪ್ಪಿಸೆಳೆದುಕೊಂಡದ್ದು ಸರಿಯೇ

— ಯಾಕೆಂದರೆ ಅವನನ್ನು ಕೊಲ್ಲದಿದ್ದರೆ ಶಿವಾಜಿಯೇ ಸಾಯುತ್ತಿದ್ದ. ಶಿವಾಜಿ, ರಾಣಾಪ್ರತಾಪ ಮತ್ತು ಗುರುಗೋವಿಂದ ಸಿಂಗರನ್ನು ದಾರಿ ತಪ್ಪಿದ ದೇಶಪ್ರೇಮಿಗಳೆಂದು ಗಾಂಧಿ ತಿಳಿದಿರುವುದು ತಪ್ಪು. ಇದರಲ್ಲಿ ಗಾಂಧಿಗೆ ದುರಹಂಕಾರವಿತ್ತು. ಸತ್ಯ ಮತ್ತು ಅಹಿಂಸೆಯ ತತ್ವವನ್ನು ಮುಂದಿಡುತ್ತಾ ಗಾಂಧಿ ಒಬ್ಬ ಕ್ರೂರ ಪ್ಯಾಸಿಫಿಸ್ಟ್ (Pacifist) ಆದ. ನನಗೆ ಗಾಂಧಿಯ ಪ್ರಭಾವವನ್ನು ಕೊನೆ ಮಾಡಬೇಕೆಂದು ತೀವ್ರವಾಗಿ ಅನ್ನಿಸಿತ್ತು. ದಕ್ಷಿಣ ಆಫ್ರಿಕಾದಲ್ಲಿ ಗಾಂಧಿ ತುಂಬಾ ಒಳ್ಳೆಯ ಕೆಲಸವನ್ನು ಮಾಡಿದ್ದರು. ಅಲ್ಲಿ ಭಾರತೀಯ ಸಮುದಾಯದ ಪರವಾಗಿ ಹೋರಾಡಿದ್ದರು. ಆದರೆ ಭಾರತಕ್ಕೆ ಬಂದ ನಂತರ ಅವರು ಒಂದು ಆತ್ಮರತ ಧೋರಣೆಯನ್ನು ಬೆಳೆಸಿಕೊಂಡರು. ಕೊನೆಯಲ್ಲಿ ಎಲ್ಲದರಲ್ಲಿಯೂ ಸರಿ ತಪ್ಪುಗಳನ್ನು ನಿರ್ಧರಿಸುವ ಮನುಷ್ಯರಾಗಿಬಿಟ್ಟರು. ಗಾಂಧಿ ತಪ್ಪನ್ನು ಮಾಡುವುದಿಲ್ಲವೆಂದು ತಿಳಿದಿದ್ದರಿಂದ ಅವರನ್ನು ಅನುಸರಿಸಬೇಕಾಗಿ ಬಂತು. ಕಾಂಗ್ರೆಸ್ ಗಾಂಧಿಗೆ ಸಂಪೂರ್ಣ ಶರಣಾಗತವಾಗಬೇಕು ಅಥವಾ ತನ್ನ ಮುಂದಾಳತ್ವವನ್ನು ಕಳೆದುಕೊಳ್ಳಬೇಕು ಎಂಬ ಸ್ಥಿತಿಯಾಯಿತು. ಚಳವಳಿಗಳ ವಿಷಯದಲ್ಲಿಯೂ ಹೀಗೆಯೇ; ಅದನ್ನು ಪ್ರಾರಂಭಿಸುವುದು ಗಾಂಧಿ. ಕೊನೆಗಾಣಿಸುವುದೂ ಗಾಂಧಿಯೇ. ಒಂದು ಚಳವಳಿ ಸೋತರೂ ಮಹಾತ್ಮರು ತಪ್ಪು ಮಾಡಿದಂತೆ ಅನ್ನಿಸುತ್ತಿರಲಿಲ್ಲ. ಒಬ್ಬ ಸತ್ಯಾಗ್ರಹಿ ಎಂದೂ ಸೋಲಲಾರ ಎನ್ನುವುದು ಅವರ ದೃಢ ನಂಬಿಕೆಯಾಗಿತ್ತು. ಹೀಗೆ ಮಹಾತ್ಮರು ಜಡ್ಜೂ ಆದರು ಜೂರಿಯೂ ಆದರು.

ಪ್ರಾರಂಭದಲ್ಲಿ ಗಾಂಧಿಯವರದು ನಮ್ಮ ಸ್ವಾತಂತ್ರ್ಯ ಚಳವಳಿಗಳಿಗೆ ಮಹತ್ತರವಾದ ಕೊಡುಗೆ. ಹಿಂದಿಯನ್ನು ಎಲ್ಲರೂ ಒಪ್ಪಿಕೊಳ್ಳುವಾಗ ಮುಸ್ಲಿಮರ ಪ್ರೀತಿಯನ್ನು ಗಳಿಸುವುದಕ್ಕಾಗಿ ಗಾಂಧಿ ಹಿಂದೂಸ್ತಾನಿ ಭಾರತದ ಭಾಷೆ ಎಂದರು. ಯಾರಿಗೂ ಗೊತ್ತಿಲ್ಲದ ಭಾಷೆ ಇದು. ಯಾರೂ ಬಳಸದ ಭಾಷೆ ಇದು. ಹಿಂದಿ ಉರ್ದು ನಡುವಿನ ಸಂಕರ ಇದು. ಆಗಸ್ಟ್ ೧೯೪೬ರ ನಂತರ ಮುಸ್ಲಿಂ ಲೀಗಿನ ಬಳಿಯಿದ್ದ ಅವರ ಖಾಸಗಿ ಸೈನ್ಯ ಹಿಂದೂಗಳ ಕೊಲೆಗಳನ್ನು ಪ್ರಾರಂಭಿಸಿತ್ತು. ಆಗಿನ ವೈಸರಾಯ್ ಲಾರ್ಡ್ ವೇವಲ್ ಇದರಿಂದ ಸಂಕಟಪಟ್ಟರೂ ಅವರ ಶಕ್ತಿಯನ್ನು ಬಳಸಲಾಗಲಿಲ್ಲ. ಗಂಗಾದಿಂದ ಕರಾಚಿ ತನಕ ಹಿಂದೂಗಳ ರಕ್ತ ಹರಿಯಿತು. ಹಿಂದೂಗಳು ಇದನ್ನು ಎದುರಿಸಲಾಗಲಿಲ್ಲ. ಲಾರ್ಡ್ ವೇವಲ್ ರಾಜಿನಾಮೆ ಕೊಟ್ಟು ಹೊರಟುಹೋದ. ಮೌಂಟ್‌ಬ್ಯಾಟನ್ ಬಂದ. ಕಾಂಗ್ರೆಸ್ ರಾಷ್ಟ್ರೀಯತೆಯನ್ನು ಒಪ್ಪಿಕೊಂಡಿತ್ತು ಹಾಗೆಯೇ ಸೆಕ್ಯುಲರಿಸಂ ಅನ್ನು ಒಪ್ಪಿಕೊಂಡಿತ್ತು. ಆದ್ದರಿಂದ ಗುಟ್ಟಾಗಿ ಪಾಕಿಸ್ತಾನದ ನಿರ್ಮಾಣವನ್ನು ಒಪ್ಪಿಕೊಂಡಿತ್ತು. ಜಿನ್ನಾ ಹೇಳಿದ್ದಕ್ಕೆ ಶರಣಾಯಿತು. ಇದು ಭಾರತದ ಹಿನ್ನಡೆಯಾಯಿತು. ಮೂರನೇ ಒಂದು ಪಾಲು ಹಿಂದಿ ನಮಗೆ ಅನ್ಯ

ದೇಶವಾಯಿತು. ಎಲ್ಲರೂ ಮೌಂಟ್‌ಬ್ಯಾಟನ್‌ನನ್ನು ಬಹುದೊಡ್ಡ ಗವರ್ನರ್ ಜನರಲ್ ಎಂದು ಕರೆದರು. ಹಿಂದೂ ಮುಸ್ಲಿಂ ಏಕತೆ ಕೂಡಲೇ ಒಡೆಯಿತು. ಒಂದು ಮತ ನಿಷ್ಠೆಯ ರಾಷ್ಟ್ರವನ್ನು ಭಾರತದಲ್ಲೇ ಸೃಷ್ಟಿಸಲಾಯಿತು. ಕಾಂಗ್ರೆಸ್ಸಿನ ಮೇಲ್ಮಟ್ಟದ ನಾಯಕರು ಗಾಂಧಿಯ ಒಪ್ಪಿಗೆಯ ಮೇಲೆಯೇ ದೇಶದ ವಿಭಜನೆಯನ್ನು ಒಪ್ಪಿಕೊಂಡರು.'

(ಇಲ್ಲಿ ಗೋಡ್ಸೆಯ ವಿಚಾರ ಸತ್ಯವಲ್ಲ. ಗಾಂಧಿ ಕೊನೆ ತನಕ ವಿಭಜನೆಯನ್ನು ವಿರೋಧಿಸಿದರು. ವಿಭಜನೆಯಾದ ನಂತರ ಒಂದು ದೊಡ್ಡ ಉಪಾಯವನ್ನು ಮಾಡಿದರು. ಅದು ಉಪಾಯವೇ, ಯಾಕೆಂದರೆ ಮೌಂಟ್‌ಬ್ಯಾಟನ್‌ನನ್ನು ಕರೆದು 'ನೀವು ಹೊರಟುಹೋಗಿ. ದೇಶವನ್ನು ವಿಭಜನೆ ಮಾಡಬೇಡಿ. ಹಿಂದೂಗಳು ಮುಸ್ಲಿಮರಿಗೆ ಒಳ್ಳೆಯದಾಗುವಂತೆ ನಡೆದುಕೊಳ್ಳಲಾರರು ಎಂಬ ಜಿನ್ನಾನ ಸಂಶಯವನ್ನು ದೂಡಲಿಕ್ಕಾಗಿ ಜಿನ್ನಾನನ್ನೇ ಪ್ರಧಾನಿ ಮಾಡಿ ಅವನಿಗೆ ದೇಶದ ಸ್ವಾತಂತ್ರ್ಯವನ್ನು ಒಪ್ಪಿಸಿ ನಾವು ಜಿನ್ನಾರ ಜೊತೆ ಮಾತುಕತೆ ನಡೆಸುತ್ತೇವೆ ಎಂದು ಗಾಂಧಿ ಹೇಳಿದ್ದರು. ಇದರಿಂದ ಮೌಂಟ್‌ಬ್ಯಾಟನ್ ದಿಗ್ಭ್ರಮೆಗೊಂಡು ನೆಹರೂ, ಪಟೇಲರ ಮುಂದೆ ಈ ಮಾತನ್ನು ಹೇಳಿದ್ದರು. ಆಗ ನೆಹರೂ ಮತ್ತು ಪಟೇಲರು ಗಾಂಧಿ ಬಳಿ ಹೋಗಿ ಈಗ ಸಮಯ ಆಗಿಹೋಗಿದೆ, ಏನನ್ನೂ ಮಾಡುವಂತಿಲ್ಲ, ನಿಮ್ಮ ಮಾತು ಭಾರತದಲ್ಲಿ ನಡೆಯುವುದಿಲ್ಲ, ರಕ್ತದ ಹೊಳೆ ಹರಿಯುತ್ತದೆ ಎಂದು ಹೆದರಿಸಿದ್ದರು. ಗಾಂಧಿ ಸುಮ್ಮನಾಗಿ ಭಾರತದ ಸ್ವಾತಂತ್ರ್ಯದ ದಿವಸ ಕಾಲ್ನಡಿಗೆಯಲ್ಲಿ ಬಂಗಾಳದಲ್ಲಿ ಮತೀಯ ಕೊಲೆಗಳು ನಡೆಯುತ್ತಿದ್ದ ಜಾಗದಲ್ಲಿ ಹತ್ಯೆಗಳನ್ನು ತಪ್ಪಿಸಲು ಹೋರಾಡಿದ್ದರು. ಹಲವು ಪ್ರಾಣಗಳನ್ನೂ ಉಳಿಸಿದರು. ಮುಸ್ಲಿಮರು ತಮ್ಮೆಲ್ಲ ಆಯುಧಗಳನ್ನು ತಂದು ಗಾಂಧಿಯ ಕಾಲ್ಬುಡದಲ್ಲಿ ಸುರಿದರು. ಗಾಂಧಿ ಉಚ್ಚೆಯ ಮೇಲೆ, ಗಾಜಿನ ಚೂರುಗಳ ಮೇಲೆ ಬರಿಗಾಲಿನಲ್ಲಿ ಓಡಾಡಿ ಇದನ್ನು ಸಾಧಿಸಿದರು. ಇಡೀ ಗಾಂಧಿಯ ಜೀವನದಲ್ಲಿ ಇದೊಂದು ಮಹತ್ತರ ಸಾಧನೆ. ಇದು ಗೋಡ್ಸೆಯ ಕಣ್ಣಿಗೆ ಕಾಣಲಿಲ್ಲ. ಸಾವರ್ಕರ್ ಮೂಲದ ಹಿಂದುತ್ವದ ಆವಾಹನೆಯಾಗಿದ್ದ ಮನಸ್ಸಿಗೆ ಇಂತಹ ಸತ್ಯಗಳು ಕಾಣುತ್ತಿರಲಿಲ್ಲ.)

'ಗಾಂಧಿ ಕೊನೆಯಲ್ಲಿ ಒಂದು ಉಪವಾಸ ಮಾಡಿದರು. ಇದು ಪಾಕಿಸ್ತಾನದಲ್ಲಿ ಹಿಂದೂಗಳ ಕೊಲೆ ನಿಲ್ಲಲೆಂದು ಮಾಡಿದ ಉಪವಾಸವಲ್ಲ. ಕೆಲವು ಷರತ್ತುಗಳನ್ನು ಪಾಕಿಸ್ತಾನದ ಮುಸ್ಲಿಮರ ಮೇಲೆ ಹಾಕಿದ್ದರೆ ಅದು ಅವರಿಗೆ ಒಪ್ಪಿಗೆ ಆಗುತ್ತಿರಲಿಲ್ಲವೆಂದು ಇವರಿಗೆ ತಿಳಿದಿತ್ತು. ಗಾಂಧಿಯನ್ನು ದೇಶದ ತಂದೆಯೆಂದು ನಾವು ತಿಳಿದಿದ್ದರಿಂದ ತಂದೆಯಾಗಿ ಅವನು ಹೇಳುವುದನ್ನು ನಾವು ಕೇಳಲಿಲ್ಲ ಎಂದು ಒಂದು ದೂರು ಬರದಂತೆ ಕಾಂಗ್ರೆಸ್‌ನವರು

ನಡೆದುಕೊಂಡಿದ್ದರು. ಅವನು ಹಿಂದುಸ್ತಾನದ ತಂದೆಯಲ್ಲ. ನನ್ನ ಪಾಲಿಗೆ ಅವನು ಪಾಕಿಸ್ತಾನದ ತಂದೆ. ಗಾಂಧಿಯ ಒಳಧ್ವನಿ ಅವನ ಒಳಗಿನ ದೇವರು ಆಡುತ್ತಿದ್ದ ಮಾತು ಎಲ್ಲವೂ ಜಿನ್ನಾನ ಹಠಕ್ಕೆ ಪೂರಕವಾಗಿದ್ದವು. ಗಾಂಧಿಯನ್ನು ಕೊಂದರೆ ನನ್ನ ಇಡೀ ಜೀವನದ ಸಾಧನೆ ಬಗ್ಗೆ ಇದ್ದ ಗೌರವವನ್ನು ಕಳೆದುಕೊಳ್ಳುತ್ತೇನೆ. ನನ್ನ ಜೀವನವನ್ನೇ ಕಳೆದುಕೊಳ್ಳುತ್ತೇನೆ. ಇದು ನನಗೆ ಗೊತ್ತಿತ್ತು. ಭಾರತವನ್ನು ರಕ್ಷಿಸುವುದು ನನ್ನ ಧರ್ಮವಾಗಿತ್ತು. ಪಾಕಿಸ್ತಾನ ಭಾರತವನ್ನು ಆಕ್ರಮಿಸದಂತೆ ನೋಡಿಕೊಳ್ಳುವುದು ನನ್ನ ಗುರಿಯಾಗಿತ್ತು. ನಾನು ಗಾಂಧಿಯನ್ನು ಕೊಲ್ಲುವ ಕೊನೆಯ ನಿರ್ಧಾರವನ್ನು ಮಾಡಿದ ನಂತರ ಯಾರ ಜೊತೆಯೂ ಅದನ್ನು ಮಾತನಾಡಲಿಲ್ಲ. ಧೈರ್ಯಮಾಡಿ ನನ್ನ ಎರಡು ಕೈಗಳಿಗೆ ಧೈರ್ಯ ಕೊಟ್ಟು ಪಿಸ್ತೂಲನ್ನು ಹಿಡಿದು ೩೦ನೇ ಜನವರಿ ೧೯೪೮ರಂದು ಬಿರ್ಲಾ ಮನೆಯ ಪ್ರಾರ್ಥನಾ ಅಂಗಳದಲ್ಲಿ ಗಾಂಧಿಯನ್ನು ಕೊಂದೆ. ಕೋಟಿಗಟ್ಟಲೆ ಹಿಂದೂಗಳ ನಾಶಕ್ಕೆ ಕಾರಣವಾಗಬಹುದಾದವನನ್ನು ನಾನು ಕೊಂದೆ ಎಂದು ತಿಳಿದಿದ್ದೇನೆ. ಯಾವ ಕಾನೂನಿನ ಪ್ರಕಾರವೂ ಗಾಂಧಿ ಮಾಡುತ್ತಿದ್ದ ಅನ್ಯಾಯವನ್ನು ತಪ್ಪಿಸಲು ಸಾಧ್ಯವಿರಲಿಲ್ಲ. ಭಾರತ ರಾಷ್ಟ್ರದ ಸರ್ಕಾರದ ನೀತಿಗಳನ್ನು ನಾನು ಒಪ್ಪಿಕೊಂಡಿರಲಿಲ್ಲ. ಆದರೆ ಅದರ ಹಿಂದೆ ಗಾಂಧಿಯ ಕೈವಾಡವಿದೆ ಎಂದು ತಿಳಿದಿದ್ದೆ. ನೆಹರೂ ಬಾರಿಬಾರಿಗೆ ಸೆಕ್ಯುಲರಿಸಂ ಬಗ್ಗೆ ಮಾತಾಡುತ್ತಾರೆ. ಆದರೆ ಇದರ ಹಿಂದೆ ಪಾಕಿಸ್ತಾನದ ನಿರ್ಮಾಣದ ಹೊಣೆಯು ಅವರ ಮೇಲಿದೆ. ನನ್ನ ಕೃತ್ಯಕ್ಕೆ ನಾನು ಬದ್ಧ. ನ್ಯಾಯಾಧೀಶರು ನನಗೆ ಕೊಡಬೇಕಾದ ಶಿಕ್ಷೆಯನ್ನು ಕೊಡಲಿ. ನನಗೆ ಯಾವ ಕರುಣೆಯನ್ನು ತೋರಬೇಕಾದ್ದಿಲ್ಲ. ನನ್ನ ಪರವಾಗಿ ಯಾರೂ ಕರುಣೆಯನ್ನು ಬೇಡ ಬೇಕಾದದ್ದಿಲ್ಲ. ಯಾವುದೋ ಭವಿಷ್ಯಕಾಲದಲ್ಲಿ ನಾನು ಮಾಡಿದ ಕೃತ್ಯ ನನ್ನ ಕೃತ್ಯದ ಬೆಲೆ ಏನು ಎಂಬುದು ಜನರಿಗೆ ತಿಳಿದೇ ತಿಳಿಯುತ್ತದೆ.'

ಇದು ಗೋಡ್ಸೆ ಮಾಡಿದ ಭಾಷಣದ ಸಾರಾಂಶ. ಅವನ ದೃಷ್ಟಿಯಲ್ಲಿ ಸ್ಪಷ್ಟತೆ ಇದೆ. ಇಷ್ಟು ದೊಡ್ಡವನನ್ನು ತಾನು ಕೊಲೆ ಮಾಡುತ್ತಿದ್ದೇನೆಂಬ ಅರಿವಿದೆ. ಇಷ್ಟು ದೊಡ್ಡವನಾದ ಒಬ್ಬ ಸಂತನಿಗಿಂತಲೂ ಭಾರತ ಮುಖ್ಯವೆಂಬ ಧೋರಣೆ ಇದೆ. ಇಂತಹ ವೈಚಾರಿಕತೆ ಹುಟ್ಟಿಕೊಳ್ಳಲು ಸಾಧ್ಯವಾಗುವ ಬರವಣಿಗೆ ಸಾವರ್ಕರ್‌ರದ್ದಾಗಿದೆ. ಭಾರತದ ಭೂತಕಾಲದ ಚರಿತ್ರೆಯನ್ನು ಕೊಂಡಾಡುತ್ತಾ ಪ್ರಸ್ತುತವಾದುದ್ದನ್ನು ಬರೆಯುವುದು ಮತ್ತು ಪ್ರಸ್ತುತ ಕಾಲದಲ್ಲಿ ಎಲ್ಲಾ ಮತಗಳ, ಜಾತಿಯ ಜನರು ಭಾರತಕ್ಕೆ ಮಾಡಿದ ಕೊಡುಗೆಯನ್ನು ಮರೆಯುವುದು ಇವೆಲ್ಲವೂ ಸಾವರ್ಕರ್ ವಾದದಿಂದ ಸುಲಭವಾಗುತ್ತದೆ. ಅಲ್ಲದೆ ಪ್ರತಿ ಭಾರತೀಯನ ಮನಸ್ಸಿನಲ್ಲೂ ಎಷ್ಟು ತೆಳ್ಳಗೇ ಆದರೂ ಇರಬಹುದಾದ ಮುಸ್ಲಿಂ

ದ್ವೇಷ ಈ ರೀತಿಯ ವೈಚಾರಿಕತೆಯನ್ನು ಬೆಳೆಸುತ್ತದೆ. ಕಾಣದಂತೆ ಬೆಳೆಸುತ್ತದೆ. ಗಾಂಧಿಗೆ ಕೈಮುಗಿಯುತ್ತಲೆ ಬೆಳೆಸುತ್ತದೆ.

ಉಪಸಂಹಾರ

• ಗೋಡ್ಸೆಯಾಗಲೀ ಸಾವರ್ಕರ್ ಆಗಲೀ ಒಟ್ಟಿನಲ್ಲಿ ಬಯಸುವುದು
ಭಾರತೀಯ ಹಿಂದುಗಳ ಏಕತೆ. ಭಾರತ ಪುಣ್ಯಭೂಮಿ ಎಂದು
ತಿಳಿಯದವರ ಬಾಯಿ ಮುಚ್ಚಿಸುವ ಒಳಭೇದಗಳನ್ನು ಮರೆತ ಏಕತೆ. ಈ
ಏಕತೆ ಇಲ್ಲದೆ ಬಲಿಷ್ಠ ರಾಷ್ಟ್ರ ನಿರ್ಮಾಣ ಅಸಾಧ್ಯ. ಪಾಕಿಸ್ತಾನದ
ಮುಸ್ಲಿಮರಲ್ಲಿ ಹಲವರು ಹೀಗೇ ಚಿಂತಿಸುವುದು; ಆದರೆ ಭಾಷೆ
ಮುಖ್ಯವಾಗಿ ಬಾಂಗ್ಲ ಬೇರೆಯಾಯಿತು. ರಕ್ತ ಹರಿಯಿತು.

• ಗಾಂಧಿ ಬಯಸುವುದು ಮತಭೇದಗಳನ್ನು ತಮ್ಮ ವಿಶಿಷ್ಟ
ಸಂಸ್ಕೃತಿಗಳಿಗಾಗಿ ಉಳಿಸಿಕೊಂಡವರ, ಅಹಿಂಸೆಯನ್ನು ನಂಬಿದವರ
ಐಕ್ಯತೆ. ಹೀಗೆ ಭಿನ್ನತೆಯಲ್ಲೂ ಸಮುದಾಯವಾಗಿ ಐಕ್ಯತೆಯಲ್ಲಿ
ಬಾಳುವವರಲ್ಲಿ ಏಕತೆಯೂ ಒಂದಂಶವಾಗಿ, ಮಾನವಸಹಜ ಗುಣವಾಗಿ
ಇರುತ್ತದೆ — ಅಹಿಂಸೆಯನ್ನು ಮೂಲಾಧಾರ ಎಂದು ತಿಳಿದು
ಬದುಕುವುದರಲ್ಲಿ. ಇಡೀ ವಿಶ್ವದ ಪ್ರಜೆಗಳಿಗೆ ಪ್ರಾಣವಾದ ಅವರವರ
ಭಿನ್ನತೆಯೂ, ಭಿನ್ನ ಊಟ, ಆಟ, ಪೂಜೆ, ವೇಷ–ಭೂಷಣ, ದೇವಕಲ್ಪನೆ,
ಪ್ರಾರ್ಥನೆಗಳ ಭಿನ್ನತೆಯ ವೈವಿಧ್ಯಗಳೂ ಆಯಾಯ ದೇಶಗಳ ಹವಾಕ್ಕೂ
ಈ ಹವಾ ಪೋಷಿಸುವ ಗುಡ್ಡ ಕಾಡು ಕಣಿವೆ ಪ್ರಾಣಿ ಪಕ್ಷಿ ಹುಳಗಳ ಜೀವ
ವೈವಿಧ್ಯಕ್ಕೂ ಸರಪಳಿ ರೂಪದಲ್ಲಿ ಇದ್ದು, ಅವೇ ಒಂದು ಜೀವ ಸಂಕುಲದ
ಇಕಾಲಜಿಯ ಹಾಸುಹೊಕ್ಕಿನ ನೇಯ್ಗೆಯಾಗಿರುತ್ತವೆ. ಮರಳುಗಾಡಿನಲ್ಲಿ

ಅಲ್ಲಾ ದೇವರು. ದೇವರು ಒಬ್ಬನೇ ಮುಸ್ಲಿಮರಿಗೆ. ಹಲವು ಹವಾಗಳಲ್ಲಿ ಬಾಳುವ ಹಿಂದುಗಳಿಗೆ ಭಿನ್ನಗುಣ ಪಡೆದು ಭಾರತದ ಮಧ್ಯಪ್ರದೇಶದಲ್ಲಿ ಲೀಲೆಯ ದೇವರಾದ ಕೃಷ್ಣನಾಗುತ್ತಾನೆ. (ಬಂಗಾಳದ ಲೇಖಕ ಬಂಕಿಂಚಂದ್ರ ಚಟ್ಟೋಪಾಧ್ಯಾಯರಿಗೆ ಎರಡು ಕೃಷ್ಣರಿದ್ದಾರೆ. ಕವಿಗಳಿಗೆ ಪ್ರಿಯನಾದ ಲೀಲೆಯ ರಾಧಾರಮಣ; ಮತ್ತು ವೈರಿಗಳಿಗೆ ಭಯಂಕರನೂ ಉಪಾಯಗಳ ರಾಜಕಾರಣಿಯೂ ಆದ ಮಹಾಭಾರತದ ಕೃಷ್ಣ. ಆಳುವ ಮುಸ್ಲಿಮರನ್ನು ಮೊದಲು ಸೋಲಿಸಲು ಬ್ರಿಟಿಷರ ಬೆಂಬಲ ಪಡೆದು ತದನಂತರದಲ್ಲಿ ಬ್ರಿಟಿಷರಿಂದಲೂ ಬಿಡುಗಡೆಯಾಗಲು ಎರಡನೇ ಕೃಷ್ಣ ನಮಗೆ ಬೇಕು.) ಉತ್ತರ ಭಾರತದಲ್ಲಿ ಮರ್ಯಾದಾ ಪುರುಷೋತ್ತಮ ರಾಮನಾಗುತ್ತಾನೆ, ದಕ್ಷಿಣದಲ್ಲಿ ಮತ್ತು ಕಾಶ್ಮೀರದಲ್ಲಿ ಶಿವನಾಗುತ್ತಾನೆ. ಇವರ ಜೊತೆ ಬಾಳಬೇಕಾಗಿ ಬಂದ ಅಲ್ಲಾಹುನೂ ಈ ಹವಾಕ್ಕೆ ಹೊಂದಿಕೊಳ್ಳುತ್ತಾನೆ. ಬೇರೆ ದೇಶಗಳಲ್ಲಿ ಮತಾಂತರ ಮಾಡುವುದರಲ್ಲಿ ಯಶಸ್ವಿಯಾದ ಮುಸ್ಲಿಮರು ಮತ್ತು ಕ್ರೈಸ್ತರು ಭಾರತದಲ್ಲಿ ಮಾಡಲು ಆಗಲಿಲ್ಲ. ಯಾಕೆಂದರೆ ಸಾಮಾನ್ಯ ಭಾರತೀಯನಿಗೆ, ಹಳ್ಳಿಗಳಲ್ಲಿಯಂತೂ ಮುಸ್ಲಿಮರು ಬೇರೆ ದೇವರನ್ನು ಪೂಜಿಸುವ ಬೇರೊಂದು ಜಾತಿ. ಎಲ್ಲ ಜಾತಿಗಳಂತೆ ಇವರೂ ನಮ್ಮವರೇ. ನನ್ನ ಬಾಲ್ಯದಲ್ಲಿ ಮಕ್ಕಳಿಗೆ ಖಾಹಿಲೆಯಾದರೆ ಹರಕೆ ಹೊತ್ತು ಅಲ್ಲಾಹುವನ್ನೇ ನೆನೆಯುವುದು.

- ಗಾಂಧಿಯಂತೂ ತಾನೊಬ್ಬ ಮುಸ್ಲಿಮನೆಂದೂ ತಿಳಿದಿದ್ದರು. ಪರ್ಶಿಯಾದಲ್ಲಿ ಹುಟ್ಟಿ ಇಂಡಿಯಾದಲ್ಲಿ ಬೆಳೆದ ಸೂಫಿ ಸಂತರು ಇಬ್ಬರಿಗೂ ಮಾನ್ಯರು. ಮಡಿಯ ಮುಸ್ಲಿಮರು ದೇವರು ಏಕ ಎಂದು ರಾಮರಹೀಮರನ್ನು ಕಲ್ಪಿಸುವ ಸೂಫಿಗಳನ್ನು ಒಪ್ಪಿಕೊಳ್ಳುವುದಿಲ್ಲ.

- Unity in Diversity ಏಕತೆಯಲ್ಲಿ ಅನೇಕತೆ ಇದೆ ಎಂಬ ಮಾತಿಗೆ ನನಗೆ ಪ್ರಿಯವಾದ ವ್ಯಾಖ್ಯೆ ಇದು: ಏಕತೆಯನ್ನೆ ನೀವು ಅತಿಮಾಡಿ ಬಹುತ್ವವನ್ನು ನಾಶಮಾಡಲು ಹೊರಟರೆ (ಸಾವರ್ಕರ್‌ರಂತೆ) ಅನೇಕತೆ ಮುಖ್ಯವಾಗಿ ಕಾಣುತ್ತದೆ. ಅನೇಕತೆಯನ್ನು ಮುಖ್ಯ ಮಾಡಿ ಅತಿಗೆ ಹೋದರೆ ಭಾರತ ಒಂದೇ ಎಂಬ ಭಾವನೆ ಮೂಡುತ್ತದೆ. ನಮ್ಮ ಭಿನ್ನತೆಗಳು ಅಷ್ಟು ಮುಖ್ಯವಲ್ಲ ಎನ್ನಿಸುತ್ತದೆ.

- ಸಾವರ್ಕರ್ ಭಾರತ ಮತ್ತು ಗಾಂಧಿಯವರ ವಿಕೇಂದ್ರಿತವಾದ ಎಲ್ಲರಿಗೂ ಸೇರಿದ ಭಾರತ ನಾವುಸ್ವತಂತ್ರರಾದ ಮೇಲೆಅಷ್ಟೇನೂ ಬೇರೆಬೇರೆಯಾಗಿ ಉಳಿಯಲಿಲ್ಲ. ಸಂಘ ಪರಿವಾರ ಮಾಡಲಾರದ್ದನ್ನು

ಇಂದಿರಾಜಿ ಮಾಡಿದರು. ಅಟಲ್ ಬಿಹಾರಿಯವರು ಅಧಿಕಾರದಲ್ಲಿ ಇದ್ದಾಗ ಒಡೆದ ಪಾಕಿಸ್ತಾನ ಭಾರತಗಳನ್ನು ಅಷ್ಟಿಷ್ಟು ಹತ್ತಿರ ತಂದರು. ನೆಹರೂರನ್ನು ನೆನಪಿಗೆ ತರುವಂತೆ ಎತ್ತರದ ನಾಯಕನಾಗಿ ಆಳಿದರು.

- ಈಗ ಮೋದಿಯವರು ಹಿಂದೂ ಏಕತಾವಾದಿಯಾಗಿ, ತಾನು ವಿರೋಧವಿಲ್ಲದೆ ಆಳಿದ ಗುಜರಾತಿನಲ್ಲಿ ಮುಸ್ಲಿಮರು ಕೊಲೆಯಾದರೆಂದು ನರಳದೆ ಭಾರತವನ್ನು ಕಾರ್ಪೊರೇಟುಗಳು ಆಳುವ ಬಲಿಷ್ಠ ರಾಷ್ಟ್ರವಾಗಿ ಮಾಡಹೊರಟಿದ್ದಾರೆ.

- ನಮಗೀಗ ಬೇಕಾದ್ದು ಡೆವಲಪ್‌ಮೆಂಟ್ ಅಲ್ಲ; ಸರ್ವೋದಯ. ಗಾಂಧಿ ಬದುಕಿದ್ದರೆ ಆಧುನಿಕ ಡೆವಲಪ್‌ಮೆಂಟಿನಲ್ಲಿ ಉಸಿರು ಕಟ್ಟಿದ ವಿಶ್ವಕ್ಕೆ ಸರ್ವೋದಯವನ್ನು ಸಾರುತ್ತಿದ್ದರು.

- ಒಂದು ಭರವಸೆ. ಲೋಹಿಯಾ ಶೂದ್ರ ತತ್ವ ಕೇವಲ ಯಾದವಗೊಂಡಿತು. ಅಂಬೇಡ್ಕರ್ ತತ್ತ್ವ ಮಾಯಾವತಿಯ ಬೊಂಬೆಗಳಾದುವು. ಕಮ್ಯುನಿಸ್ಟರು ಬಂಗಾಳದಲ್ಲಿ ನೆಲೆಯಿಲ್ಲದವರಾದರು. ಮೋದಿ ಹುರುಪಿನ ಡೆವಲಪ್‌ಮೆಂಟಿನಲ್ಲಿ ಎಲ್ಲೆಲ್ಲೂ ಕಾರಖಾನೆಗಳ ಹೊಗೆ ತುಂಬಿರುತ್ತದೆ. ಪ್ರಕೃತಿಗೆ ಹತ್ತಿರವಾಗಿ ಬದುಕುವ ಗಿರಿಜನರು ದಿಕ್ಕಾಪಾಲಾಗಿರುತ್ತಾರೆ. ಅತಿ ಅಭಿವೃದ್ಧಿಯ ಹ್ಯೂಬ್ರಿಸ್‌ನಲ್ಲಿ ತಿಂದು ತಿಂದು ವಾಕರಿಕೆ ಹುಟ್ಟಿ ರಾವು ಬಿಟ್ಟ ಮನುಷ್ಯ ಬದಲಾಗುವ ಅಗತ್ಯ ಕಂಡಾನು.

ಇಲ್ಲವಾದರೆ ಭೂಮಿಯೇ ಮಾತಾಡುತ್ತದೆ.

ಅನುಬಂಧ

ಅನುವಾದ

ಕಲ್ಪಿಸಿಕೊಳ್ಳಬಲ್ಲಷ್ಟು ಕ್ವಚಿತ್ತಾದ ಸೇನೆ, ಗಾಂಧಿಗೆ ಸ್ಪಂದಿಸಿದ ಡಗ್ಲಸ್ ಲುಮ್ಮಿಸ್

ಇಪ್ಪತ್ತನೇ ಶತಮಾನದ ಇಬ್ಬರು ದೊಡ್ಡ ಕನಸುಗಾರರೆಂದರೆ ಗಾಂಧಿ ಮತ್ತು ಮಾರ್ಕ್ಸ್. ದೇಶವನ್ನು ಬಲಿಷ್ಠಗೊಳಿಸುವ ಕಾರಣಕ್ಕಾಗಿ ನಾವು ಗಾಂಧಿ ಮತ್ತು ಮಾರ್ಕ್ಸ್ ಇಬ್ಬರ ಕನಸುಗಳನ್ನೂ ಕಡೆಗಾಣಿಸಿ ಅವರನ್ನು ಆಳುವವರ ವ್ಯವಹಾರಕ್ಕೆ ಅನುಕೂಲವಾಗುವಷ್ಟು ಮಾತ್ರ ಉಳಿಸಿಕೊಂಡಿದ್ದೇವೆ. ಈಗ ಚಿಂತಕನೊಬ್ಬನನ್ನು ಓದಿ ಈ ಕಾಲದ ವಿದ್ಯಮಾನಗಳಿಂದ ಖಿನ್ನವಾಗುತ್ತಿದ್ದ ನನ್ನ ಮನಸ್ಸು ಉಲ್ಲಸಿತವಾಗಿದೆ.

ಈ ಭಾಷಣವನ್ನು ಕೊಟ್ಟ ಡಗ್ಲಸ್ ಲುಮ್ಮಿಸ್ ಜಪಾನಿ ಭಾಷೆಯಲ್ಲೂ ಮಾತನಾಡುವ, ಜಪಾನ್ ಮಹಿಳೆಯೊಬ್ಬಳನ್ನು ಮದುವೆಯಾದ ಅಮೆರಿಕನ್ ಚಿಂತಕ ಮಾತ್ರ ಅಲ್ಲ; ತನ್ನ ತತ್ವಗಳಿಗಾಗಿ ಹೋರಾಡುವ ಮನುಷ್ಯ. ಅವನ ಭಾಷಣದ ಶೀರ್ಷಿಕೆ ಬಹಳ ಅರ್ಥಪೂರ್ಣವಾಗಿದೆ. ಇಂಗ್ಲಿಷ್‌ನಲ್ಲಿ ಅದು Smallest Army Imaginable ಎಂದಿದೆ. ಅಂದರೆ ನಾವು ಕಲ್ಪಿಸಿಕೊಳ್ಳಬಹುದಾದ ಅತ್ಯಂತ ಸಣ್ಣ ಸೈನ್ಯ. ಈ ಶೀರ್ಷಿಕೆಯನ್ನು ಅವನು ಪಡೆದದ್ದು ಗಾಂಧಿಯ ಒಂದು ಮಾತಿನಿಂದ.

೧೯೩೧ರಲ್ಲಿನೇ ಇಸ್ವಿಯಲ್ಲಿ ದುಂಡು ಮೇಜಿನ ಪರಿಷತ್ತಿಗೆ ಗಾಂಧೀಜಿಯವರು ಹೋದಾಗ ರ‍್ಯಾಯ್ಟರ್‌ನ ಒಬ್ಬ ಸಂಪಾದಕ ಅವರ ಕನಸೇನೆಂದು ಕೇಳುತ್ತಾನೆ. 'ತನ್ನ ಕನಸಿನ ಭಾರತ ಸ್ವತಂತ್ರವಾಗಿರುತ್ತದೆ, ಎಲ್ಲ ಜನರಿಗೂ ಸೇರಿರುತ್ತದೆ. ಮೇಲು ಕೀಳು ವರ್ಗಗಳು ಅಲ್ಲಿ ಇರುವುದಿಲ್ಲ, ಹೆಂಗಸರನ್ನು ಭೇದಭಾವದಿಂದ ನೋಡುವುದಿಲ್ಲ. ಮಾದಕ ದ್ರವ್ಯಗಳಿರುವುದಿಲ್ಲ...' ಇತ್ಯಾದಿಗಳನ್ನು ಹೇಳಿದ

ಗಾಂಧಿ ಈ ಪದ ಪ್ರಯೋಗವನ್ನು ಮಾಡುತ್ತಾರೆ — "ನನ್ನ ಕನಸಿನ ಭಾರತದಲ್ಲಿ ಇರುವುದು: 'Smallest Army Imaginable."

ಈ ಬಗ್ಗೆ ಡಗ್ಲಸ್ ಲುಮ್ಮಿಸ್ ಬರೆದದ್ದನ್ನು ನಾನು ಅವಸರದಲ್ಲಿ ಸ್ವಲ್ಪ ಒರಟಾಗಿಯೇ ಸಂಗ್ರಹಿಸುತ್ತಿದ್ದೇನೆ. ಕನ್ನಡದ ಓದುಗರಿಗೆ ಈ ಭಾಷಣದ ಮುಖ್ಯ ವಿಚಾರ ಆದಷ್ಟು ಸರಳವಾಗಿ ಲಭ್ಯವಾಗಲೆಂದು ಹೀಗೆ ಮಾಡುತ್ತಿದ್ದೇನೆ. ಈ ಭಾಷಣದಿಂದ ನಾನು ನನ್ನ ಮನಸ್ಸಿಗೆ ಪಡೆದುಕೊಂಡ ಉಲ್ಲಾಸ ಮತ್ತು ವಿಸ್ತಾರ ಕೊಂಚವಾದರೂ ಓದುಗರಿಗೆ ಲಭ್ಯವಾದರೆ ನಾನು ಕೃತಾರ್ಥನಾದೇನು.

*

*

*

"ಕಲ್ಪಿಸಿಕೊಳ್ಳಬಹುದಾದ ಅತ್ಯಂತ ಸಣ್ಣ ಸೈನ್ಯ ಎಂದರೆ ಏನು? ಇದೇ ಒಂದು ಒಗಟು. ಸೈನ್ಯವಿಲ್ಲದ ದೇಶವನ್ನು ಯಾರೂ ಕಲ್ಪಿಸಿಕೊಳ್ಳಲಾರರು. ಯುದ್ಧ ಬೇಡ, ಶಾಂತಿ ಬೇಕು ಇತ್ಯಾದಿಗಳನ್ನು ಕೆಲವರು ಸುಳ್ಳುಸುಳ್ಳೇ ಹೇಳುತ್ತಿರುತ್ತಾರೆ. ಆದರೆ ಸೈನ್ಯವೇ ಇಲ್ಲದ ಅಥವಾ ನಾಮಕಾವಸ್ಥೆಯಾಗಿ ಕೊಂಚ ಇರುವ ಸ್ಥಿತಿಯನ್ನು ಯಾರೂ ಊಹಿಸಲಾರರು ಮಾತ್ರವಲ್ಲ; ಬಯಸುವುದೂ ಇಲ್ಲ.

ಆಶ್ಚರ್ಯವೆಂದರೆ, ಜಪಾನಿನ ಹೊಸ ಸಂವಿಧಾನದ ಆರ್ಟಿಕಲ್ ೯ ಹೀಗೆ ಹೇಳುತ್ತದೆ — 'ಒಂದು ರಾಜ್ಯ ವ್ಯವಸ್ಥೆಗೆ ಯುದ್ಧವನ್ನು ಮಾಡುವ ಹಕ್ಕಿದೆ ಎಂಬುದನ್ನು (Right of belligerance) ನಾವು ಜಪಾನೀಯರು ನಿರಾಕರಿಸುತ್ತೇವೆ.'

ಇದೊಂದು ಹೊಸ ರಾಜ್ಯ ವ್ಯವಸ್ಥೆಯ ಕಲ್ಪನೆಯೇ ಆಯಿತು. ಎರಡನೇ ಮಹಾಯುದ್ಧ ಮುಗಿದ ನಂತರ ಅಣುಬಾಂಬಿನ ದಾಳಿಯಿಂದ ತತ್ತರಿಸಿದ ಜಪಾನಿಗೆ ಹೀಗೆ ಹೇಳುವುದು ಅನಿವಾರ್ಯವಾಗಿತ್ತು. ಈ ಒಪ್ಪಂದಕ್ಕೆ ಸಹಿ ಹಾಕಿದ ಟೋಕಿಯೋ ನಗರದಲ್ಲಿ ಹೆಣಗಳ ವಾಸನೆ ಇನ್ನೂ ಉಳಿದಿತ್ತು. ಆದರೆ ಇದನ್ನು ಒಪ್ಪಿಕೊಳ್ಳುವಂತೆ ಜಪಾನನ್ನು ಒತ್ತಾಯಿಸಿದ ಅಮೆರಿಕದ ಉದ್ದೇಶ ಬೇರೆಯಾಗಿತ್ತು. ಅದು ತನ್ನ ಅಧಿಕಾರವನ್ನು ಸಂಪೂರ್ಣವಾಗಿ ಜಪಾನಿನ ಮೇಲೆ ಹೇರಲು ಜಪಾನ್ ಯುದ್ಧದ ಅಗತ್ಯವನ್ನೇ ಕೈಬಿಡುವಂತೆ ಒತ್ತಡ ಹೇರಿತು. ಆದರೆ ಜಪಾನ್ ಪೋಲೀಸ್ ರಿಸರ್ವ್ ಎಂಬ ನೆವದಲ್ಲಿ ಒಂದು ಸಣ್ಣ ಸೈನ್ಯವನ್ನು ಹೊಂದಲು ಅಮೆರಿಕವನ್ನು ಒಲಿಸಿಕೊಂಡಿತು. ಜತೆಗೆ ಅಮೆರಿಕದ

ಸೈನ್ಯಕ್ಕೆ ತನ್ನ ದೇಶದಲ್ಲೇ ಅವಕಾಶ ಮಾಡಿಕೊಟ್ಟಿತ್ತು. ಆದ್ದರಿಂದ ಯುದ್ಧ ಮಾಡದ ದೇಶ ತಾನೆಂಬ ಜಪಾನಿನ ಘೋಷಣೆ ಹೊಸ ವ್ಯವಸ್ಥೆಯೊಂದರ ಭರವಸೆಯೂ ಹೌದು; ವಂಚನೆಯೂ ಹೌದು."

*

*

*

"ಯುದ್ಧ ಮಾಡುವ ಅಧಿಕಾರ ಎಂದರೇನು? ಆಧುನಿಕ ರಾಜ್ಯ ವ್ಯವಸ್ಥೆಯ ಮೂಲ ಸ್ವರೂಪವೇನೆಂದು ಗುರುತಿಸುವಾಗ ಮ್ಯಾಕ್ಸ್ ವೆಬರ್ ಅದೊಂದು (legitimate violence) ಅಧಿಕೃತ ಹಿಂಸೆಯ — ಅಂದರೆ ಹಿಂಸೆಯನ್ನು ಮಾಡಲು ಅಧಿಕಾರ ಪಡೆದ — ವ್ಯವಸ್ಥೆ ಎಂದು ಅಭಿಪ್ರಾಯಪಡುತ್ತಾನೆ.

ನಮ್ಮೆಲ್ಲರ ಮನಸ್ಸಿನಲ್ಲಿ ಈ legitimate violenceನ ಪರಿಕಲ್ಪನೆ ಎಷ್ಟು ಆಳವಾಗಿ ಬೇರೂರಿದೆ ಎಂದರೆ ಯಾರಾದರೊಬ್ಬ ಮನುಷ್ಯ ನಾಲ್ಕೈದು ಜನರನ್ನು ಸುಮ್ಮನೇ ಗುಂಡಿಕ್ಕಿ ಕೊಂದರೆ ಭಯಭೀತರಾಗುವ, ಖಿನ್ನರಾಗುವ ನಾವೇ ಒಬ್ಬ ಸೈನಿಕ ಅಥವಾ ಏರ್‌ಫೋರ್ಸ್ ಪೈಲೆಟ್ ಪ್ರತಿದಿನ ಐದಾರು ಜನರನ್ನು ಕೊಲ್ಲುತ್ತಿದ್ದರೆ ಸರ್ವೇಸಾಮಾನ್ಯವೆಂದು ತಿಳಿದು ಒಪ್ಪಿಬಿಟ್ಟಿರುತ್ತೇವೆ. ಯಾಕೆಂದರೆ ಆಧುನಿಕ ರಾಜ್ಯಮಟ್ಟದ ವ್ಯವಸ್ಥೆಗೆ ನಾವೇ ಕೊಟ್ಟಿರುವ ಅಧಿಕಾರ ಇದು. ನಮ್ಮ ಸ್ವಾತಂತ್ರ್ಯವನ್ನು ಉಳಿಸಿಕೊಡಲು ರಾಜ್ಯ ವ್ಯವಸ್ಥೆ ಅನಿವಾರ್ಯವಾಗಿ ಮಾಡುವ ಹಿಂಸೆ ಇದು ಎಂದು ನಾವು ತಿಳಿದಿರುತ್ತೇವೆ. ಹಿಂಸೆಯಲ್ಲಿ ತೊಡಗಿದ ಸೈನಿಕ ಅಪರಾಧಿಯಲ್ಲ. ಇಂಗ್ಲಿಷ್ ಕವಿಯೊಬ್ಬ ಮೊದಲ ಮಹಾಯುದ್ಧದ ನಂತರ ಇದನ್ನು ಮಾರ್ಮಿಕವಾಗಿ ಪ್ರಶ್ನಿಸಿದ್ದು ಲುಮ್ಮಿಸ್‌ನನ್ನು ಓದುತ್ತಿದ್ದಂತೆ ನೆನಪಾಯಿತು. ಸತ್ತವರಿಬ್ಬರು ಶಾಶ್ವತ ಕತ್ತಲೆಯಲ್ಲಿ ಎದುರುಬದುರಾಗಿ ಹೀಗೆ ಗುರುತಿಸಿಕೊಳ್ಳುತ್ತಾರೆ: 'ನಾನು ಕೊಂದ ವೈರಿ ನೀನು, ಓ ಗೆಳೆಯ' ಆದರೆ ಎಲ್ಲ ಯುದ್ಧದ ನಿಯಮವೆಂದರೆ, ಯುದ್ಧದಲ್ಲಿ ಕೊಲ್ಲುವುದು ಪಾಪವಲ್ಲ; ಅದು ಶೌರ್ಯ."

*

*

*

"ಇಪ್ಪತ್ತನೇ ಶತಮಾನದಲ್ಲಿ ಮೊದಲು ಇದ್ದ ೫೫ ರಾಜ್ಯ ಪ್ರಭುತ್ವಗಳು ೧೯೩ ರಾಜ್ಯ ಪ್ರಭುತ್ವಗಳಾಗಿ ಒಡೆದುಕೊಂಡವು. ಇದರ ಹಿಂದಿದ್ದ ನಂಬಿಕೆ ಎಂದರೆ

ಹೆಚ್ಚು ರಾಜ್ಯಗಳು ಸಾಮ್ರಾಜ್ಯಶಾಹಿ ಹಿಡಿತದಿಂದ ಪಾರಾಗಿ ಸ್ವತಂತ್ರವಾಗಿ ಬೇರೆಯಾದರೆ ಹಿಂಸೆ ಇನ್ನಷ್ಟು ಕಡಿಮೆಯಾಗಿ ನಾವು ಸ್ವತಂತ್ರರಾಗುತ್ತೇವೆ ಎಂಬುದು. ಆದರೆ ಇಪ್ಪತ್ತನೇ ಶತಮಾನದಲ್ಲಿ ಯುದ್ಧದಿಂದ ಸತ್ತವರ ಸಂಖ್ಯೆ ೨೦ ಕೋಟಿ. ಇವರೆಲ್ಲಾ ಸೈನಿಕರಲ್ಲ. ಸಾಮಾನ್ಯ ನಾಗರಿಕರು. ಇವರೇಕೆ ಸತ್ತರೆಂದರೆ ಅವರನ್ನು ಕೊಲ್ಲುವುದು ಸುಲಭ! ಹೀಗೆ ಸತ್ತವರು ಅನ್ಯದೇಶೀಯರೂ ಅಲ್ಲ. ಈ ರಾಜ್ಯ ಪ್ರಭುತ್ವಗಳು ಕೊಂದದ್ದು ತಮ್ಮ ಜನರನ್ನೇ.

ಅಂದರೆ ಯಾರೂ ಪ್ರಶ್ನಿಸದಂತೆ ಹಿಂಸೆ ಮಾಡುವ ಅಧಿಕಾರವನ್ನು ಹೊಂದಿರುವುದೇ ರಾಜ್ಯ ಪ್ರಭುತ್ವದ ಲಕ್ಷಣ. ರಾಜ್ಯ ವ್ಯವಸ್ಥೆಯ ಮೂಲಾಧಾರಗಳನ್ನು ಪಾಶ್ಚಿಮಾತ್ಯರಿಗೆ ಮೊದಲು ಕೊಟ್ಟವನು ಮೆಕಿಯವೇಲಿ (Niccolo Machiavelli). ಅವನಿಗೆ ಒಂದು ರಾಜ್ಯದ ಆಧಾರವಾಗಿ ಒಬ್ಬ ರಾಜ ಅಥವಾ ಪ್ರಿನ್ಸ್‌ಬೇಕು. ಹೀಗೆ ಒಂದು ರಾಜ್ಯವನ್ನು ಕಟ್ಟಬಲ್ಲ ಪ್ರಿನ್ಸ್‌ಗೆ ಇರಬೇಕಾದ ಗುಣಗಳನ್ನು ಒಂದು ಒಗಟಾಗಿ ನಮ್ಮ ಮುಂದೆ ಇಡುತ್ತಾನೆ. ಒಂದು ರಾಜ್ಯ ವ್ಯವಸ್ಥೆಯಲ್ಲಿ ಜನಹಿತ ಸಾಧಿಸಲು ಪ್ರಿನ್ಸ್ ಒಳ್ಳೆಯನಾಗಿರಬೇಕು. ಆದರೆ ಆ ರಾಜ್ಯ ವ್ಯವಸ್ಥೆಗೆ ಅಪಾಯ ಬಾರದಂತೆ ರಕ್ಷಿಸಲು ಪ್ರಿನ್ಸ್ ಯಾವ ಹಿಂಸೆಗೂ ಹೇಸದಂಥವನೂ ಆಗಿರಬೇಕು. ಪ್ರಿನ್ಸ್‌ನ ಜಾಗದಲ್ಲಿ ಆಧುನಿಕ ಪ್ರಜಾತಂತ್ರದಲ್ಲಿ ನಾವು ಅಪೂರ್ವ ಶೋಭೆಯ ನಾಯಕ ಬೇಕೆಂದು ಇಚ್ಛಿಸುತ್ತೇವೆ. ಇಂಥ ಒಬ್ಬ ನಾಯಕ — ಡಿಗಾಲ್, ಸ್ಟಾಲಿನ್, ಲೆನಿನ್, ಮಾವೋ, ಚರ್ಚಿಲ್, ರೂಸ್‌ವೆಲ್ಟ್, ಇಂದಿರಾಜಿ — ಯಾರೇ ಆಗಿರಲಿ ಅವರು ಒಳ್ಳೆಯದನ್ನು ಮಾಡಬಲ್ಲವರಾಗಿಯೂ, ಹಿಂಸೆಯನ್ನೂ ಮಾಡಬಲ್ಲ ವರಾಗಿಯೂ ಇರಬೇಕಾಗುತ್ತದೆ. (ನೆಪೋಲಿಯನ್ ಮಾದರಿಯಲ್ಲಿ ಪಾಪಭಾವದಿಂದ ಕಾಡದ ಹಿಂಸೆ ಮಾಡುವ ಅಧಿಕಾರವನ್ನು ತಾನು ಪಡೆದಿದ್ದೇನೆಂದು ಪರೀಕ್ಷಿಸಿಕೊಳ್ಳಲು ಹೋಗಿ ಎರಡು ಕೊಲೆಗಳನ್ನು ಮಾಡಿ ಪಾಪ ಭಾವನೆಯಿಂದ ಒದ್ದಾಡುವ ದಾಸ್ತೊವಸ್ಕಿಯ ರಾಸ್‌ಕಾಲ್ನಿಕೋವ್ ನನಗೆ ಇಲ್ಲಿ ನೆನಪಾಗುತ್ತಾನೆ.)

ಗಾಂಧಿ ಈ ಎಲ್ಲ ರಾಜ್ಯ ವ್ಯವಸ್ಥೆಯ ಕಲ್ಪನೆಗಳಿಂದ ಬೇರೆಯಾಗುವುದು ಇಲ್ಲೇ. ಮೆಕ್‌ವಲ್ಲಿ ರಾಜ್ಯಕಟ್ಟಲು ಅಗತ್ಯವೆಂದು ತಿಳಿದ ವ್ಯಕ್ತಿಯನ್ನು ಗಾಂಧಿ ಬಯಸಲಿಲ್ಲ. ಅಂತಹ ವ್ಯಕ್ತಿಯ ಶೌರ್ಯ ಸಾಹಸಗಳನ್ನು ಯಃಕಶ್ಚಿತ್ತಾಗಿ ಕಂಡರು.

ತಮ್ಮನ್ನು ಕ್ರಾಂತಿಕಾರಿಗಳೆಂದುಕೊಳ್ಳುವವರೂ ಹಿಂಸೆಯ ಅಧಿಕಾರ ರಾಜ್ಯ ಪ್ರಭುತ್ವಕ್ಕೆ ಇದೆ ಎಂಬುದನ್ನು ಒಪ್ಪುವವರೇ. ರಾಜ್ಯಾಧಿಕಾರ ಪಡೆಯಲೆಂದು ಈಗ ಹಿಂಸೆಗಿಳಿದಿರುವ ನಕ್ಸಲೀಯರು ಮುಂದೊಂದು ದಿನ ಹಿಂಸೆಯ ಅಧಿಕಾರವನ್ನು ಹೊಂದಿರುವ ರಾಜ್ಯ ವ್ಯವಸ್ಥೆಯನ್ನೆ ನೆಚ್ಚಿದವರು.

ನ್ಯಾಯಯುತವಾದ ಯುದ್ಧ ಎಂಬ ಕಲ್ಪನೆಯೊಂದಿದೆ. ಅದರ ಹಿಂದಿರುವ ವಿಚಾರವೇನು ಎಂಬುದನ್ನು ನೋಡೋಣ. ಕುಸ್ತಿ ಪಂದ್ಯದಲ್ಲಿ ಇಬ್ಬರು ಕುಸ್ತಿಯಾಡುತ್ತಿದ್ದರೆ ಒಬ್ಬರನ್ನೊಬ್ಬರು ನೋಯಿಸಲು, ಆ ಮೂಲಕ ತನ್ನ ಎದುರಾಳಿಯನ್ನು ಸೋಲಿಸಲು ಪ್ರಯತ್ನಿಸುತ್ತಿರುತ್ತಾರೆ. ಹಾಗೇ ಎರಡು ದೇಶಗಳು ಯುದ್ಧದಲ್ಲಿ ತೊಡಗಿರುವಾಗಲೂ ಆಯಾ ದೇಶಗಳ ಸೈನಿಕರು ತಮ್ಮ ವಿರೋಧಿ ದೇಶದವರನ್ನು ಕೊಲ್ಲಲು ನೋಡುತ್ತಿರುತ್ತಾರೆ. ಆದ್ದರಿಂದ ಇಲ್ಲಿ ಕೊಲ್ಲುವುದು ನ್ಯಾಯಯುತವಾದ ರಾಜ್ಯ ವ್ಯವಸ್ಥೆಯಿಂದ ಪಡೆದಿರುವ ಅಧಿಕಾರ. ಆದ್ದರಿಂದ ಪಾಪವಲ್ಲ, ಅಪರಾಧವಲ್ಲ. ಯಾಕೆಂದರೆ ಇವನು ಕೊಲ್ಲದಿದ್ದರೆ ಅವನು ಕೊಲ್ಲುತ್ತಿದ್ದ.

ಗಾಂಧಿಯ ಸತ್ಯಾಗ್ರಹ ಈ ತತ್ವವನ್ನೇ ಬುಡಮೇಲು ಮಾಡುತ್ತದೆ. ವೈರಿಯನ್ನು ಕೊಲ್ಲುವ ಅಧಿಕಾರವನ್ನು ನಾನು ಬಿಟ್ಟುಕೊಟ್ಟರೆ ಆಗ ವೈರಿಗೆ ನನ್ನನ್ನು ಕೊಲ್ಲುವ ಅಧಿಕಾರ ಇರುವುದಿಲ್ಲ. ಆದ್ದರಿಂದ ಸತ್ಯಾಗ್ರಹವನ್ನು ಒಪ್ಪಿಕೊಂಡ ಕೂಡಲೇ ಒಬ್ಬ ಸೈನಿಕನೂ ಅಪರಾಧಿಯಾಗಿಬಿಡುತ್ತಾನೆ.

ಸತ್ಯಾಗ್ರಹದಲ್ಲಿ ಗೆಲ್ಲುವುದು ಸಾಧ್ಯವೇ? ಎಂದು ನಾವೆಲ್ಲರೂ ಅನುಮಾನಿಸುತ್ತೇವೆ. ನಿಜ ಆದರೆ 'ಮಿಲಿಟರಿ ಕಾರ್ಯಾಚರಣೆಯೂ ನೂರಕ್ಕೆ ನೂರು ಯಶಸ್ವಿಯಾಯಿತೆಂದು ಹೇಳುವಂತೆ ಇಲ್ಲ.' (ಇರಾಕ್ ಮೇಲೆ ಅಮೆರಿಕ ಮಾಡಿದ ಯುದ್ಧವೇ ಉದಾಹರಣೆ.) ಆದ್ದರಿಂದ ಸತ್ಯಾಗ್ರಹ ನೂರಕ್ಕೆ ನೂರು ಯಶಸ್ವಿಯಾಗುವುದಿಲ್ಲ ಎನ್ನುವ ವಾದ ಅಷ್ಟು ಸಮರ್ಪಕವಲ್ಲ. ಹಾಗೆಯೇ ಸತ್ಯಾಗ್ರಹಿಯಾದವನು ಯುದ್ಧ ಮಾಡುತ್ತಿರುವ ಎರಡು ರಾಜ್ಯಗಳಲ್ಲಿ ಯಾವುದಾದರೂ ಒಂದು ರಾಜ್ಯದ ಕಡೆ ಹೆಚ್ಚು ನ್ಯಾಯವಿದೆ ಎಂಬ ನಿಲುವನ್ನು ಬಿಟ್ಟುಕೊಡಬೇಕಾಗಿಲ್ಲ. ಯುದ್ಧಕಾಲದಲ್ಲಿ ಗಾಂಧೀಜಿ ಇದನ್ನು ಅರಿತಿದ್ದರು.

ಭಾರತಕ್ಕೆ ಸ್ವಾತಂತ್ರ್ಯ ಬಂದದ್ದೇ ಗಾಂಧೀಜಿ ಅತ್ಯಂತ ಒಂದು ದೊಡ್ಡ ಪರೀಕ್ಷೆಗೆ ಒಳಗಾದರು. ಎಲ್ಲೆಲ್ಲೂ ಹಿಂಸೆ? ಪ್ರತಿಹಿಂಸೆ ಕಾಣಿಸಿಕೊಂಡಿತ್ತು. ಸೇನೆಯ ಸಹಾಯವಿಲ್ಲದೆ ಗಾಂಧೀಜಿ ನೌಖಾಲಿಯಲ್ಲಿ ಹಿಂಸೆಯನ್ನು ಗೆದ್ದರು. ಶಾಶ್ವತ ಶಾಂತಿಯ ಮತ್ತು ಸೈನ್ಯವಿಲ್ಲದ ರಾಜ್ಯದ ಕನಸು ಕಾಣುವವರು ಈ ಘಟನೆಯನ್ನು ನಿರ್ಲಕ್ಷಿಸಬಾರದು."

*
*
*

ನನ್ನದೊಂದು ನೆನಪನ್ನು ಈ ಲುಮ್ಮಿಸ್ ವಿಚಾರಧಾರೆಯೊಳಗೇ ಬಳಸಿಕೊಳ್ಳಲು ಬಯಸುತ್ತೇನೆ. ಜನರಲ್ ಕಾರಿಯಪ್ಪನವರನ್ನು ಮಡಿಕೇರಿಯಲ್ಲಿ ಅವರ ಮನೆಯಲ್ಲಿ ಭೇಟಿಯಾದಾಗ ಅವರು ನನಗೆ ಹೇಳಿದ ಘಟನೆ ಇದು. ಹಿಂಸೆಯನ್ನು ಮಾಡಬಾರದು ಎಂದು ಹೇಳುವ ಗಾಂಧೀಜಿಗೆ ಕಾರಿಯಪ್ಪ ಒಂದು ಕಾಗದ ಬರೆದರು: 'ನೀವು ಹೇಳುವುದನ್ನು ನಾನು ಅನುಸರಿಸುವುದಾದರೆ ನಮ್ಮ ಸೈನಿಕರನ್ನು ಯಾವ ರೀತಿಯಲ್ಲಿ ನಾನು ತಯಾರು ಮಾಡಬೇಕು ಹೇಳಿ?'

ಇದಕ್ಕೆ ಉತ್ತರವಾಗಿ ಗಾಂಧೀಜಿ ತಮ್ಮನ್ನು ಭೇಟಿಯಾಗುವಂತೆ ಕಾರಿಯಪ್ಪನವರನ್ನು ಕರೆದಿದ್ದರು. ಕಾರಿಯಪ್ಪನವರು ಹೋದ ದಿನ ಗಾಂಧಿ ಮೌನವ್ರತ ಪಾಲಿಸುತ್ತಿದ್ದುದರಿಂದ ಅವರು ಒಂದು ಚೀಟಿಯಲ್ಲಿ ಹೀಗೆ ಬರೆದರು. 'ಕರ್ತವ್ಯನಿಷ್ಠರಾದ ನಿಮ್ಮ ಪ್ರಶ್ನೆ ಬಹಳ ಮುಖ್ಯವಾದುದು. ಈ ಪ್ರಶ್ನೆಯ ಬಗ್ಗೆ ನಾನು ಚಿಂತಿಸಿ ಹೇಳುವುದಿದೆ, ಇನ್ನೊಮ್ಮೆ ಬನ್ನಿ.'

ಜನರಲ್ ಕಾರಿಯಪ್ಪನವರು ವ್ಯಾಕುಲದಿಂದ ಹೇಳಿದರು. 'ಇದು ಸಾಧ್ಯವಾಗಲಿಲ್ಲ. ಸ್ವಲ್ಪ ದಿನಗಳಲ್ಲೇ ಮಹಾತ್ಮರು ಹುತಾತ್ಮರಾದರು.'

ಅತ್ಯಂತ ಕನಿಷ್ಠ ಪ್ರಮಾಣದ ಸೈನ್ಯವನ್ನು ಪಡೆದ ವ್ಯವಸ್ಥೆಯ ಸ್ವರೂಪ ಕುರಿತು ಗಾಂಧೀಜಿ ಬಹಳ ಕಾಲದಿಂದ ಚಿಂತಿಸುತ್ತಿದ್ದಿರಬೇಕು? ಅವರು ಕಾರಿಯಪ್ಪನವರಿಗೆ ಹೀಗೆ ಹೇಳಿದಾಗ.

ಶ್ರೀಮನ್ ನಾರಾಯಣ ಅಗರ್‌ವಾಲ್ ಎನ್ನುವವರದ್ದೊಂದು ಪುಸ್ತಕ ಇದೆ. 'ಗಾಂಧಿಯನ್ ಕಾನ್ಸ್‌ಟಿಟ್ಯೂಟ್ ಫಾರ್ ಫ್ರೀ ಇಂಡಿಯಾ' ಎನ್ನುವುದು ಪುಸ್ತಕದ ಹೆಸರು. ಆದರೆ ಈ ಮಹತ್ವದ ಪುಸ್ತಕ ಎಲ್ಲೂ ಸಿಗುವುದಿಲ್ಲ ಎಂದು ಡಗ್ಲಸ್ ಲುಮ್ಮೀಸ್ ಬೇಸರ ಪಡುತ್ತಾನೆ. ಭಾರತ ಸ್ವತಂತ್ರವಾಗುವುದಕ್ಕೆ ಸ್ವಲ್ಪ ದಿನ ಮುನ್ನ ಗಾಂಧಿ ಮಾಡಿದ ವಿಚಾರಗಳು ಈ ಪುಸ್ತಕದಲ್ಲಿವೆ. ಈ ಇಡೀ ಪುಸ್ತಕದ ವೈಚಾರಿಕತೆಯ ಆಧಾರವಾಗಿರುವ ಮಾತೆಂದರೆ ಇದು: ಸ್ವಾತಂತ್ರ್ಯ ತಳಮಟ್ಟದಿಂದ ಪ್ರಾರಂಭವಾಗಬೇಕು. ಪ್ರತಿಯೊಂದು ಹಳ್ಳಿಯೂ ಒಂದು ರಿಪಬ್ಲಿಕ್ ಆಗಿರಬೇಕು. ಗಾಂಧಿ ಹೀಗೆ ಹೇಳಿರಬಹುದೇ ಎಂದು ಅನುಮಾನಿಸುವವರೂ ಅಚ್ಚರಿಪಡುವವರೂ ಇದ್ದಾರೆ.

ಗಾಂಧೀಜಿ ರಿಪಬ್ಲಿಕ್ ಎನ್ನುವ ಶಬ್ದವನ್ನು ಉಪಯೋಗಿಸಿದರು ಎಂಬುದನ್ನು ಸಮರ್ಥಿಸಿಕೊಳ್ಳಲಾರದೆ ಬಿಕ್ಕು ಪಾರೀಖ್‌ನಂಥವರೂ ಸ್ವಾಯತ್ತತೆ ಪಡೆದ ಹಳ್ಳಿಗಳು ಎಂದು ಇದನ್ನು ಅರ್ಥೈಸುತ್ತಾರೆ. ಗಾಂಧಿಯನ್ನು ಅಕ್ಷರಶಃ

ನಂಬುವುದಾದರೆ ಭಾರತದಲ್ಲಿ ೭೦೦ ಸಾವಿರ ಹಳ್ಳಿಗಳಿದ್ದರೆ ೭೦೦ ಸಾವಿರ ರಿಪಬ್ಲಿಕ್‌ಗಳು ಇರುವುದೆಂದಾಯಿತು. ಈ ಎಲ್ಲಾ ರಿಪಬ್ಲಿಕ್‌ಗಳ ರಾಯಭಾರಿಗಳಿಗೆ ಯುನೈಟೆಡ್ ನೇಷನ್ಸ್(ವಿಶ್ವಸಂಸ್ಥೆ)ನಲ್ಲಿ ಜಾಗವೇ ಇರುವುದಿಲ್ಲ. ವಿಶ್ವಸಂಸ್ಥೆಯನ್ನು ಹೀಗೆ ತುಂಬುವುದು ಗಾಂಧೀಜಿಯ ಉದ್ದೇಶವಾಗಿರಲಿಲ್ಲ. ಈ ಹಳ್ಳಿ ರಿಪಬ್ಲಿಕ್‌ಗಳು (ಪಂಚಾಯಿತಿಗಳು) ತಾಲೂಕು ಪಂಚಾಯಿತಿಯನ್ನೂ (೨೦ ಹಳ್ಳಿಗಳು ಸೇರಿ), ಈ ಪಂಚಾಯಿತಿಗಳ ಅಧ್ಯಕ್ಷರು ಜಿಲ್ಲಾ ಪಂಚಾಯಿತಿಯನ್ನೂ, ಜಿಲ್ಲಾ ಪಂಚಾಯಿತಿಗಳ ಅಧ್ಯಕ್ಷರು ರಾಜ್ಯ ಪಂಚಾಯಿತಿಯನ್ನೂ, ರಾಜ್ಯ ಪಂಚಾಯಿತಿಯ ಅಧ್ಯಕ್ಷರು ಅಖಿಲ ಭಾರತ ಪಂಚಾಯಿತಿಯನ್ನೂ ರೂಪಿಸುತ್ತಿರುತ್ತಾರೆ. ಇದನ್ನು ಮುಂದಿಟ್ಟುಕೊಂಡು ಕೆಲವರು 'ಕೊನೆಯಲ್ಲಿ ಗಾಂಧಿ ರಾಜ್ಯ ಪ್ರಭುತ್ವವನ್ನು ಹಿಂಬಾಗಿಲಿನಿಂದ ಒಪ್ಪಿಕೊಂಡರಾಯಿತು' ಎನ್ನುವವರಿದ್ದಾರೆ. ಆದರೆ ಗಾಂಧಿಯ ಕನಸು ಈ ಅಖಿಲ ಭಾರತ ಪಂಚಾಯಿತಿ ವಿಶ್ವಸಂಸ್ಥೆಯ ಮಾದರಿಯಲ್ಲಿ ಇರಬೇಕು ಎಂಬುದಾಗಿತ್ತು. ವಿಶ್ವಸಂಸ್ಥೆಗೆ ಅಧಿಕಾರವಿದೆ. ಅದು ಅಂತಾರಾಷ್ಟ್ರೀಯ. ಆದರೆ ಅದಕ್ಕೆ ಒಂದು ರಾಜ್ಯ ಪ್ರಭುತ್ವದ ಅಧಿಕಾರ ಅಥವಾ ಸಾರ್ವಭೌಮತೆ ಇರುವುದಿಲ್ಲ. ಅಂದರೆ ಗಾಂಧಿಯ ಕನಸಿನ ಭಾರತದಲ್ಲಿ ಈ ಪಂಚಾಯಿತಿ ಸಮುಚ್ಚಯದಲ್ಲಿ ಒಬ್ಬರಿಗೊಬ್ಬರು ಅನುಕೂಲವಾಗಿ ವರ್ತಿಸುತ್ತಾರೆ. ಕೊಟ್ಟು-ಕೊಳ್ಳುವ ವ್ಯವಹಾರ ನಡೆಸುತ್ತಾರೆ. ಆದರೆ ಒಬ್ಬರ ಮೇಲೆ ಒಬ್ಬರು ಅಧಿಕಾರ ಚಲಾಯಿಸುವುದಿಲ್ಲ.

ಗಾಂಧೀಜಿಯ ಕನಸಾಗಿದ್ದ ಈ ವ್ಯವಸ್ಥೆ ಕಾರ್ಲ್‌ಮಾರ್ಕ್ಸ್ ಕೊನೆಯಲ್ಲಿ ಒಪ್ಪಿಕೊಂಡಿದ್ದನೆಂದು ಹೇಳಬಹುದಾದ ವ್ಯವಸ್ಥೆಗೆ ಸಮೀಪವಾದುದು. ಪ್ರಿಮಿಟಿವ್ ಕಮ್ಯುನಿಸ್ಟ್ ವ್ಯವಸ್ಥೆಗಳಿದ್ದ ಇತಿಹಾಸ ಪೂರ್ವದ ವ್ಯವಸ್ಥೆಯನ್ನೇ ರಷ್ಯಾದ ಕ್ರಾಂತಿಕಾರರು ಒಪ್ಪಿಕೊಳ್ಳಬಹುದೆಂದು ಮಾರ್ಕ್ಸ್ ಭಾವಿಸಿದ್ದನಂತೆ. ಮಾರ್ಕ್ಸ್ ಈ ಬಗೆಯ ತೀರ್ಮಾನಕ್ಕೆ ಬಂದಿದ್ದನೆಂಬುದು ಬಾಲ್ಶೆವಿಕ್‌ರಿಗೆ ಆಗಲೀ ಲೆನಿನ್‌ಗಾಗಲೀ ಗೊತ್ತೇ ಇರಲಿಲ್ಲವೆಂದೂ ಮಾರ್ಕ್ಸ್ ಬರೆದ ಪತ್ರಗಳನ್ನು ೧೯೨೪ರ ತನಕ ಮುಚ್ಚಿಡಲಾಯಿತೆಂದೂ ಹೇಳುತ್ತಾರೆ.

ಪಂಚಾಯತ್ ವ್ಯವಸ್ಥೆಯಲ್ಲಿ ಒಂದು ದೊಡ್ಡ ಸೈನ್ಯಕ್ಕೆ ಜಾಗವೇ ಇಲ್ಲ. ಅಂತಹ ಒಂದು ವ್ಯವಸ್ಥೆಯಲ್ಲಿ ಕೇಂದ್ರದಲ್ಲಿರುವ ಆಡಳಿತವೊಂದಕ್ಕೆ ತಲೆಬಾಗಿ ಬಾಳಬೇಕಾದ ಅಗತ್ಯ ಯಾರಿಗೂ ಇರುವುದಿಲ್ಲ. ಯಾಕೆಂದರೆ ಸಾರ್ವಭೌಮತೆ ಪಡೆದ ಕೇಂದ್ರವೇ ಇರುವುದಿಲ್ಲ.

ಡಗ್ಲಸ್ ಲುಮ್ಮಿಸ್ ನೂರಾರು ಪಂಚಾಯತ್‌ಗಳಿಂದ ರೂಪುಗೊಳ್ಳುವ ರಾಜ್ಯವನ್ನು ಒಂದು ರೂಪಕದಿಂದ ವರ್ಣಿಸುತ್ತಾನೆ. ಅದು ಮೈಯೆಲ್ಲಾ ಮುಳ್ಳಿನ ಚೂಪು

ಬಾಣಗಳನ್ನು ಪಡೆದ ಮುಳ್ಳುಹಂದಿ. ಈ ಮುಳ್ಳುಹಂದಿಯ ಮೇಲೆ ಎಗರಿ ಯಾವ ದೇಶವಾದರೂ ಯುದ್ಧ ಮಾಡುವುದು ಸಾಧ್ಯವೇ ಎಂದು ಕೇಳುತ್ತಾನೆ.

ಹೀಗೆ ಈವತ್ತು ಊಹಿಸಲೂ ಸಾಧ್ಯವಿಲ್ಲದ ರಾಜ್ಯ ವ್ಯವಸ್ಥೆಯ ಕನಸನ್ನು ಗಾಂಧಿ ಕಂಡಿದ್ದರು. ಭಾರತ ಸ್ವಂತಂತ್ರವಾಗುವ ಸಂದರ್ಭದಲ್ಲಿ ಸ್ವಾಯತ್ತ ಹಳ್ಳಿಗಳನ್ನು ಕಂಡು ಅನುಭವವಿದ್ದ ಗಾಂಧೀಜಿಗೆ ಹಳ್ಳಿಯೊಂದು ಸ್ವಾಯತ್ತ ರಿಪಬ್ಲಿಕ್‌ನಂತೆ ಇರುವುದು ಕೇವಲ ಕನಸಾಗಿರಲಿಲ್ಲ. ಎಷ್ಟೋ ಹಳ್ಳಿಗಳ ವಾಸ್ತವ ಅದಾಗಿತ್ತು. ಹೀಗಾಗಿ ಅಸ್ಪೃಶ್ಯತೆಯನ್ನು ತೊಡೆದುಹಾಕಿದ ಸ್ವತಂತ್ರ ಭಾರತ ಆಯ್ಕೆ ಮಾಡಿಕೊಳ್ಳಬಹುದಾದ ಒಂದು ವ್ಯವಸ್ಥೆಯೂ ಆಗಿತ್ತು. ಈ ಕನಸುಗಳನ್ನು ಕಾಣುತ್ತಿದ್ದಾಗಲೇ ತನ್ನ ವೈಯಕ್ತಿಕ ನೈತಿಕತೆಯ ಬಲದಿಂದ ನೌಖಾಲಿಯಲ್ಲೂ ದೆಹಲಿಯಲ್ಲೂ ಹಿಂಸೆಯನ್ನು ತಡೆಗಟ್ಟಿ ಪಾಕಿಸ್ತಾನಕ್ಕೆ ಸಲ್ಲಬೇಕಾದ ಹಣವನ್ನು ಕೊಡಬೇಕೆಂದು ಆಗ್ರಹಿಸಿ ಉಪವಾಸ ಮಾಡಿದ ಗಾಂಧಿ ಗೋಡ್ಸೆಯ ಗುಂಡಿಗೆ ಬಲಿಯಾಗಿ ಸತ್ತರು.

*
*
*

ನನಗೆ ನೆನಪಿರುವಂತೆ ಕನ್ನಡ ಲೇಖಕ ವಿ. ಸೀತಾರಾಮಯ್ಯನವರು ಗಾಂಧಿ ಕೊಲೆಯಾದಾಗ ಒಂದು ಮಾತು ಹೇಳಿದ್ದರು. 'ಗಾಂಧಿಯನ್ನು ಕೊಂದ ಸರ್ಪದ ವಿಷಪೂರಿತವಾದ ದೇಹ ನಾವು. ಗೋಡ್ಸೆ ಅದರ ಹಲ್ಲು ಮಾತ್ರ' ಎಂದು. ಇದೇ ಅರ್ಥ ಬರುವಂತೆ ಡಗ್ಲಸ್ ಲುಮ್ಮಿಸ್ ತನ್ನ ಭಾಷಣದ ಕೊನೆಯಲ್ಲಿ ವಾದಿಸುತ್ತಾನೆ. ಈ ಭಾಷಣದಲ್ಲಿ ನನಗೆ ಬಹಳ ಕುತೂಹಲಕರವಾಗಿ ಕಂಡದ್ದೆಂದರೆ ನಾನು ಈ ಹಿಂದೆ ಸುಬ್ಬಣ್ಣ ವಿವರಿಸುವ ಜನಪದೀಯ ಬಲಿ ಕಲ್ಪನೆಯ ಬಗ್ಗೆ ಹೇಳಿದ್ದನ್ನು ಇನ್ನೂ ವಿಶಾಲವಾದ ಅರ್ಥದಲ್ಲಿ ಡಗ್ಲಸ್ ಲುಮ್ಮಿಸ್ ಹೆಚ್ಚು ಅರ್ಥಪೂರ್ಣವಾಗಿ ಹಿಗ್ಗಿಸುತ್ತಾನೆ ಎಂಬುದು. ನಾವು ಕಟ್ಟಲು ಹೊರಟಿದ್ದ ಹೊಸ ರಾಜ್ಯವ್ಯವಸ್ಥೆಗೆ ತುಂಬ ಪ್ರೀತಿಸುತ್ತಿದ್ದ ಗಾಂಧೀಜಿ ಒಂದು ತೊಡಕಾಗಿ ಕಂಡಿದ್ದರಿಂದ ಅವರನ್ನು ಬಲಿ ಕೊಡುವುದು ಹೊಸದಾಗಿ ಹುಟ್ಟುತ್ತಿದ್ದ ಯಥಾವತ್ತಾದ ರಾಷ್ಟ್ರದ ಅಗತ್ಯವಾಗಿತ್ತೆ? ಅವರ ಎಲ್ಲ ಹಿಂಬಾಲಕರಿಗೂ ಹೀಗೆ ಅನ್ನಿಸಿದ್ದಿರಬಹುದೇ?

ಗಾಂಧಿ ಕೊಲೆಯಾದ ನಂತರ ದೇಶ ಸರಿಯಾದ ಹಾದಿಯಲ್ಲಿ ಬಲಿಷ್ಠ ರಾಷ್ಟ್ರವಾಗಲು ಹೊರಟಿದೆ ಎಂದು ಗೋಡ್ಸೆ ಸಂತೋಷಪಟ್ಟು ಹೇಳಿದ

ಮಾತುಗಳು ಅವನ ಮರಣ ಪೂರ್ವ ಹೇಳಿಕೆಯಲ್ಲಿವೆ. ಗಾಂಧಿಯ ರಕ್ತವನ್ನು ಅವನು ಚೆಲ್ಲಿದ್ದು ಮಾತ್ರ; ಆದರೆ ನಾವೆಲ್ಲರೂ ಅದನ್ನು ಬಯಸಿದ್ದೆವು — ಅಪ್ರಜ್ಞಾಪೂರ್ವಕವಾಗಿ ಬಯಸಿದೆವು — ಎಂದು ಲುಮ್ಮಿಸ್, ಆಶೀಶ್ ನಂದಿಯನ್ನು ಒಪ್ಪಿ ವಾದಿಸುತ್ತಾನೆ.

ಮೆಕಿಯವೆಲ್ಲಿಯನ್ನು ಅವನು ಮತ್ತೆ ಉದ್ಧರಿಸುತ್ತಾನೆ. ಎಲ್ಲಾ ಹೊಸ ರಾಜ್ಯ ವ್ಯವಸ್ಥೆಗಳೂ ಬಲಿಯನ್ನು ಕೇಳುತ್ತವೆ. ಬ್ರೂಟಸ್ ತಾನು ಬಯಸುವ ಸ್ವಾತಂತ್ರ್ಯಕ್ಕಾಗಿ ಅದನ್ನು ವಿರೋಧಿಸಿದ ತನ್ನ ಮಕ್ಕಳನ್ನೂ ಕೊಲ್ಲುತ್ತಾನೆ, ಸೀಸರನನ್ನು ಕೊಲ್ಲುತ್ತಾನೆ. ನಿರಂಕುಶ ಪ್ರಭುತ್ವದ ಸ್ಥಾಪನೆಗಾಗಿ ಆಂಟನಿ ಬ್ರೂಟಸ್‌ನನ್ನು ಕೊಲ್ಲುತ್ತಾನೆ.

ಗೋಡ್ಸೆಯು ಇಡೀ ರಾಜ್ಯ ಪ್ರಭುತ್ವದ ಪ್ರತಿನಿಧಿಯಾಗಿ ತಾನು ಗಾಂಧಿಯನ್ನು ಬಲಿ ತೆಗೆದುಕೊಳ್ಳಬೇಕಾಯಿತು ಎಂದು ತಿಳಿಯುತ್ತಾನೆ. ಮೆಕಿಯವೆಲ್ಲಿಯನ್ನು ಬಳಸಿಕೊಂಡು ಡಗ್ಲಸ್ ಲುಮ್ಮಿಸ್ ಹೇಳುತ್ತಾನೆ 'ಹಿಂಸೆಯ ಅಧಿಕಾರವನ್ನು ಪಡೆದ ರಾಜ್ಯ ವ್ಯವಸ್ಥೆಯನ್ನು ಕಟ್ಟಬೇಕೆಂದರೆ ಗಾಂಧಿಯನ್ನು ಕೊಲ್ಲಲೇಬೇಕಾಗಿತ್ತು.'

ಹಿಂಸೆಯ ಅಧಿಕಾರವನ್ನು ಪಡೆದ ರಾಜ್ಯವೆಂದರೆ ಹಿಂಸಾತ್ಮಕ ವ್ಯವಸ್ಥೆಯೆಂದೇ ತಿಳಿಯಬೇಕಾಗಿಲ್ಲ. ಪ್ರಜಾತಂತ್ರದಲ್ಲಿ ಇದಕ್ಕೆ ಸಾಕಷ್ಟು ನೀತಿ ನಿಯಮಗಳ ನಿಬಂಧನೆ ಇದ್ದೇ ಇರುತ್ತದೆ. ಭಾರತವೂ ತಾನೊಂದು ನಿರಂಕುಶ ರಾಜ್ಯ ವ್ಯವಸ್ಥೆಯೆಂದು ಹುಚ್ಚುಹುಚ್ಚಾಗಿ ವರ್ತಿಸಿದೆ ಎಂದು ಹೇಳುವಂತಿಲ್ಲ. ಆದರೆ ಒಂದು ಬಲಿಷ್ಠ ರಾಷ್ಟ್ರವಾಗಲು ಎಷ್ಟು ಹಿಂಸೆಗೆ ತಯಾರಾಗಬೇಕೋ ಅಷ್ಟೂ ತಯಾರಿಕೆಯನ್ನು ಭಾರತ ಮಾಡಿಕೊಂಡಿದೆ. ಇದರ ಮುನ್ಸೂಚನೆ ಎಂಬಂತೆಯೇ ಗಾಂಧೀಜಿಯ ಸಂಸ್ಕಾರವೂ ಅದ್ದೂರಿಯಾದ ಸೈನ್ಯದ ಕವಾಯಿತಿನಲ್ಲಿ ನಡೆಯಿತು. ಅವನ ಪಾರ್ಥೀವ ಶರೀರವನ್ನು ಶಸ್ತ್ರಾಸ್ತ್ರಗಳನ್ನು ಒಯ್ಯುವ ವಾಹನದ ಮೇಲೆ ತೆಗೆದುಕೊಂಡು ಹೋಗಲಾಯಿತು.

ಡಗ್ಲಸ್ ಲುಮ್ಮಿಸ್ ತನ್ನ ಭಾಷಣವನ್ನು ಬರ್ನಾಡ್ ಶಾನ 'ಸೇಂಟ್ ಜೋನ್' ನಾಟಕದ ಒಂದು ಸಂಭಾಷಣೆಯಿಂದ ಮುಗಿಸುತ್ತಾನೆ. 'ಅವಳ ಹೋರಾಟದಿಂದಾಗಿ ಚಾರ್ಲ್ಸ್ ದೊರೆಯಾದ. ಅವಳನ್ನು ಬೆಂಕಿಯಲ್ಲಿ ಸುಟ್ಟು ಕೊಂದವರೆಲ್ಲರೂ ತಮ್ಮ ತಪ್ಪನ್ನು ಒಪ್ಪಿಕೊಂಡರು.' ಈ ಸಂದರ್ಭದಲ್ಲಿ ಬರ್ನಾಡ್‌ಶಾ ನಾಟಕಕಾರನಾಗಿ ತನ್ನ ಸ್ವಾತಂತ್ರ್ಯ ಬಳಸಿ ೧೯೨೦ಕ್ಕೆ ಒಬ್ಬ ದೂತನನ್ನು ನಾಟಕದೊಳಕ್ಕೆ ತರುತ್ತಾನೆ. ಜೋನ್‌ಗೆ ಸಂತತ್ವ ಪ್ರಾಪ್ತಿಯಾಗಿದೆ

ಎಂದು ಆತ ಹೇಳಿದಾಗ ಎಲ್ಲರೂ ತಲೆಬಾಗಿ ಜೋನಳನ್ನು ಪ್ರಾರ್ಥಿಸಲು ಶುರು ಮಾಡುತ್ತಾರೆ. ಆಗ ಜೋನ್ ಹೇಳುತ್ತಾಳೆ 'ಎಲ್ಲರೂ ನನ್ನನ್ನು ಸ್ತುತಿಸಲು ಪ್ರಾರಂಭವಾದದ್ದೇ ನಾನು ನಾಶವಾದೆ ಎಂದು ಅರ್ಥ. ನನ್ನನ್ನು ಸಂತಳೆಂದು ತಿಳಿಯುತ್ತೀರಲ್ಲವೇ? ಸಂತರಿಗೆ ಪವಾಡ ಮಾಡುವ ಶಕ್ತಿಯಿದೆಯಲ್ಲವೇ? ಹಾಗಾದರೆ ಕೇಳಿ: ನಾನು ಸಾವಿನಿಂದ ಹಿಂದಿರುಗಿ ಒಬ್ಬ ಜೀವಂತ ಹೆಂಗಸಾಗಿ ನಿಮ್ಮೊಡನೆ ಬಂದು ಸೇರಿಕೊಳ್ಳಲೇ?'

ಪ್ರಾರ್ಥನಾನಿರತರಾಗಿದ್ದ ಭಕ್ತರೆಲ್ಲರೂ ಮುಜುಗರಪಡುತ್ತಾ ಭೀತರಾಗಿ ಹಿಂದಿರುಗುತ್ತಾರೆ.

೭-೫-೨೦೦೭

ಅಭಿನವ

೧೭/೩೭–೨, ಮೊದಲನೆಯ ಮುಖ್ಯರಸ್ತೆ, ಮಾರೇನಹಳ್ಳಿ, ವಿಜಯನಗರ, ಬೆಂಗಳೂರು–೪೦ ದೂ. ೧೮೦ ೨೩೧೦೩೫೧೫

ನಮ್ಮ ಕೆಲವು ಪ್ರಕಟಣೆಗಳು

ಅನುಶ್ರೇಣೀ: ಯಾಜಮಾನಿಕೆ	ಕೆ.ಜಿ. ನಾಗರಾಜಪ್ಪ	200/–
ಆಯ್ದ ವಿಮರ್ಶೆ	ನ. ರವಿಕುಮಾರ	100/–
ವಾಗರ್ಥ ವಿಲಾಸ (ಅಂಕಣ ಬರಹಗಳು)	ಕೆ. ವಿ. ತಿರುಮಲೇಶ್	200/–
ತೆರೆದ ಮನ (ಪ್ರಬಂಧಗಳು)	ಎಚ್. ನರಸಿಂಹಯ್ಯ	200/–
ಹೋರಾಟದ ಹಾದಿ (ಆತ್ಮ ಕಥೆ)	ಎಚ್. ನರಸಿಂಹಯ್ಯ	400/–
ದಕ್ಷಿಣ ಭಾರತದ ಜನಪದ ಕಾವ್ಯ ಪ್ರಕಾರಗಳು	ಜಿ. ಶಂ. ಪರಮಶಿವಯ್ಯ	600/–
ಅಮ್ಮಮ್ಮ ಹೇಳಿದ ಕತೆಗಳು	ರಜನಿ ನರಹಳ್ಳಿ	150/–
ಕೊನೆಯಬ್ರಾಹ್ಮಣ(ಅನುವಾದಿತ ಕಾದಂಬರಿ)	ಮೂಲ: ರಾಣಿಶಿವಶಂಕರ್‌ಶರ್ಮ ಅನು: ಲಕ್ಕೂರು ಆನಂದ	175/–
ಗಂಟೆಗೋಪುರ(ಅನುವಾದಿತ ಕತೆಗಳು)	ಮೂಲ:ಹರ್ಮನ್‌ಮೆಲ್ವಿಲ್‌ಅನು:ಕೆ.ವಿ.ತಿರುಮಲೇಶ್	150/–
ಗ್ರಾಹಕಸಂರಕ್ಷಣೆ(ಹೊಸ ಆವಿಷ್ಕಾರಗಳು)	ವೈ.ಜಿ.ಮುರಳೀಧರನ್	150/–
ಅಮೇರಿಕನ್ನಡಬರಹಗಾರರು(ಸಂಕ್ಷಿಪ್ತ ಮಾಹಿತಿಕೋಶ)	ಸಂ:ನಾಗಐತಾಳ,ಜ್ಯೋತಿಮಹದೇವ	100/–
ಅನುಕ್ರಮ(ವಿಮರ್ಶೆ)	ಶ್ರೀಧರಹೆಗಡೆಭದ್ರನ್	100/–
ರಂಗ ಕಿನ್ನರಿ(ರಂಗಭೂಮಿ ಕುರಿತ ಬರಹಗಳು)	ಜಿ.ಎನ್. ಮೋಹನ್	50/–
ಥರ್ಡ್‌ಬೆಲ್(ರಂಗಭೂಮಿ ಕುರಿತಬರಹಗಳು)	ಜಿ.ಎನ್. ಮೋಹನ್	75/–
ಕಾಫಿಕಪ್ಪಿನೊಳಗೆಕೊಲಂಬಸ್(ಅಂಕಣಬರಹಗಳು)	ಜಿ.ಎನ್. ಮೋಹನ್	100/–
ಜಾತಿ ಮೀಮಾಂಸೆ(ವಿಮರ್ಶೆ)	ಮೊಗಳ್ಳಿಗಣೇಶ್	300/–
ಲೂಸಿಫರ್ ಎಫೆಕ್ಟ್(ಮನೋವೈಜ್ಞಾನಿಕ ಲೇಖನಗಳು)	ಎಂ.ಬಸವಣ್ಣ	150/–
ಚಿತ್ರಗುಪ್ತನಕತೆಗಳು	ಕೆ.ಸತ್ಯನಾರಾಯಣ	100/–
ವಿಗಡವಿಕ್ರಮರಾಯ(ನಾಟಕ)	ಸಂಸ	50/–
ಅಮೀರ್‌ಬಾಯಿ ಕರ್ನಾಟಕಿ (ಹಾಡುನಟಿಯ ಜೀವನಕಥನ)	ರಹಮತ್‌ತರೀಕೆರೆ	300/–
ನಿಜದನಿ(ಸಾಹಿತ್ಯವಿಮರ್ಶೆ)	ಜಿ.ಹೆಚ್.ನಾಯಕ	200/–
ಸ್ತ್ರೀವಾದಿಸಾಹಿತ್ಯ ವಿಮರ್ಶೆ	ಸಂ. ತೇಜಸ್ವಿನಿನಿರಂಜನ,ಸೀಮಂತಿನಿನಿರಂಜನ	250/–
ಅಕ್ಷೀ ಎಂದಿತು ವೃಕ್ಷ...!(ಕವನ)	ವಿಕ್ರಮಹತ್ವಾರ	75/–
ಹಸಿಬಿ (ಕವನ)	ವಿನಯಾ	90/–
ಏನೇನ್ ತುಂಬಿ(ಮಕ್ಕಳಪದ್ಯ)*	ಕೆ.ವಿ.ತಿರುಮಲೇಶ್	50/–
ಪ್ರೀತಿಸುವುದೆಂದರೆ(ಮೂಲ:ಎರಿಕ್‌ಫ್ರಾಂ)	ಅನು:ಎಚ್.ಎಸ್.ರಾಘವೇಂದ್ರರಾವ್, ಕೆ.ವಿ.ನಾರಾಯಣ	100/–
ಸಂಪತ್ತಿನೊಳಗೊಬ್ಬಸಂತ (ಎಮ್.ವೈ.ಘೋರ್ಪಡೆ ಜೀವನ ಚಿತ್ರ)	ಸಂ:ಶ್ರೀಧರಹೆಗಡೆಭದ್ರನ್	200/–
ಅಭಿನವರಂತಿದೇವ (ಸುರೇಂದ್ರನಾಥ ಕೌಲಗಿಜೀವನ–ಸಾಧನೆ)	ಸಂ:ಸುಮನಾವಿಶ್ವನಾಥ	40/–
ಎಪ್ಪತ್ತರದಶಕದ ಕತೆ	ಯು.ಆರ್.ಅನಂತಮೂರ್ತಿ	75/–
ಹಿಂದುತ್ವಅಥವಾಹಿಂದ್‌ಸ್ವರಾಜ್?	ಯು.ಆರ್.ಅನಂತಮೂರ್ತಿ	100/–
ಬೇಂದ್ರೆನಾದ,ನಾಡು,ಒಲವು	ಜಿ.ಎಚ್.ನಾಯಕ್	50/–
ಬೇಂದ್ರೆಯವರಕಾವ್ಯಸೃಷ್ಟಿಯಸ್ವರೂಪ	ಜಿ.ಎಸ್.ಶಿವರುದ್ರಪ್ಪ	50/–
ಬೇಂದ್ರೆಯವರ ಕಾವ್ಯ ಮತ್ತು ವ್ಯಕ್ತಿತ್ವ	ವಿ.ಕೃ.ಗೋಕಾಕ್	50/–
ಬರ್ಟೋಲ್ ಬ್ರೆಕ್ಟ್ (ಸಂಕ್ಷಿಪ್ತ ಪರಿಚಯ)	ಜಿ.ರಾಜಶೇಖರ	30/–
ಪರಿಸರ ರಕ್ಷಣೆ ಮತ್ತು ಸಮಾಜವಾದ (ಮೂಲ ರೇಮಂಡ್‌ವಿಲಿಯಮ್ಸ್)	ಜಿ.ರಾಜಶೇಖರ	25/–
ಸಿರಿಗನ್ನಡಗೀತರಾಮಾಯಣ*	ಮೈ.ಶ್ರೀನಟರಾಜ	100/–
ಬೇಂದ್ರೆಅಂದ್ರೆ (ಬೇಂದ್ರೆಸಾಹಿತ್ಯದವಿರಾಟ್‌ದರ್ಶನ)	ಅಹಿತಾನಲ/ನಳಿನಿಮೈಯ	250/–
ಇಲ್ಲಿರಲಾರೆ ಅಲ್ಲಿಗೆ ಹೋಗಲಾರೆ (ಬದುಕಿನ ನೆನಪು, ಅನುಭವಗಳ ಕಥನ)	ಬಿ.ವಿ. ಕಾರಂತ	500/–
ಪುಸ್ತಕ ಮತ್ತು ನವಿಲುಗರಿ (ಕವಿತೆಗಳು)	ಗಿರಿಜಾಶಾಸ್ತ್ರಿ	150/–
ಚಿಟ್ಟೆ ಮತ್ತು ಜೀವಯಾನ (ಕವಿತೆಗಳು)	ಯಲ್ಲಪ್ಪ ಟಿ.	75/–
ಸಮಸ್ತ ಕಥೆಗಳು	ಹೆಚ್.ವಿ.ಸಾವಿತ್ರಮ್ಮ	500/–
ಗುಲಾಬಿ ಟಾಕೀಸ್ (ಕಥೆಯಿಂದಕಥೆಗೆ)	ಸಂ: ಪಿ.ಚಂದ್ರಿಕಾ	85/–
ವಿಮುಕ್ತ (ತೆಲುಗು ಕಥಾ ಜಗತ್ತಿನಜೊತೆಗೊಂದು ಮಾತುಕಥೆ)	ಅನು: ಜಿ. ವೀರಭದ್ರಗೌಡ	125/–
ಜಾರ್ಜ್‌ಲೂಯಿಬೊರ್ಹೆಸ್	ಸಂ: ಪ್ರೊ ಕಾರ್ಲೋಸ್	75/–
ಭಾವನ್ನ (ಕವನ ಸಂಕಲನ)	ಆನಂದ ಝುಂಝುರವಾಡ	75/–
ಶಾವೋಲಿನ್(ಅನುವಾದಿತ ಮಕ್ಕಳ ಕಥೆಗಳು)	ಅನು: ಶಿವಲಿಂಗಪ್ಪ ಕೆ. ಹಂದಿಹಾಳು	60/–
ಓತಿಕ್ಯಾತ ತಲೆಕುಣ್ಸೆ (ಮಕ್ಕಳಕವಿತೆ)*	ವಿಜಯಶ್ರೀ ಹಾಲಾಡಿ	50/–
ಕಲಾಚೇತನ (ದಿ ಆರ್ಟ್‌ಸ್ಪಿರಿಟ್)	ಮೂಲ: ರಾಬರ್ಟ್ ಹೆನ್ರಿ, ಅನು: ಕೆ.ವಿ. ತಿರುಮಲೇಶ್	150/–
ಕನಸಿನ ಕತೆ (ಒಂದು ಮನೋವೈಜ್ಞಾನಿಕ ವಿವರಣೆ)	ಎಂ. ಬಸವಣ್ಣ	50/–
ನನ್ನ ಸಾಹಿತ್ಯದ ಐದು ದಶಕಗಳು	ಮೂಲ: ಯು ಆರ್ ಅನಂತಮೂರ್ತಿ ಅನು: ಬಿ.ಎಸ್ ಜಯಪ್ರಕಾಶ ನಾರಾಯಣ	50/–
ಬಾದಾಮಿ ಚಾಳುಕ್ಯರಶಾಸನ ಸಾಹಿತ್ಯ (ಕವಿ–ಲಿಪಿಕಾರ ಅಕ್ಷರವೇರುವಿನ ಕಾವ್ಯ, ಕಲೆ ಮತ್ತು ಲಿಪಿಯ ಸಮಗ್ರ ಅಧ್ಯಯನ)	ಷ.ಶೆಟ್ಟರ್	150/–
ಹೇರಾಮ್(ಗಾಂಧಿ–ಗೋಡ್ಸೆಸಂಘರ್ಷ...)*	ಅನಂತ ಚಿನಿವಾರ್	60/–
ಬರ ಅಂದ್ರೆ ಎಲ್ಲರಿಗೂ ಇಷ್ಟ (ಭಾರತದಹತ್ತು ಬಡ ಜಿಲ್ಲೆಗಳಕಥನ)	ಮೂಲ:ಪಿ.ಸಾಯಿನಾಥ್,ಅನು:ಜಿ.ಎನ್.ಮೋಹನ್	400/–
ಮಹತಿ (ಪಾಶ್ಚಾತ್ಯಸಾಹಿತ್ಯಸಂಸ್ಕೃತಿಗಳ ತೌಲನಿಕಚಿಂತನೆ) ಭಾಗ–1	ಶಂಕರಮೊಕಾಶಿ ಪುಣೇಕರ, ಸಂ:ಜಿ.ಬಿ.ಹರೀಶ್	250/–
ವಸ್ತುವಿನ್ಯಾಸ (ಕನ್ನಡಸಾಹಿತ್ಯ–ಸಂಸ್ಕೃತಿಗಳಸಾಂಸ್ಕೃತಿಕಓದು) ಭಾಗ–2	ಶಂಕರಮೊಕಾಶಿ ಪುಣೇಕರ, ಸಂ:ಜಿ.ಬಿ.ಹರೀಶ್	350/–
ಸುಸಂಧಿ (ಕಥೆ,ಕವಿತೆ,ನಾಟಕ) ಭಾಗ–3	ಶಂಕರಮೊಕಾಶಿ ಪುಣೇಕರ, ಸಂ:ಜಿ.ಬಿ.ಹರೀಶ್	200/–
ತ್ರಿವಳಿ ಕಾದಂಬರಿಗಳು (ನಟನಾರಾಯಣಿ, ಗಂಗವ್ವಗಂಗಾಮಾಯಿ, ಅವಧೇಶ್ವರಿ) ಭಾಗ–4	ಶಂಕರಮೊಕಾಶಿ ಪುಣೇಕರ,	

*ಪ್ರತಿಗಳುಮುಗಿದಿವೆ.